புதுமைத்தேனீ
மா.அன்பழகனின்
(தன்முனைப்புக் கட்டுரைகள்)

ஐம்பதிலும் வாழ்க்கை வரும்

வெளியீடு
மாசிலாமணி அன்பழகன்
Blk 9 # 07 – 30 Selegie Road, Singapore 180009
+65 90053043 / +65 62527107
ma.anbalagan@gmail.com

தமிழகத்தில்
டிஸ்கவரி பப்ளிகேஷன்ஸ்
எண்: 9, பிளாட் எண்: 1080A, ரோஹிணி பிளாட்ஸ்
முனுசாமி சாலை, கே.கே.நகர் மேற்கு,
சென்னை – 600 078. பேச: 99404 46650

ஐம்பதிலும் வாழ்க்கை வரும்
ஆசிரியர்: மா.அன்பழகன்

Aymbathilum Vaazhkkai Varum

Author : Masilamani Anbalagan

Copy Raight @ Author

First Edition: June - 2022

Size : Demy (1X8 Paper : 21.3kg Parchment)
Pages: 184

I S B N : 978-981-18-4286-3

Published By
சிங்கப்பூரில் -
மா.அன்பழகன்
Blk 9 # 07 – 30 Selegie Road, Singapore 180009
+65 90053043 / +65 62527107
ma.anbalagan@gmail.com

தமிழகத்தில் -
Discovery Publications
No. 9, Plot,1080A, Rohini Flats,
Munusamy Salai, K.K.Nagar West,
Chennai - 600 078.
Mobile: +91 99404 46650

Price: S $25 / Rs 200

பதிப்புரை

எதையும் புதுமையாகவும், பயனுள்ளதாகவும் படைக்கும் புதுமைத்தேனீ மா.அன்பழகன் அவர்களின் நூல்களுக்கு நான் முதல் வாசகன். அவரின் முந்தைய நூல்களான, ஆயபுலம், திரை அலையில் ஓர் இலை, என் வானம் நான் மேகம், கூவி அழைக்குது காகம், டுரியானுள் பலாச்சுளை போன்ற நூல்களை வாசித்தது ஓரனுபவம் என்றால், முப்பத்து ஆறாவது நூலாக வெளிவரும் 'ஐம்பதிலும் வாழ்க்கை வரும்' என்ற இந்நூலினை வாசித்தது பேரனுபவம்.

வேகமான இன்றைய வாழ்க்கைச் சூழலில் திருமணம் முடிந்து இரண்டொரு குழந்தைகளுக்குப் பெற்றோர் என்ற நிலையை அடைந்தவுடனே வாழ்வின் பிற்பகுதிக்குள் நுழைந்துவிட்டதைப்போல ஒரு சலிப்பை உணர முடிகிறது. இந்நிலையில், 'நாம் என்ன சாதித்தோம்?' என்பது முக்கியமான கேள்வி. வாழ்வைத் திரும்பிப் பார்க்கையில், வாழ்க்கை நமக்குத் திருப்தியாக அமைய வேண்டுமானால், பிடித்தமான ஏதேனும் ஒரு துறையில் எதையேனும் சாதித்து இருக்கவேண்டும். எந்தச் சாதனையும் இல்லாமல், நாம் ஐம்பது வயதை எட்டிவிட்டால் இனி சாதிக்க ஒன்றுமில்லை என்பதைப் போன்ற எண்ணமும், வாழ்வு குறித்த ஏமாற்றமும்தான் மிஞ்சும். இது பொதுவான விதி. இந்தப் பொதுவிதியைத்தான் நூலாசிரியர் மாற்றிக்காட்ட முயன்றுள்ளார். தனது வாழ்வையே ஒரு உதாரணமாகத் தொடங்கி, அவர் அறிந்த பல்வேறு துறைசார்ந்த, ஆனால் 50 வயதைக் கடந்த சிங்கப்பூர் ஆளுமைகள் பலரையும் நேரில் கண்டு இந்நூலை நமக்குப் படைத்தளித்துள்ளார்.

ஒரு சிறு பயிற்சி நிறுவனமாகத் தொடங்கி ஐந்து லட்சம் பேருக்குத் தொழில் பயிற்சி அளித்துள்ள, 'அவண்டா' நிறுவனத்தின் நிறுவனர் புவனேஷ்வரன் அவர்களைப் பற்றிப் படிக்கும்போது நாம் ஒரு தமிழராக இருந்து பெருமிதம் கொள்கிறோம். தமிழர் ஒருவர் உலக அளவில் சாதித்துக் கொண்டிருக்கிறார் என்று தலை நிமிர்கிறோம். இனி நாமும்கூட ஏதேனும் ஒரு துறைசார்ந்து புதிதாகப் படைக்கத் தொடங்கலாம் அல்லது ஏதேனும் ஒரு தொழில் தொடங்கலாம் என்று எண்ணத் தோன்றுகிறது. அதுபோல நாகை தங்கராசு அவர்கள் சுற்றுலாத் துறையில் நிகழ்த்திக் காட்டியுள்ள உயரத்தைப் படிக்கும்போது வியப்பாக உள்ளது. உடனடியாக சிங்கப்பூருக்குச் செல்ல வேண்டும். நாகை தங்கராசு அவர்களை அழைத்துப் பேசிவிட்டால் போதும், சுற்றுலா தொடர்பான எல்லாம் சிறப்பாக நடந்து முடிந்துவிடும் என்ற நம்பிக்கை இவரைப்பற்றி வாசிக்கும்போது உண்டாகிறது. கற்றலின் கேட்டல் நன்று என்பார்கள். ஒவ்வொரு கட்டுரையையும் வாசிக்கிறோம் என்பதைவிட நூலாசிரியர் சொல்லக் கேட்பதுபோன்ற உணர்வை ஏற்படுத்துகிறார். எந்தத் துறையைச் சார்ந்தவர்களாக இருந்தாலும், அவர்கள் எப்படி அத்துறையில் சாதித்தார்கள் என்று வாசிக்கும் முன்பு, அத்துறைசார்ந்த ஒரு உலகப்பார்வையை நமக்குப் பீடிகையாக சொல்லி, சாதனையாளர்களைப் பற்றி தெரிந்துகொள்ளும் ஆவலைத் தூண்டுவதில் நூலாசிரியர் ஒரு தேர்ந்த எழுத்தாளர் என்பதையும் நிரூபிக்கிறார்.

இத்தகைய சிறப்புமிக்க இந்நூலினை டிஸ்கவரி பதிப்பகம் வெளியிடுவதில் பெருமைகொள்கிறது.

மு.வேடியப்பன்
பதிப்பாளர்
08/06/2022

எண்பதாம் அகவையை எட்டிப்பிடிப்போனின்
முப்பத்தி ஆறாம் நூலுக்கான

முன்னுரை

'அனைத்து மதப் போதகர்களும், ஆன்மிகவாதிகளும் போதிக்கின்ற 'கடவுள் இருக்கின்றார்' என்ற கோட்பாட்டை ஏற்போமேயானால் மனித முயற்சியே இல்லாமற்போய்விடும்' என்கிறது புத்தமதம்.

முயற்சியேதும் செய்திடாமல், கடவுள் தனக்குப் பின்புலமாக இருந்து காரிய சித்தி கொடுப்பார் என்றெண்ணிக் கிடப்போருக்கு வெற்றி கிடைக்க நானும் வாழ்த்துகிறேன்!

ஆனாலும்,

கடவுள்மீது கண்டதைச் சுமத்தாமல்,

காரியம் நடக்கவேண்டுமென்று கண்மூடி 'வேண்டி' நிற்காதே!

கடவுளிடம் கொடுக்கல் வாங்கல் வணிகம் செய்யாதே!

பதிலாக,

தன்னம்பிக்கையை உள்ளத்தில் குடியிருக்க விடு!

உழைப்பு உடல் முழுதும் வியாபித்திருக்கிறதென்று நம்பு!

வியர்வையினால் முகத்தைக் கழுவு!

அறிவாயுதத்தை மூலதனமாக்கு!

சுயமாகச் சிந்தனை செய்!

முற்றிய கதிர்போல் வளைந்து அடக்கமாய் இரு!

குனிந்துகொண்டே இருந்துவிடாதே...

குட்டிக் குட்டி உன்னைக் குழிதோண்டிப் புதைத்துவிடும், கூட இருக்கும் குள்ளநரிக்கூட்டம்!

◆— புதுமைத்தேனீ மா. அன்பழகன் —◆

உண்மையை, நேர்மையை உன் குருதி ஓட்டத்தில் கலந்துவிடு!

மனிதநேயத்தையும் மாண்பு நெறியையும் மனத்திலிறுத்து!

எச்செயலிலும் ஈடுபாட்டையும் ஆர்வத்தையும் காட்டு!

முயற்சியின் முன் கிடக்கும் முட்டுக்கட்டையை அகற்றத் தீங்கில்லாப் பொய்யைச் சொல்!

கீழறுப்பைச் சமாளிக்க வஞ்சகங்கொள்!

சுற்றியிருப்போர் சுத்தத் தங்கங்கள் இல்லை; அதனால், சூதுவாதுடன் நடித்து வாழக் கற்றுக்கொள்!

நோக்கி வரும் அழுக்காற்றைப் புறந்தள்!

எதிர்கொள்ளும் இன்னாச்சொல்லுக்குப் புன்சிரிப்பை அம்பாக்கி எய்துவிடு!

உன் முகத்தில் அன்பும் கடமையுணர்வும் பொங்கி வழியட்டும்!

கடன்பட்டுச் சுமைதாங்கு; முதுகுவலி தெரியட்டும்!

விழித்தெழுவதில் சூரியனைத் தோற்கடி!

மூன்றாம்நாள் விதையைப்போல் முளைத்து நிமிர்ந்து எழு!

முற்றியபின் கதிர்போல் வளைந்து நில்!

உச்சிக்குச் சென்று உலகை உற்றுப் பார்!

உன் பார்வைக்குள் ஓராயிர விழுமியங்கள் ஒளிரட்டும்!

சாட்டையைச் சுழற்று; மலைத்து நிற்கும் சண்டித்தனக் காளை முண்டியடித்து ஓட்டமெடுக்கட்டும்!

உள்ளத்துள் ஒளிந்துகிடக்கும் சிறுத்தையை வெளியில் கொண்டுவா!

உன் சிரிப்பில் சிங்கநாதம் முழங்கட்டும்!

முகத்தை மூடி மறைக்கும் முக்காட்டை அகற்று!

வெளிச்சமும் காற்றும் முகம்பட்டு உன் தோல் உரியட்டும்!

காலம் கடக்கிறதேயெனக் கண்கள் சிவக்கட்டும்!

அதற்காக அவசரக்கோலத்தில் அள்ளித் தெளித்துவிடாதே!

உப்பு கலந்து உண்பதால் மான உணர்வு பிடுங்கித் தின்னட்டும்!

கைதட்டிச் சிரிப்போர் சிரிக்கட்டும்!

அவர்களே கைகட்டி நிற்கும் காலம் வருமென்று காத்திரு!

நீரில் துணிந்து மூழ்கு... ஆழம் தெரியட்டும்; குளிர் விட்டகலட்டும்!

அறச் சீற்றம் கண்களில் தெறிக்கட்டும்!
ஞானச் செருக்கு முகத்தில் ஒளிரட்டும்!
மனத்தை ஒருநிலைப்படுத்து!
கண்ட இடத்தில் மேய விடாதே!
காரியத்தில் கண்ணாய் இரு!
நெருப்புச் சட்டியைக் கையிலேந்து!
கைகள் பழுத்துக் காய்க்கட்டும்!
காடுமேடுகளில் பாதங்களைப் பழக்கப்படுத்து!
பதம்பார்க்க வரும் முள் ஒடிந்து நொறுங்கட்டும்!
குறைவாய்ப் பேசு!
கூறப்போகும் சொல்லைக் கொஞ்சம் கூர்தீட்டு!
சமுதாயம் உன்னை அவமானப்படுத்தும்!
அடையாளம் கண்டு புறமுதுகின் தோலை உறி!
சோம்பல் போர்வையை விட்டகலு!
நேர்மறைச் சிந்தனை நீளட்டும்!
வாழ்வது கொஞ்சநாள்! அதற்குள் வாழ்ந்துவிட்டுச் செத்து மடி!
தலைமுறை தாண்டிப் படிக்கட்டும் உன் சரித்திரத்தை!
என்னால் முடியுமெனச் சபதம் எடு!
வீரத்துடன் அல்ல, விவேகத்துடன் உழை!
அதன் பிறகு குனிந்துபார்...
உன் காலடியில் 'வெற்றி'யின் முடி சிக்குண்டு கிடக்கும்!

தம்பி பாலு மணிமாறன் அவர்கள், தான் நடத்திய 'தங்கமீன்' இணைய இதழுக்குப்பின் தற்போது நடத்தும் தேக்கா எக்ஸ்பிரஸ் எனும் இணைய இதழுக்கு என் தொடர் கட்டுரை தேவையெனப் பலமுறை அன்புடன் என்னிடம் வற்புறுத்தினார். எதைப் பற்றி எழுதுவதென்ற குழப்பத்தில் நான் கொஞ்சம் மெதுவாகப் பிடிகொடுக்காமல் இருந்தேன். தம்பி என்னை விட்டபாடில்லை. அவரே தலைப்பையும் கொடுத்து, அதற்கான விளக்கத்தையும் கொடுத்து ஒரு தன்முனைப்பு நூலாக எதிர்காலத்தில் வெளியாகலாம் என்றும் சொல்லி என்னை ஊக்கமூட்டினார். அந்த எதிர் காலம் இப்போது நிகழ்காலமாகி விட்டது.

இதே போன்ற ஓர் அனுபவம் எங்கள் இருவருக்குமிடையே ஏற்கனவே ஒன்றுண்டு. 'திரையலையில் ஓர் இலை' என்ற

தலைப்பில் என் திரைப்பட அனுபவத்தை எழுதச் சொல்லி அன்புக் கட்டளையிட்டார். அதன்படி தங்கமீன் இணைய இதழில் தொடர் கட்டுரையாக எழுதி அதை ஒரு நூலாகவும் ஆக்கி வெளியிட்டேன்.

ஐம்பது வயதைத் தாண்டியவர்கள், தங்களுக்கு வயதாகி விட்டது என்றெண்ணி, புது முயற்சிகளில் இறங்கத் தயங்குகிறார்கள். அவர்களுக்கு உங்கள் எடுத்துக்காட்டுகள் ஊக்கமூட்டுவதாக அமையட்டும் என்று சொல்லி வாழ்த்தி என் எழுத்து வாகனத்திற்குப் பச்சைவிளக்கை எரியவிட்டார். அப்படி எழுதி முடிக்கப்பட்டதுதான் "ஐம்பதிலும் வாழ்க்கை வரும்" எனும் இந்நூல்.

ஒவ்வொருவரின் வாழ்க்கையும் அவர்கள் நினைக்கிற இடத்தில் தொடங்கி, நினைக்கிற பாதையில் பயணம் செய்து, நினைக்கிற இடத்தில் முடிவுறுவது அல்ல. நாம்தான் திட்டமிட்டு வாய்க்காலில் மடைமாற்றம் செய்து வயலுக்கு நீர் பாய்ச்சிட வேண்டும். 'நடந்துபோகப் பாதையில்லையே என்று கவலைப்படக்கூடாது. நடந்துகொண்டிருந்தால் அதுவே சாலையாகிவிடும்' என்று அப்துல் கலாம் சொல்வார்.

அதேபோல் ஐம்பதைத் தாண்டினாலும் பரவாயில்லை என்று புதியதாய்த் திட்டமிடல் வேண்டும். பொருளாதாரப் பலனுக்காக மட்டுமல்லாமல், புகழ், சமுதாய நலன், மனநிறைவுக்காவும் புதுத் திட்டங்களில் இறங்கவேண்டும்.

சிறையில் ஒரு கைதி இசையை மீட்டிக்கொண்டிருந்தான். பக்கத்து அறைக் கைதியாகிய சாக்ரட்டிஸ் அவனிடம் சென்று, "உன் இசை அருமை. அதை எனக்கும் கற்றுக்கொடுக்க முடியுமா?" என்று கேட்டாராம். அதற்கந்த கைதியோ, "நீயோ விரைவில் தூக்கிலிடப்படப்போகிறாய். இனிக் கற்று என்ன பயன்?" என்று பதிலளித்தவுடன், "இறப்பதற்குள் புதிதாக ஒன்றைக் கற்றுக்கொண்டேமே என்கிற மன நிறைவுக்குத்தான்" என்று சாக்ரட்டிஸ் பதிலளித்தாராம்!

78ஆம் அகவையில்தான் மண்டேலா தென்னாப்பிரிக்காவின் அதிபர் ஆனார்!

86ஆம் வயதில் சார்லி சாப்ளின் ஒரு குழந்தைக்குத் தந்தையானார்!

சாதனைகள் புரிவதற்கு மன்னர் அல்லது மகேசன் பரம்பரையென்று தனியாக ஒன்றும் தேவையில்லை. அலெக்ஸாந்தரின் தளபதி செல்யூகஸ் திகேடர் படையைத்

தோற்கடித்து வெற்றிவாகை சூடிய மௌரியர் ஒரு சாதாரண வேளாண்குடியில் பிறந்தவர்தான்!

ஔரங்கசீப்பின் கண்களில் விரல்விட்டு ஆட்டியவன், அரச பரம்பரையில் பிறக்காத மராட்டிய மாவீரன் 'சிவாஜி'!

செருப்புத் தைக்கும் தொழிலாளியின் மகன் 'ஆப்பிரகாம் லிங்கன்' அமெரிக்காவின் அதிபரானார்!

ஒரு தாழ்த்தப்பட்ட குடும்பத்தில் பிறந்த அம்பேத்கார் லண்டன் சென்று படித்துச் சட்டமேதையாகி, இந்திய அரசியல் நிர்ணய சபையில் இணைந்து, இந்தியாவிற்கான அரசியல் சாசனத்தையே உருக்கினார்!

எளிய குடும்பத்தில் பிறந்த பெருந்தலைவர் காமராசர், தன் உழைப்பாலும், அனுபவ அறிவாலும் அகில இந்திய காங்கிரஸ் பேரியக்கத்தின் தலைவரானார்! இந்தியத் தலைமையமச்சர்களையே உருவாக்கும் 'கிங் மேக்கர்' என்று பெயரெடுத்தார்!

அறிஞர் அண்ணாவும் சாதாரண நெசவாளர் குடும்பத்தில் பிறந்தவர்தான். தமது கல்வியறிவால் உயர்ந்து பாரம்பரிய காங்கிரசைப் புறமுதுகு கண்டு, தமிழக முதல்வரானார்!

அதனால், யாராலும் எதையும் செய்து முடிக்க முடியும்!

கொலம்பஸ் கடல்நீருக்குப் பயந்திருந்தால் அமெரிக்காவைக் கண்டுபிடித்துச் சாதனை செய்திருக்க முடியாது.

ஆகாய வெளிக்குப் பயந்திருந்தால் ஆம்ஸ்டிராங் நிலவில் போய்க் கால் பதித்திருக்க முடியாது.

செய்யப்புகும் பெருஞ்செயலை நினைத்து மலைத்துப் பயந்திருந்தால், 2011ல் பீஜிங் ஷாங்காய் நெடுஞ்சாலையில் 165 கி.மீ. தூரத்திற்கு, 'டன்யாங் குன்ஷன் கிரேண்ட் பிரிட்ஜ்' என்ற பாலத்தைச் சீனா உருவாக்கி, அதன்மீது துரித ரயிலைச் செலுத்தி, உலகக் கவனத்தையே ஈர்த்திருக்க முடியாது!

அமெரிக்க வெள்ளை மாளிகைக்கு வந்திருந்த பார்வையாளர்களின் வரிசையில், முகத்தில் புத்திசாலித்தனத்தையும், கண்களில் ஒளியையும் தேக்கி நின்ற ஒரு சிறுவனின் கன்னத்தைத் தட்டிக்கொடுத்துவிட்டு, 'உன் லட்சியம் என்ன?' என்று அதிபர் கென்னடி கேட்டார்.

'இன்று நீங்கள் இருக்கும் இடத்திற்கு நாளை நான் வரவேண்டும்' என்று உடனடியாக அச்சிறுவன் பதிலளித்தான். வியந்துபோன கென்னடி வாழ்த்திப் பாராட்டிவிட்டுச் சென்றார்.

எண்ணியவாறே பிற்காலத்தில் அச்சிறுவன் அமெரிக்காவின் அதிபரானான். அவர் பெயர் கிளிண்டன்.

இதிலிருந்து 'எண்ணம்தான் மனிதனை உருவாக்குகிறது' என்று 'தம்மபதம்' கூறுவது எந்த அளவுக்கு உண்மையென்று தெரியவருகிறது. அதற்கு உளவியலும் ஒருவகையில் காரணமாகிறது.

கரிசன் துரை கல்கத்தாவின் வைஸ்ராயாக இருந்தபோது இந்தியர்களைத் தரக்குறைவாக விமர்சனம் செய்வாராம். அந்த நேரத்தில் அவருடைய மனைவி இறந்துவிடவே ஊடகத்துறையினர், 'வைஸ்ராய் செய்த பாவம் மனைவியைப் பாதித்துவிட்டது' என்ற பொருளில் எழுதத் தொடங்கினார்கள். அதைப் பார்த்த நமது பாரதியாரோ, 'ஒருவருக்கு ஏற்பட்ட துயரத்தைச் சாதகமாக்கிக்கொண்டு மனப்பாதிப்பில் இருப்பவரைக் குத்திக்காட்டக்கூடாது' என்று கண்டித்தாராம்.

அதேபோல் யாரும் புது முயற்சியில் ஈடுபடும்போது, அதில் ஒரு தொய்வு ஏற்பட்டுவிட்டால், குறை சொல்லிக் குத்திக்காட்டக்கூடாது!

இந்த நூலில் பல சாதனையாளர்களைப் பற்றிக் குறிப்பிட்டுள்ளேன். சாதனை என்றால் ஏதோ சிங்கப்பூரிலிருந்து சென்னைக்குக் கடலில் நீந்திட வேண்டும்; அல்லது இமய மலையில் ஏறிச் சாதனை படைத்திருக்க வேண்டும் என்றில்லை. விரலுக்கேற்ற வீக்கத்தைப் போல், அவரவர் வாய்ப்புக்கேற்ப, வசதிக்கேற்ப, அறிவுத்திறனுக்கேற்ப, ஆசைக்கேற்ப, வயது பாராமல் அவரவர் வட்டத்திற்குள் நின்று செய்த வெற்றிச் செயல்களைத்தான் எழுதியுள்ளேன்.

இதற்காகப் பெரும்பாலும் 'பெரிய' மனிதர்களைத் தேடிப் போகவில்லை. ஆனால், என்னால் எழுதப்பட்டவர்கள் எல்லோரும் எனக்குப் பெரிய மனிதர்கள்தாம். ஏனெனில் என்னால் முடியாதவைகளை; உங்களால் இயலாதவைகளை அவர்கள் செய்திருப்பதால் அவர்கள் பெரியவர்களே; அவர்கள் சாதனையாளர்களே! அவர்களைத் தேடி நான் இந்தியாவிற்கோ, பிறநாடுகளுக்கோ போகவில்லை. அவர்கள் அனைவரும் உள்நாட்டில் தேடிக்கிடைத்த மாணிக்கப் பரல்கள்.

இலைமறை காயாக ஒளிந்து கிடப்பவர்களைத் தாங்கள் செய்தவையெல்லாம் சாதனைகள் இல்லையென்று எண்ணித் தங்களையே தாங்கள் குறைத்து மதிப்பிட்டுக்கொண்டிருந்தவர்களைக் கண்டறிந்து, அவர்களுக்கு வெளிச்சம் போட்டுக் காட்டியதுதான் என் பணியாகும்.

அவர்களைப் பற்றி எழுத அனுமதியளித்து, தகவல்களைத் தந்து, ஒத்துழைப்புக் கொடுத்த என் நூலின் கதாநாயகர்கள் அத்துணைபேரையும் போற்றுகிறேன்; அவர்களுக்கான நன்றியை என் நெஞ்சுக்குழிக்குள் வைத்து அடைகாக்கிறேன்!

ஒவ்வொருவர் பற்றிய கட்டுரையையும் எழுதி, அவர்களுக் கனுப்பி ஒப்புதல் பெற்ற பிறகே நூலில் இடம்பெறச் செய்துள்ளேன் என்பதை இவ்விடத்தில் பதிவிடுகிறேன்.

எனக்குச் சிலரைப் பற்றி எழுத, அடையாளங்காட்டிய, உதவிகள் நல்கிய எங்கள் நாட்டின் ஒரே தமிழ்த் தினசரி தமிழ்முரசுக்கு என் நன்றி என்றும் உண்டு. நூல் நிறைவுற உதவிய நல்லுள்ளங்களை இதயத்தில் வைத்துப் பாராட்டுகிறேன்.

எழுத்துப் பிழைகள் நீக்கி உதவிய தமிழ் முனைவர் திரு கி.திருமாறன் அவர்களுக்கும் என் நன்றி.

இந்நூலைப் படித்தபின் ஒருவராவது 'தம் வாழ்வின் பிற்பகுதியில் ஒரு புதுமுயற்சியில் ஈடுபட்டு வெற்றி பெற்றார்' என்ற செய்தி, தேனாக வந்து என் செவியை எட்டுமானால் என் எழுத்துக்கு, அதுவே பெரிய வெற்றியாகும்.

எத்தனை படைப்புகளைப் படைக்கப்போகிறாய் என்று வினவுவோருக்கு, 'எண்ணெய் தீர்ந்தவுடன் தானாகத் திரி அணைந்துவிடும்' என்பதே என் பதில். அதுவரை என் சிந்தனையும், அதன் வெளிப்பாடாகிய எழுத்துப் பணியும் தொடரும்...

மா. அன்பழகன்
21.01.2022

உள்ளடக்கம்

1. புலம்பெயர்ந்து மறுமலர்ச்சி கண்டவர்
மா.அன்பழகன் 15

2. ஐந்து லட்சம் பேருக்குப் பயிற்சியளித்துள்ளவர்
'அவண்டா' புவனேஸ்வரன் 25

3. ஐம்பதுக்குப் பிறகு பட்டம் படித்து தமிழாசிரியரானார்
எழுத்தாளர் **சேகர்** 33

4. அறுபதாம் அகவையில் புதிய பயணம்!
இராஜூ இரவீந்திரன் வழக்கறிஞராகிறார்! 44

5. சிங்கப்பூர்ச் சுற்றுலாத்துறையின்
"இந்திய மன்னன்" நாகை தங்கராசு.. 55

6. ஐம்பது வயதுக்குப் பின்பு படைப்பாளராகி
விருதுகள் பலபெற்ற எழுத்தாளர் **ஷாநவாஸ்** 66

7. நேர்மறை அணுகுமுறையைக் கொண்டு
எழுத்தாளர், **வணிகரான பிரேமா மகாலிங்கம்** 77

8. ஐம்பதுக்கும் பிறகு பட்டம்பெற்ற குடும்பத் தலைவி,
தமிழச்சி **அல்லி நாயர்** 86

9. ஐம்பத்தெட்டு வயதில் பெருநடை சாதனை வீரரான
சுப்பிரமணியம். 94

10. தம் சாதனையைத் தாமே முறியடித்த சாதனையாளர்
தமிழ்ப் பெண்மணி **ஷாமினி**. 104

11. தடம் பார்த்து நடப்பவர் மனிதர் எனில்,
நடப்பதையே தடமாக்கியவர் **க.சந்திரசேகரன்** 114

12. அன்னையைவிடச் சிறந்த அம்பாளில்லை!
நண்பர்கள் **மோகன் - மனோகரன்** 124

13. பன்மொழிப் படிப்பாளி; சிங்கைத் தமிழ்ப் போராளி
முத்தழகு மெய்யப்பன். 134

14. நிலவுக்குக் கலைப்படைப்பை அனுப்பப்போகும்
சிங்கப்பூர்க் கலைஞர் லட்சுமி. 147

15. இணையம்வழித் தமிழ் போதிப்பதில்
இமயமாய்த் திகழும் **திருமாறன்** 160

16. தமிழ்த்திரையுலகில் கொடியுயர்த்திய
முதல் சிங்கப்பூர்க் கதாநாயகன் **'சத்யானந்த்'** 171

1

புலம்பெயர்ந்து மறுமலர்ச்சி கண்ட
மா.அன்பழகன்

ஒளிமயமான ஒரு வாழ்வை, ஏதோ ஒரு காரணத்திற்காகத் தொடக்கக் காலத்தில் பெறாதவர்கள், தொடக்கம் முதலே எழுச்சியுறாதவர்கள், அல்லது பெற்று, இழந்தவர்கள் பலரை எல்லாச் சமுதாயத்திலும் பார்க்கிறோம். இனி அவ்வளவுதான் நம் வாழ்க்கை என விரக்தியில் சிலர் நடு வயதிலேயே 'தேவதாஸ்' ஆகிவிடுகிறார்கள்.

ஆனால், அதேநேரத்தில் ஐம்பது, அறுபது வயதுக்கு மேல் தங்கள் வாழ்க்கையை மீண்டும் எழுச்சியுற வைத்த பலரையும் நாம் சந்தித்தும், பார்த்தும், கேள்விப்பட்டும் வருகிறோம்.

எந்தத் துறையானாலும் புது உற்சாகம் பெற்றுத் தங்கள் அறிவினாலும், நம்பிக்கையினாலும், அயராத உழைப்பினாலும், பிறருடைய உதவியினாலும், அல்லது தாங்களே பெற்ற ஞானோதயத்தாலும், சிலர் தங்கள் வாழ்க்கையை அழகுற வடிவமைக்கொண்டிருக்கிறார்கள். அப்படிப்பட்ட பலர் நமக்கு முன்மாதிரியாக, வழிகாட்டிகளாக விளங்குகின்றார்கள். நாமும் அவர்களைப்போல் இடையில் தொய்வுற்றிருந்தாலும் நிமிர்ந்து நிற்க முடியுமெனப் பல சாதனைகளைச் செய்துகாட்டியவர்களின் மறுமலர்ச்சியை நாம் கண்கூடாகப் பார்த்து வருகிறோம். வயதாகிவிட்டது, ஆண்டுகள் அறுபதைத் தாண்டி வந்துவிட்டோம், இனி

நம்மால் இயலாது என்ற மனச்சோர்வை யாரும் கொள்ளத் தேவையில்லை என்பதையே கருப்பொருளாகக் கொண்டு ‘ஐம்பதிலும் வாழ்க்கை வரும்’ என்ற இந்நூலை எழுதத் துணிந்துள்ளோம்.

கல்வி, மருத்துவம், வணிகம், விளையாட்டு, அரசியல், அரசுப்பணி, தனியார் நிறுவனம் என்று பலதுறைகளிலிருந்தும் ஐம்பது வயதுக்குமேல் சாதனை செய்தவர்களைத் தேட இருக்கிறேன். அப்படித் தேடுங்கால், பொருள் சேர்த்துச் செல்வ ராகிச் சாதனை செய்தவர்களே பெரும்பாலும் கிடைப்பார்கள். அதுதான் இன்றைய நடைமுறைச் சாத்தியமாக இருந்துவருகிறது.

செல்வச் செழிப்பானவர்களையே இந்த உலகம் பாராட்டு கிறது. முன்வரிசையில் உட்காரவைக்கிறது. பட்டம், படிப்பு, உயர்பதவி போன்றன இல்லாவிட்டாலும், ஒருவரிடம் பணம் இருந்தால் அவருக்குச் சகல மரியாதைகளும் கிடைத்து விடுகின்றன. அவர்கள், வாழ்வில் மனநிறைவையும், மகிழ்ச்சி யையும் பெற வழிகிடைத்துவிடுகிறது. அதனால்தான்,

‘பொருளில்லார்க்கு இவ்வுலகமில்லை’ என்று சொல்லப் படுகிறது. சிலர் அகவை ஐம்பதைக் கடந்துவிட்டால், கையில் பணமில்லை, இனி என்ன செய்ய முடியும்? என்ற மனப் பான்மையைக் கொண்டிருக்கின்றனர். தொழில், அறிவு, திறமை அல்லது அனுபவம் இருந்தாலே போதும், செல்வர்களைப் பங்குதாரராக இணைத்துக்கொண்டு ஒரு தொழிலைத் தொடங் கிடலாம். தொழில் செய்வது மட்டும்தான் என்றில்லை. ஆர்வம் இருக்குமாயின் படிக்கலாம்; தொழில்நுட்ப அறிவைப் பெற முயலலாம். பெரு முதலீடு இல்லாத தொழில்கள் எத்தனையோ இருக்கின்றன. கௌரவம் பார்க்காமல் சிகை அலங்காரத் தொழிலைக்கூடத் தேர்ந்தெடுக்கலாம். சொத்து முகவர் தொழில் செய்யலாம்; வெளிநாட்டுப் பெரிய நிறுவனங்களின் முகவர்களாக இருந்து நமது அறிவினாலும், உழைப்பினாலும் வாழ்வில் முன்னுக்கு வந்தவர்களைப் பார்த்திருக்கிறோம்.

வெற்றிவீரன் போனபார்ட் நெப்போலியன் தன் வாழ்க்கை அகராதியில் ‘முடியாது’ என்ற சொல்லை நீக்கிவிட்டதாகச் சொல்வானாம்.

2019ஆம் ஆண்டு புகழ்பெற்ற இதய மருத்துவ நிபுணர் டாக்டர் சொக்கலிங்கம் அவர்கள், பல நாடுகளுக்குச் சென்றுவிட்டுத் தமிழகம் திரும்பு முன் சிங்கப்பூருக்கு வருகை புரிந்தார். பெக்கியூ சமூக மன்றத்தில் நடைபெற்ற கலந்துரையாடல் நிகழ்ச்சியில்

நானும் கலந்துகொண்டேன். மாரடைப்பு வராமல், இரத்த அழுத்த நோய்கள் நம்மை அண்டாமல் பாதுகாத்துக்கொள்ளப் பல அறிவுரைகளைச் சொல்லப்போகிறார் என்று என்னைப்போல் பலரும் காத்திருந்தனர்.

உடற்பயிற்சி, உணவுக் கட்டுப்பாடு, மனக்கட்டுப்பாடு போன்று சிலவற்றைச் சொன்னாலும், இறுதியில் முத்தாய்ப்பாக 'மகிழ்ச்சியாக இருங்கள்' அதுபோதும் என்றார். இருக்கையில் இருக்கும்போதே 'மகிழ்ச்சி எந்தக் கடையில் கிடைக்கும்?' என்ற கேள்விதான் எனக்குள் எழுந்தது. டாக்டரே அதற்கான விடையையும் கடைசியில் சொன்னார். அதனை இந்த இடத்தில் குறிப்பிடுவது சாலப் பொருத்தமாக இருக்குமெனக் கருதுகிறேன்.

வாழ்வில் போதும் என்ற மனப்பான்மையை ஏற்படுத்திக் கொள்ளுங்கள். எது தங்களுக்கு வாய்த்ததோ அதையே பிடித்த மானதாக ஆக்கிக்கொள்ளுங்கள். கிடைக்காததை எண்ணி ஏங்காதீர்கள்; முக்கியமாக, எங்கேயும் எதிலேயும் எதிர்மறை (Negative) சிந்தனைகளையும், செயல்களையும் முதலில் விட்டொழியுங்கள் என்றார். அதற்கான எடுத்துக்காட்டுகளையும் விளக்கங்களையும் விரிவாக எடுத்துரைத்தார்.

உடம்பைக் கெடுத்துக்கொண்டு சம்பாதிக்கிறோம்; பின்னர் அந்த உடம்பைக் காப்பாற்ற ஈட்டிய பணத்தைச் செலவழிக் கிறோம்; நிகழ்காலத்தில் எதிர்காலத்தை எண்ணிக் கவலையுடனும், குறைகளுடனும் வாழ்கிறோம்; சாகும்போது கடந்த காலத்தில் ரசித்து, அனுபவித்து வாழாமல் வாழ்க்கையை இழந்துவிட்டோமே என்று செத்து மடிகிறோம்.

அதனால்தான் நானும் சொல்ல வருவது, 'முடியாது' 'இயலாது' 'தலையெழுத்து' 'காடு வாவா என்கிறது' 'இனி அவ்வளவுதான்' போன்ற சலிப்பான அயர்வு எண்ணங்களைத் தேக்கிவைத்துக் கொள்ளக்கூடாது என்பதைத் சொல்லிச் சுட்டிக்காட்டுவதற்கென்றே இக்கட்டுரைகளை எழுதியுள்ளேன்.

90 வயதுடைய வெளிநாட்டவர் ஒருவர், வானத்தில் பறக்கும் விமானத்திலிருந்து பாராசூட்டின்வழிக் குதிக்கும் அரிய காட்சியை நேற்று ஒரு தொலைக்காட்சியில் பார்த்தேன். அதேபோல் சமூக ஊடகங்களில் தொண்ணூற்றைத் தாண்டியவர்களின் அரிய பல சாதனைகளைக் கண்டு மகிழ்வதைவிட அது அந்தப் பெரியவருக்கு எப்படிச் சாத்தியமானது என்று நாம் சிந்தித்துப் பழகவேண்டும். அவர்களில் நாமும் ஒருவராகிவிட வேண்டும் என்பதே இந்தத் தேக்கா எக்ஸ்பிரஸ் இணைய இதழின்மூலம் ஒவ்வொருவருக்கும் சொல்லவரும் செய்தியாகும்.

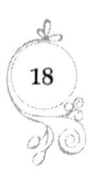

கற்றலுக்கு வயதில்லை என்பதைப்போல், இந்திய மக்கள் அதிபர் திரு. அப்துல் கலாமிடம் ஓட்டுநராயிருந்த வீ.கார்த்திகேயன் என்பவர் படித்துப் பட்டம் பெற்று இன்று கல்லூரியில் பேராசிரியராகப் பணியாற்றுகிறார் என்ற இனிய செய்தி என் தேடலுக்கு வலுசேர்ப்பதாக அமைந்துள்ளது.

வெளிநாடுகளில் பல்லாயிரக்கணக்கானவர்கள் இவ்வாறு வாழ்வில் வெற்றி பெற்றவர்கள் இருக்கிறார்கள் என்றபோதிலும் நம் சிங்கப்பூரில், குறிப்பாகத் தமிழர்களில், வாழ்வின் பிற்பகுதியில் வெற்றிபெற்றவர்களையே கண்டெடுக்கலாம் என்பதே என் எண்ணம்.

இவ்விணைய இதழ் 2020 நவம்பர் முதல் தேதி தொடங்க இருக்கிறது. அதில் என் கட்டுரையை இணைத்திடவேண்டுமெனத் தம்பி பாலு மணிமாறன் விரும்பினார்.

மிக அவசரமாகச் செய்யும் ஒரு காரியத்திற்குக் கிராமத்தில் ‘விடிந்தால் கல்யாணம்; பிடிடா வெற்றிலை பாக்கை’ என்ற சொல்லாடல் உண்டு.

நவம்பர் முதல் தேதிக்கு ஒருசில நாள்களே இருக்கும் நிலையில், கட்டுரை நாயகர்களாக யாரைத் தேடுவேன்? எப்படிக் கட்டுரைகளை எழுதத் தொடங்குவேன்? என்ற ‘அவசரத்தில அரிக்கன்சட்டிக்குள்ளும் கை நுழையாது’ என்ற பழமொழியின் குழப்பச் சூழலில், என்னையே முதல் கட்டுரையின் பாடுபொருளாக்கிவிடலாம் என்று முடிவெடுத்துக்கொண்டேன்.

நான் தென்தமிழகத்தின் கடலோர மாவட்டமான நாகையில், வேதாரண்யத்தை அடுத்த, ஆயக்காரன்புலம் எனும் கிராமத்தில் மாசிலாமணி - செல்லம்மாள் தம்பதியருக்கு ஏழாவது மகனாக 21.01.1943ல் பிறந்தேன். வறுமையான குடும்பத்தில் பிறந்தவன் என்றாலும் உடன்பிறந்தவர்கள் இருவர் திரைகடல் தாண்டி இங்கு வந்து திரவியம் தேடியதால், வளம் தழைக்காவிட்டாலும், வறுமை பெரும்பாலும் நீங்கிவிட்டது.

கல்லூரியில் படிக்கவைக்க அண்ணன்கள் தயாராய் இருந்தும் படிப்பில் கவனம் செலுத்த இயலாமல் போய்விட்டது. அதற்கான முதன்மைக் காரணம் ஒன்று உண்டு,

ஆங்கிலம் உள்பட அனைத்துப் பாடங்களையும் முற்றிலும் தமிழ்மொழியைக் கற்றல் மொழியாகக்கொண்டு பள்ளிப் படிப்பைப் படித்தேன். ஏறக்குறைய முதல் மாணவனாகவே விளங்கிக் கொண்டிருந்த எனக்குக் கல்லூரியில் ஆங்கிலமொழிவழிக் கற்றலினால், (அக்கால கல்லூரிகளில் தமிழ்ப்போதனா

மொழியில்லை) பாடங்களைப் புரிந்துகொள்ளும் சக்தியை இழந்துவிட்டேன். அந்தப் பலவீனம் என்னைத் திக்குமுக்காட வைத்துவிட்டது. ஒன்றும் புரியாமல் விழிக்க நேரிட்டது.

மனப்பாடம் செய்து கேள்வித்தாளில் வாந்தியெடுக்கிற திறமையும் எனக்கில்லை. புரிந்து படித்துச் சொந்தமாக எழுதும் ஆற்றல்கொண்டவன். கற்பதற்கு மொழி ஒரு பெரிய தடைக் கல்லாகவே இருந்ததனால் கரையேற முடியவில்லை. இடையில் இந்தி எதிர்ப்புப் போராட்டத்தில் தீவிரமாகப் பங்கெடுத்துச் சிறைக்கும் சென்றிருக்கிறேன்.

இலக்கியம், கலை, அரசியல் போன்றவற்றில் இருந்த ஆர்வம் கல்லூரிப் படிப்பில் இல்லை. திசைமாறிய பறவையானேன். நாடகம் எழுதி நடித்தேன். திங்களிதழ் ஒன்றை ஒரு சமூக அமைப்புக்காகத் தொடங்கி நடத்தினேன். சிங்கப்பூரில் தொழில் செய்துகொண்டிருந்த அண்ணன்கள் இருவரும் நாங்கள் பிறந்த கிராமத்தையே பூர்வீகமாகக்கொண்ட சிங்கைவாழ் பெண்ணைச் சென்னையில் திரைப்படத்துறையில் பணியாற்றிக்கொண்டிருந்த எனக்கு மணமுடித்து வைத்தார்கள்.

சென்னையில் சிறு சிறு தொழில்களைச் செய்துபார்த்தேன். பொதுமக்களுக்குச் சேவை செய்தேன். அரசியலில் பங்கெடுத்தேன். என் அண்ணன் மீனாட்சிசுந்தரம் வேதாரண்யம் சட்டமன்ற உறுப்பினராகப் பணியாற்றியது என்னை அரசியலில் அறிமுகப்படுத்திக்கொள்ளப் பெரிதும் உதவியது. என் முதல் ஐந்து நூல்களைக் கலைஞர் சென்னையில் வெளியிட்டார்.

நிகழ்ச்சியில் பங்கேற்ற மாவட்டச் செயலாளர் டி.ஆர். பாலு அவர்களின் பரிந்துரையின் பேரில் திராவிட முன்னேற்றக் கழகத்தில் உயர்ந்த பொறுப்பைக் கழகத் தலைவர் முத்தமிழறிஞர் எனக்குக் கொடுத்தார். டாக்டர் கலைஞரோடு நெருங்கிப் பழகும் வாய்ப்பைப் பெற்றேன். கலைஞரை உரிமையுடன் சென்று எந்த நேரத்திலும் சந்திக்கும் சாத்தியம் எனக்கிருந்தது. இயக்கத்தில் உழைத்தேன். பிரதிபலன் எதிர்பார்க்காமல், எத்தனையோ பேர்களுக்குப் படிக்கக் கல்லூரியில் இடம் வாங்கிக்கொடுத்தேன். உத்தியோக நியமனங்கள், இடமாற்றங்கள் போன்ற பல உதவிகளை எனக்குள்ள அரசியல் செல்வாக்குத் தொடர்பால் (அதிமுகவின் ஆட்சியாக இருந்தாலும்) பெற்றுக்கொடுத்தேன். அதற்குப் பெரிதும் காரணமாக விளங்கியவர் அமைச்சர் க.இராசாராம். இருபது ஆண்டுகளாய் அவர் எனக்கு எதிர்வீட்டுக்காரராகவும், நடைப்பயிற்சி நண்பராகவும் நெருக்கமாக இருந்தார்.

திரைப்பட இயக்குநர் திரு கே.பாலசந்தர் அவர்களிடம் உதவி இயக்குநராகப் பணியாற்றினேன். அந்த நேரத்தில் பாலசந்தருக்கு இதயநோய் வந்துவிட்டது. பின்னாளில் முதலமைச்சரான ஜெயலலிதாவைக் கதாநாயகியாக வைத்துப் படம் தயாரிக்கத் தொடங்கினேன். தயாரிப்புக்கு என் மாமனாரும், அண்ணன் செகதீசனும் பண உதவி செய்தார்கள். ஜெயலலிதாவின் ஒத்துழைப்பு இல்லாததால் நடிகர்களை மாற்றினேன். இயக்குநரையும் மாற்றி, புகழ்பெற்ற இயக்குநர் பீம்சிங்கை ஒப்பந்தம் செய்து அப்படத்தை முடித்தேன். இருந்தாலும் ஜெயலலிதாவின் ஒத்துழைப்பு இன்மையால் ஏற்பட்ட இழப்பீட்டைச் சமன் செய்ய முடியாமல் விழித்தேன்.

சில ஆண்டுகள் இடைவெளியில் ஜெயகாந்தனின் எழுத்தில் நான் தயாரித்த இரண்டாவது படத்தை இன்னொரு நண்பருடன் இணைந்து இயக்கினேன்.

சென்னை மைலாப்பூர் சட்டமன்றத் தொகுதி இடைத் தேர்தலில், பொருத்தமான வேட்பாளர் என்று என்னைத் தேர்வு செய்து, போட்டியிட மறுமலர்ச்சி திராவிட முன்னேற்றக் கழகத்தின் சார்பில் அண்ணன் வைகோ கொடுத்த வாய்ப்பையும் தவிர்த்துவிட்டேன்.

அப்போதைய முதலமைச்சராயிருந்த செல்வி ஜெயலலிதா, 'பொறுப்பு தருகிறேன்' எனத் தம் இயக்கத்திற்கு என்னை அழைத்தார்கள். கொள்கை மாறுபாட்டால் அவர் இயக்கத்தில் இணைய மறுத்தேன்.

எதற்காக இத்தனை சுயபுராணங்களைச் சுருக்கமாகப் பாடுகிறேன் என்றால், இவ்வளவு பெருமையும், புகழும், செல்வாக்கும் அரசியலில், கலைத்துறையில், இலக்கியத்துறையில், பொதுவாழ்வில் இருந்தாலும் உள்ளுக்குள் ஒரு பெரிய குறை நெருடலாக இருந்துகொண்டே இருந்தது. அரசியலைப் பயன்படுத்திப் பொருளீட்டும் குணம் எனக்கில்லை.

நேர்மையான வழியில் சம்பாதித்துச் சொந்தக்காலில் நிற்க முடியவில்லை. அதனால், மனத்தில் மகிழ்ச்சியும், நிறைவும் கிடைக்கவில்லை. என் மனைவி இதையே காரணமாகக்கொண்டு, பணம் சம்பாதிக்கலாம் என சிங்கப்பூருக்கு அழைத்தார்.

ஹென்றி போர்டு தோல்விகளையே தொடர்ந்து சந்தித்து வந்தபோது அவருடைய மனைவி மட்டும்தான் 'உங்களுக்குள் வெற்றி ஒளிந்துகொண்டிருக்கிறது' என்று சொல்லிச் சொல்லி ஊக்கமூட்டி வெற்றிபெற வைத்தாராம்.

◆ ஐம்பதிலும் வாழ்க்கை வரும் ◆

பலநூறு ஆண்டுகளுக்கு முன்பு தமிழர்கள் பர்மா, இலங்கை, மலேசியா, சிங்கப்பூருக்குப் புலம் பெயர்ந்து தொழில் செய்து பலர் அந்நாட்டிலேயே கொடிகட்டிப் பறந்தவர்கள் இருந்திருக்கிறார்கள்.

ரங்கூனில் வைர வியாபாரம் செய்து உயர்ந்தோங்கி வாழ்ந்தவர் என் பக்கத்து ஊரில் பிறந்த உறவினர் சண்முக தேவர். திருமக்கோட்டையில் பிறந்த உறவினர் பொன்னுசாமி ஜப்பான் சென்று உணவகம் நடத்திச் செல்வராகி 'ஜப்பான் பொன்னுசாமி' என்று அன்போடு அழைக்கப்பட்டார்.

திருவாரூரில் பிறந்து இங்கே குடிபெயர்ந்து கொடிபறக்க விட்டவர்கள்தான், தமிழவேள் கோ.சாரங்கபாணி, வள்ளல் பி.கோவிந்தசாமிப்பிள்ளை போன்றவர்கள்.

அமெரிக்க நாட்டைக் காலனி நாடு என்றுதானே அழைப்பர். ஆஸ்திரியாவில் பிறந்த அர்னால்டு அமெரிக்கா சென்று வணிகம் செய்து கவர்னராகி உலகப் புகழ்பெற்ற நடிகராகவும் ஆனவர்.

எனது 52ஆவது வயதில் நானும் புலம் பெயர்ந்தேன். அண்ணனின் மளிகைக் கடையில் ஓர் ஊழியராக வேலை செய்தேன். அனுபவம் பெற்றேன். முன் அனுபவம் இல்லாத மளிகைத் தொழிலில் என்னை முழுவதுமாக ஈடுபடுத்திக் கொண்டேன். சில ஆண்டுகள் கழித்து, 1999ஆம் ஆண்டு

'செல்வி ஸ்டோர் டிரேடிங்' எனும் பெயரில் என் மூத்த அண்ணன் என் பெயரில் சொந்தமாக ஒரு கூல வணிகத்தைத் தொடங்கிக்கொடுத்தார்.

வாடிக்கையாளர்களை முகம் மலர்ந்து வரவேற்பதும், அவர்களிடம் குறிப்பறிந்து நடப்பதும் ஒரு கலை என்பேன். அப்பண்புகள் என்னிடம் நிறையவே இருந்தன. மளிகைக் கடையில் விற்கப்படும் பொருள்கள் தரமானவையாகவும் நியாயமான விலையிலும் இருக்க வேண்டும் என்பதை என் பொதுஅறிவில் அறிந்து வைத்திருந்தேன். நேரந்தவறாமை எனும் நெறியுணர்வு என்னிடம் இயற்கையாகவே இருந்தது. தொழிலில் நாணயமும் நேர்மையும், உண்மையும் தேவை என்பதை என் அண்ணன் எனக்குக் கற்றுக்கொடுத்திருந்தார். மொத்த வியாபாரிகளிடம் முடிந்த வரையில் ரொக்கம் கொடுத்துப் பொருளைக் குறைந்த விலைக்கு வாங்கினேன். குறைந்த அளவு இலாபத்தை வைத்து நியாயமான விலைக்கு விற்றேன். அன்பழகனிடம் பொருள் விற்றால் காசோலை கேட்காமல் தானாக வந்துவிடும் என்ற நம்பிக்கையை மொத்த வியாபாரிகளிடம் உருவாக்கினேன். ஒரு பொருள் சந்தையில் பற்றாக்குறை என்றால் மொத்த வியாபாரிகள் கையிருப்புக் குறைவாக இருக்கும் அப்பொருளை என்னிடம்தான் கொடுக்க முன்வருவார்கள்.

பொருள்களை இந்தியாவிலிருந்து வாங்கி விற்கும் முகவர்கள் முதலில் என்னிடம்தான் கொண்டுவந்து அப்பொருளைக் கொடுத்து விளம்பரப்படுத்த விரும்பினார்கள். "உங்களிடம் கொடுத்தால் எங்கள் விற்பனை அமோகமாக இருக்கு" என்று சொல்வார்கள்.

உணவகங்கள், சில்லறை வணிகர்கள், கோவில்கள், தொழிலாளர் தங்குமிடங்கள், குடியிருப்பாளர்கள் போன்ற பலதரப்பிலிருந்தும் என்னைத் தேடி வந்தார்கள். விற்ற பொருளில் ஒரு சிறு குறை என்றாலும் உடனே சரிசெய்து கொடுத்திடுவேன்.

என் ஈடுபாடுமிக்க அயரா உழைப்புக்குப் பஞ்சமில்லை. அதிகாலை 4 மணிக்கு எழுந்து நடைப்பயிற்சியை முடித்து 5 மணிக்கு இல்லம் வந்து, காலைக் கடன்களை முடித்துவிட்டு 5.45 மணியளவில் கடையைத் திறப்பேன். நாள் முழுதும் நின்றுகொண்டே தொழிலைக் கவனித்தேன். உணவு கடைக்கு வந்துவிடும். தேநீர், காபி குடித்தல், புகைத்தல் போன்ற பழக்கங்கள் எனக்கில்லை. ஏழுமணியளவில் கடையை மூடினாலும் கணக்குகளைப் பார்த்துவிட்டு, இரவு 8 அல்லது 9 மணிக்குத்தான் வீடு திரும்புவேன்.

என் அண்ணன்கள் நடத்திய செல்வி ஸ்டோர் எனும் பெயர் ஏற்கனவே தமிழர்களுக்கிடையில் நற்பெயருடன் விளங்கியதும் எனக்குச் சாதகமாக இருந்தது. நான் பொதுமக்களுடன் கொண்டிருந்த நல்ல தொடர்பாலும் மேற்சொன்ன என் செயல்களாலும் என் வணிகம் தழைத்தோங்கியது. லிட்டில் இந்தியப் பகுதியில் பல மளிகைக்கடைகள், பல ஆண்டுகளாக இருந்தன. நான் தொடங்கும்போது ஏழாவது அல்லது எட்டாவது இடத்தில் இருந்த என் கடையைக் குறைந்த ஆண்டுகளிலேயே முதல் இடத்திற்குக் கொண்டு வந்தேன். மற்றக் கடைக்காரர்கள் பொறாமைப்படும் அளவுக்கு எனது 60 ஆம் ஆண்டில் நிமிர்ந்து நின்றேன்.

தயிர்ப் பானைக்குள் இரண்டு தவளைகளின் கால்கள் சிக்கிக்கொண்டன. நம்பிகையை இழந்த ஒரு தவளை எந்த முயற்சியும் செய்யாமல் மூச்சுத் திணறி உயிரிழந்துவிட்டது. ஆனால், இன்னொரு தவளையோ, விடாமுயற்சி, தளரா நெஞ்சுறுதி, தன்னம்பிக்கையுடன் தன் நான்கு கால்களினால் கெட்டித் தயிரை ஓங்கி ஓங்கி உதைத்துக்கொண்டே இருந்தது. அதனால், பானையில் கெட்டியான வெண்ணெய் உருண்டு திரண்டு மிதந்தது. அந்தத் தவளை வெண்ணெய் மீது ஏறித் தப்பியது.

அந்தத் தவளையைப்போல் தன்னம்பிக்கையுடன் உழைத்து என் அண்ணனிடம் பட்ட கடனைத் திருப்பிக் கொடுத்தேன். வீட்டு வசதிக் கழகத்தில் வீடு, கடை வாங்கினேன். செல்லாஸ் எனும் உயர்தர சைவ உணவகம் ஒன்றைத் தொடங்கினேன். தனித் தரைவீடு, வாகனம் வாங்கினேன்.

வாழ்வின் பயனைப் பெற்றோம் என்ற நிறைவு ஏற்பட்டதற்குக் காரணம் பொருளீட்டியதுதான் என்பதாக உணர்ந்தேன்.

கேரளத்தைச் சேர்ந்த எம்ஜியாரும், பெங்களூரைச் சேர்ந்த ஜெயலலிதாவும், இத்தாலியில் பிறந்த சோனியாவும் குடியேறிய இடத்தில்தான் புகழ்பெற்று விளங்கினார்கள்.

ஒருவேளை நான் தமிழகத்திலேயே இருந்திருந்தால் கடல்நீரில் கரைத்த காயமாய்த்தான் என் வாழ்க்கை இருந்திருக்கும். இந்த அளவுக்குப் பொருளாதார வளம் கிடைத்திருக்காதோ என்றும் எண்ணத் தோன்றுகிறது. அத்துடன், இத்தனை நூல்களைச் சென்னையில் வாழ்ந்திருந்தால் படைக்கவும் வாய்ப்பிருந்திருக்காது.

ஆழ்மனத்தில் கனலாக இருந்த இலக்கியப் படைப்புகளை எழுதத் தொடங்கினேன். இந்நூலையும் சேர்த்து முப்பத்தி ஆறு நூல்களை எழுதியுள்ளேன். மேடையில் பேசத் தொடங்கினேன். கவிமாலை அமைப்பைத் தொய்வில்லாமல் எட்டு ஆண்டுகள் நடத்தி, சிங்கப்பூரில் இயங்கும் தமிழ் அமைப்புகளுள் தலைசிறந்த ஒன்றாக்கிக் காட்டினேன்.

எனது ஐம்பத்தியிரண்டாம் அகவைக்குப் பின் புலம் பெயர்ந்ததும், அருமுயற்சியில் பொருளீட்டியதும்தான் நான் இவ்வளவையும் செய்யக் காரணமாயின. ஆனதால், ஐம்பது வயதுக்குப் பின்னர் வாழ்வில் முன்னேற்றம் காண முடியாது என்று நம்பிக்கையற்றுத் தவறாக எண்ணுவோருக்கு நானே முதல் எடுத்துக்காட்டாக விளங்குகிறேன்.

* * *

2

ஐந்து லட்சம் பேருக்குப் பயிற்சியளித்துள்ள 'அவண்டா' புவனேஸ்வரன்

பிறந்து, வளர்ந்து, படித்துப் பட்டம்பெற்று, பணிக்குச் சென்று, திருமணம் செய்து, பிள்ளைகளைப் பெற்று, வீடுகட்டி, வாகனம் வாங்கி, தினந்தோறும் குளித்து, உடையுடுத்தி, சாப்பிட்டு, உறங்கி மறுநாள் விழிப்பதல்ல வாழ்க்கை. அவ்வாறான ஒருவர் நேற்று இருந்தார் இன்று இல்லை. எத்தனை நாள் உற்றார் உறவினர் நண்பர்கள் அவரை நினைத்துக்கொண்டிருப்பார்கள்?

நண்பர்கள் அவரைப்பற்றி இறந்த அன்று பேசுவார் கள்; உறவினர்கள் ஒருவாரம் பேசுவார்கள்; குடும்பத்தார் ஒருமாதம் பேசுவார்கள். அதன்பிறகு தேவைப்படும்போது நினைப்பார்கள் அல்லது வாய்ப்பு வரும்போது கதைப் பார்கள். பின்னர்க் கொஞ்சம் கொஞ்சமாக மறந்தே போய்விடுவார்கள் இதுதான் இன்றைய உலகம்.

அப்படியானால் வாழ்க்கை அவ்வளவுதானா? அவர் வாழ்ந்துவிட்டாரா? போகும்போது எதை விட்டுச் சென்றார்? வள்ளுவன் சொன்ன 'எச்சத்தாற் காணப்படும்' என்ற கூற்றுக்கு என்ன பொருள்?

ஈராயிரம் ஆண்டுகளுக்கு முன்பு தோன்றியவன், பெயர்கூடத் தெரியாதவன், மனித வாழ்வியலை உலகில் வேறு யாரும் சிந்திக்காத, சொல்லாத விழுமியங்களைப் படைத்ததனால் அவனுக்கு ஒரு பெயர் கொடுத்து இன்றும்

'திருவள்ளுவன்' என்று பேசிக்கொண்டே இருக்கிறோமே, எழுதிக்கொண்டே இருக்கிறோமே, அவனைப்பற்றி யோசித்துக் கொண்டே இருக்கிறோமே, அவன் வாழ்ந்ததுதான் வாழ்க்கை.

வள்ளுவன் அல்லது ஒரு பாடலை எழுதி அழியாப் புகழ்பெற்ற கணியன் பூங்குன்றன் அளவிற்காவது படைப்பாற்றலை வெளிப்படுத்தி அல்லது செயற்கரிய செயலைச் செய்து அடுத்த தலைமுறையில் பேசப்படும் நபராக விளங்கிவிட்டுச் செல்ல வேண்டாமா?

அப்படி ஒருவர் சிங்கப்பூரில் வாழ்ந்து காட்டுகிறார்.

பட்டுக்கோட்டையை ஒட்டியுள்ள ஆத்திக்கோட்டையில், வீராச்சாமி - செல்லம்மாள் தம்பதிக்கு மூத்த மகனாக 14.12.1962ல் பிறந்தவர் புவனேஸ்வரன்.

உள்ளூரில் படிப்பைத் தொடங்கியவர், பின்னர் தஞ்சை செயிண்ட் ஆண்டனி உயர்நிலைப்பள்ளியில் படித்து முடித்து விட்டு, சிதம்பரம் அண்ணாமலைப் பல்கலைக் கழகத்தில் பி.இ படித்து 1985இல் பொறியாளரானார்.

1984இல் நிர்மலாவைக் கரம்பிடித்தார். அஸ்வின், விக்னேஷ் ஆகிய இரு ஆண்மக்களைப் பெற்றெடுத்தார்.

தமிழ்நாடு அரசின் குடிநீர் வடிகால் வாரியத்தில் உதவிப் பொறியாளர் பணியை ஏற்றுத் திறம்படச் செயல்பட்டார். இவ்வாறு ஒன்பது ஆண்டுகள் பணியில் இருக்கும்போதே

1993இல் பாரதிதாசன் பல்கலைக்கழகத்தில் எம்.பி.ஏ படிப்பையும் படித்து முடித்தார்.

பொறியாளர் புவனேஸ்வரனின் தந்தை ஏற்கனவே பொருளீட்ட வந்திருந்த இடம் சிங்கப்பூர். அத்துடன் சொந்த ஊர்ப் பகுதியில் பலர் இங்கு வந்து வளமாக வாழ்கிறார்கள் என்றறிந்து தாமும் சிங்கப்பூர் வர விழைந்தார். அப்படியாகத்தான் Hitachi & Shimizu எனும் தனியார் நிறுவனத்தில் திட்டப் பொறியாளராக (Project Engineer) பொறுப்பேற்று 1999 வரை பணியாற்றிவிட்டு, இந்த நூற்றாண்டின் தொடக்கத்திலேயே அரசுப் பணிக்குச் சென்றார். 2000 - 2007 வரை உற்பத்தித் திறன் மற்றும் தரநிலை நிர்ணய வாரியத்தில் (PSB - Prodectivity & Standard Board) பணியாற்றும்போதே தேசியப் பல்கலைக்கழகத்தில் எம்.இ படிப்பையும் படித்து முடித்தார். வெளிநாட்டுக் கல்வி நிறுவனத்தில் ஆய்வு மேற்கொண்டு முனைவர் (Ph.D in Management) பட்டம் பெற்றார்.

புத்திசாலித்தனம் என்பது உள்ளாடை போன்றது. அது நமக்குத் தேவையான ஒன்றுதான். ஆனால், அதற்காக அதை வெளிக்காட்டிக்கொள்ள வேண்டிய அவசியமில்லை. கல்வியில் ஒரு பட்டம் பெற்றுவிட்டாலே ஆட்டம்போடும் இவ்வுலகில் இத்தனை பட்டங்களைப் பெற்றும் அமைதியாக இருக்கிறாரே என்று வியந்து பார்க்க வேண்டியிருக்கிறது.

இப்படி புவனேஸ்வரனின் வரலாறு ஒரு அதிகாரியாகவே இருந்திருந்தால், இவரைப்போல் எத்தனையோ கல்வியறிவாளர்கள் பணிசெய்து வாழ்ந்திருக்கிறார்கள் என்று இக்கட்டுரை எழுத வேண்டிய அவசியம் இல்லாமல் போயிருக்கும்.

ஐம்பது வயதை எட்டிப்பிடிக்கும்போது துணிந்து சொந்தமாக ஒரு தொழில் நிறுவனத்தைத் தொடங்கவேண்டுமென்று சிந்தித் தாரே, அதுதான் அவர் இன்று இக்கட்டுரையில் பேசும் மனிதராகி நிற்கிறார். இனி நம்மால் முடியாதென்று எண்ணி, தான் உண்டு தன் உத்தியோகம் உண்டு என்று இருந்திடாமல், இந்த மனிதச் சமுதாயத்திற்குச் சேவை செய்திடவேண்டுமென்று எண்ணித் துணிந்து கருமத்தில் இறங்கினாரே, அதனால்தான் அவர் இந்தக் கட்டுரையின் நாயகனாகத் தேர்ந்தெடுக்கப்பட்டுள்ளார்.

நடுத்தரக் குடும்பத்தில் பிறந்தவரான புவன் தம் உழைப் பாலும், அறிவுத்திறமையாலும், அயராத முயற்சியாலும் தம்மைக் கல்வியிலும், தொழில்நுட்பத்திலும், நிர்வாகத்திலும், பொதுத் தொடர்பிலும் முழுத் திறமையாளராக ஆக்கிக்கொண்டார்.

தாம் பிறரிடம் பணியாளராகவே இருப்பதைவிட 'ஏன் பலருக்கு நாம் வேலைவாய்ப்பைக் கொடுக்கக் கூடாது? வேலை பெறும் தகுதியைப் பலருக்கு நாம் ஏன் உருவாக்கிக் கொடுக்கக் கூடாது? என்று சிந்தித்தார்.

இந்த நாட்டில் எத்தனையோ துறைகள் இருக்கின்றன. எத்தனையோ வேலைவாய்ப்புகள் இருக்கின்றன. இவற்றிற்கான வாய்ப்புகளைப் பெற இளையர்களுக்கு அறிவு, தொழில்நுட்ப அனுபவப் பயிற்சியைக் கொடுத்துத் தகுதியாளர்களாக்க வேண்டும் என்று விழைந்தார். இப்படியாக எண்ணித் தொடங்க நினைத்த புதிய நிறுவனம் அவரை உறங்கவிடவில்லை.

இந்தியாவின் மேனாள் அதிபர் மறைந்த அப்துல் கலாம் சொன்னது நினைவுக்கு வந்தது. 'Dream is not that you see in sleep; Dream is something that does not let you sleep' உறங்கும்போது வருவதன்று கனவு; உன்னை உறங்கவிடாமல் செய்வதே கனவு.

இதன் பிரதிபலிப்பாகத்தான் புவனின் கனவுத் திட்டம், அவண்டா (AVANTA) எனும் பெயரில் 2008இல் உதயமான நிறுவனம். 'சாதகமான' என்ற பொருள் தரும் அட்வாண்டேஜ் என்கிற ஆங்கிலச் சொல்லை வேர்ச்சொல்லாகக் கொண்டு உருவாக்கப்பட்டதுதான் அவண்டா. ஆயுளில் பாதிக்கும் மேலான வளமான வாழ்க்கையை வாழ்ந்து முடித்துவிட்ட தாம் இப்படிப்பட்ட ஓர் ஆபத்தான முடிவை (Risk) எடுக்கலாமா என்று பலமுறை யோசித்தார்.

யாரோ நட்டுவைத்து வளர்த்த மரத்தின் நிழலில் நாம் இளைப்பாறுகிறோம். யரோ வெட்டிவைத்த ஏரியின் நீரைத்தான் குடிக்கிறோம். நமது வாழ்க்கையே ரிலேரேஸ் போன்றது. புவன் முன்னின்று எதிர்காலச் சந்ததிக்கு எதையாவது விட்டுச் செல்ல விழைந்து மரம் நட முன்வந்துள்ளார்; நீர்நிலையை உருவாக்கி அடுத்த தலைமுறைக்கு நாம் எதைச் செய்துவிட்டுப் போகப்போகிறோம் என்று எண்ணிச் செயல்படத் தீர்மானித்தார்.

பல சாதனையாளர்களின் வரலாற்றைப் புவனேஸ்வரன் படித்திருக்கிறார். 'கரணம் தப்பினால் மரணம்' என்ற நிலை இவருக்கில்லை. காரணம் தம்மிடம் கல்வியறிவும், திறமையும், அனுபவமும் இருந்தன. தாம் தடமெடுக்கும் முயற்சியில் தடங்கல் ஏற்பட்டால், எந்த நேரத்திலும் எந்தப் பணியிலும் போய்ச் சேர்ந்துகொள்ளலாம் என்ற நம்பிக்கை இருந்தது. அதனால், 'எண்ணித் துணிக கருமம்' என்று முடிவெடுத்து தாம் இருந்த நல்ல அரசு உத்தியோகத்திலிருந்து வெளியேறினார்.

சிந்திக்காத மனிதன் சாலை போன்றவன். சிந்திக்கும் மனிதன் ஆறு போன்றவன். சாலையில் மாற்றமோ வளர்ச்சியோ இருக்காது. ஆனால், ஆறு அப்படியல்ல. தனக்கான பாதையைத் தானே வகுத்துக்கொள்கிறது. புவனேஸ்வரன் ஆறுபோன்று தனக்கான பாதையை வகுத்துக்கொண்டார்.

தொடங்கும்போது சிறிய அளவில் இருந்த இந்த அவண்டா குளோபல் பிரைவேட் லிமிட்டடு எனும் இந்தக் கல்வி நிறுவனம், புவனேஸ்வரினின் கனவுபோல் இன்று ஆல்போல் தழைத்து, விரிந்து, உயர்ந்து வளரத்தொடங்கிவிட்டது. இவரது பல கிளைகள் விழுதுகளாகத் தரையில் ஊன்றித் துணைநின்று நிறுவனத்தைத் தூக்கி நிறுத்துகின்றன.

இன்று சிங்கையில் 4 கிளைகளும், சென்னையில் ஒரு கிளையும் உள்ளன. இதன் தலைமையகம் 72, பெண்டிமீர் சாலையின் மூன்றாம் தளத்தில் அமைந்துள்ளது. முழுநேரமாகவும், பகுதிநேரமாகவும் 150க்கும் மேலான ஆசிரியர்கள் இவரிடம் பணிபுரிகிறார்கள். இந்நிறுவனத்தின் அலுவலகங்களில் சுமார் 100 பணியாளர்கள் வேலைசெய்கிறார்கள்.

Safety, Quality, I T, Engineering, Management, E Learning போன்ற ஐம்பதுக்கும் மேற்பட்ட பிரிவுகளில் இதுவரை ஐந்து லட்சத்திற்கும் மேலான இளையர்களுக்குப் பயிற்சி கொடுத்து, அவர்களை வேலைக்கு அனுப்பி, சிங்கப்பூர்த் தமிழர்களில் நிறைகுடமெனத் தளும்பாது, அமைதியாக இருந்து சாதனை படைத்து வருகிறார்.

சிங்கப்பூர் அரசின் அங்கீகாரத்தை இக்கல்வி நிறுவனம் பெற்றுள்ளது. உலகின் உச்ச நாடுகளான அமெரிக்கா, இங்கிலாந்து நாடுகள் இந்நிறுவனத்தை அங்கீகரித்துள்ளன என்பது ஒரு நற்செய்தியாகும்.

இதன் கிளைகள் (Franchise) இன்று தென்கிழக்கு ஆசியாவின் அனைத்து நாடுகள், Middle East எனும் மத்தியத் தரைக் கடல் நாடுகள், ஆஸ்திரேலியா, தைவான், இந்தியா, ஐரோப்பா போன்ற நாடுகளிலும் விரிந்துள்ளன. வெளிநாடுகளிலிருந்து மாணவர்களை வரவேற்க உரிமம் இருந்தும், தற்போது உள்நாட்டு மாணவர்களையே அனுமதித்து வருகிறார்.

தனது 53ஆம் அகவையில் மற்றுமொரு நிறுவனமான Avanta Academy எனும் கல்வி நிலையத்தை அரசின் அங்கீகாரம் பெற்றுத் தொடங்கினார். சிங்கையிலேயே பல கிளைகள் உள்ளன. பட்டயப் (Diploma & Certificate Courses) படிப்புச் சான்றிதழ்கள் இவர் நிறுவனத்தால் கொடுக்கப்படுகின்றன. இதில் பொறியியல், F & B எனப்படும் உணவகத் திறன், சுற்றுலா, I T எனும் தகவல் தொழில் நுட்பம், H R எனும் மனிதவளம் போன்ற 25க்கும் மேற்பட்ட துறைகளுக்கான பயிற்சியும் கல்வியும் போதிக்கப்படுகின்றன. இங்குப் படிக்கும் மாணவர்கள் Articulation எனும் அடிப்படையில் மேற்படிப்புகளுக்குக் கல்லூரி, பல்கலைக்கழகங்களில் சேர உதவுகிறார்.

ISO எனும் சர்வதேச தர நிர்ணயக் கழகச் சான்றிதழைப் பெறுவதற்கான அனைத்து ஏற்பாடுகளையும் தகுதிகளையும் செய்துகொடுத்து, அந்த முத்திரையை வாங்கிக் கொடுக்கும் பணியை, அவண்டாவின் பணிகளில் சிறப்பானதெனக் குறிப்பிட்டுச் சொல்லவேண்டும்.

இத்துணைச் சாதனைகளையும் செய்துவிட்டுத் தம்மை விளம்பரப்படுத்திக்கொள்ளாமலும் முன்னிலைப்படுத்திக் கொள்ளாமலும் அடக்கமாக இருக்கும் அவர் உயர் குணத்தையும் சிறப்பையும் எண்ணும்போது வியப்பே மேலோங்கி நிற்கிறது. தேவைப்படும்போது தம்மை விடுத்துத் தம் நிறுவனத்தைத்தான் முன்னிலைப்படுத்திக்கொள்வார்.

எத்தனையோ அறக்காரியங்களுக்குப் பொருளுதவி செய்துவந்தாலும், எத்தனையோ பேர்களுக்குப் பல்லாற்றானும் உதவி செய்து வந்தாலும், சிறிதும் வெளிக்காட்டிக்கொள்ளாமல், தன் கடன் பணி செய்து கிடப்பதே என்ற நேரிய வழியில் நடைபோடுகிறார்.

முனைவர் புவனேஸ்வரன் அவர்கள் தாம் தேர்ந் தெடுத்துக்கொண்ட இந்தத் துறை பெரும்பாலும் போட்டி நிறைந்ததோடு, பிறநாட்டவரின் ஆதிக்கம் நிறைந்தது என்பதை நாம் அறிவோம். அப்படிப்பட்ட நிலையில் ஒரு தமிழன் அத்துறையில் ஈடுபட்டு உழைப்பாலும், திறமையாலும், அறிவாலும் உயர்ந்தோங்கி நிற்கிறார் எனில் அது ஒரு சாதாரணச் செய்தியல்ல என்பதை நாம் உணர்தல் வேண்டும். தரமான சேவை மரியாதைக்கும் வரவேற்புக்கும் உரியது. இனம், மொழி, மதம், நாடு என்ற பேதம் எவ்விடத்தும் குறுக்கிடாது என்பதையும் தம் சாதனைகளால் நிறுவியுள்ளார்.

பலநிறுவனங்களுக்கு எடுத்துக்காட்டாகவும், முன்னோடி யாகவும் விளங்கும் சிங்கப்பூர் அவண்டா, இனித் தென்கிழக்

காசியவில் நேரிடையாக அடியெடுத்து வைக்க இருக்கிறது. அதன் அடுத்த கட்டமாக, ஆசியா கண்டம் முழுவதிலும் உள்ள அனைத்து நாடுகளுக்கும் விரிவுபடுத்த உறுதியான திட்டத்துடன் இருக்கிறார் புவனேஸ்வரன். இப்போதே அவரின் மூத்தமகன் உடனிருந்து ஆலோசகரா (Consultant) பணிபுரிகிறார். இளையமகன் தேசியப் பல்கலைக் கழகத்தில் படித்து முடித்துவிட்டுத் தம்முடன் வந்து சேர்ந்துகொள்வார் என நம்புகிறார்.

ஆண்டவன் மண்ணைப் படைத்தான்; மலையைப் படைத்தான்; ஆறுகளைப் படைத்தான்; வயல்களைப் படைத்தான்; நீரைப் படைத்தான்; காற்றைப் படைத்தான்; தாவரங்களைப் படைத்தான்; மனிதனைப் படைத்தான்; அவனுக்கு அறிவையும் ஆற்றலையும், கை, கால்களையும் படைத்தான்; மூளையைப் படைத்தான்; சிந்திக்கக் கற்றுக்கொடுத்தான். இதற்குமேலும் 'கதவைத் திற; கதவைத் திற' என்று இன்னும் எவ்வளவு காலத்துக்குத்தான் இப்படி முட்டாள்தனமாக இறைவனிடம் பிரார்த்தனை செய்துகொண்டே இருப்பாய்? ஆண்டவன் என்றைக்குக் கதவை மூடி இருக்கிறான்? நாம்தானே சிந்திக்க வேண்டும்; உழைக்க வேண்டும்? அறிவைப் பயன்படுத்தி வாழ்க்கைப் பாதையை அமைத்துக்கொள்ளவேண்டும்? என்று பஸாரியா சொன்னதற்கேற்ப நடந்து காட்டியுள்ளார் முனைவர் புவனேஸ்வரன். சுய சிந்தனையால், உழைப்பால் உயர்ந்த ஒருவரைப்பற்றி எழுதக்கிடைத்த வாய்ப்பை எண்ணி மகிழ்கிறேன்.

அனைத்து அடிப்படை வசதிகளையும், ஆதாரங்களையும் கொண்ட பொறியாளர் புவனேஸ்வரன் அவர்கள், எதிர்காலத்தில் உலகம் முழுதும் பரந்து விரிந்த தொழிற்கல்வி நிறுவனமாக அவண்டாவைத் தழைத்தோங்க வைப்பார் என்பதிலே ஐயமில்லை. தான் ஓடாவிட்டாலும் தன் கடிகாரம் ஓடும் என்று புவன் திட்டமிட்டுள்ளார்.

தமிழகத்தின் ஒரு குக்கிராமத்தில் பிறந்த ஒரு தமிழர் இந்த அளவுக்கு உயர்ந்து வருவது அறிய, தமிழர்களாகிய நமக்குத்தான் பெருமையாக இருக்கிறது. தமிழர்களுக்கு முன்னோடியாக, ஓர் எடுத்துக்காட்டாக விளங்கும் திரு. புவனேஸ்வரன் அவர் களை வாழ்த்திப் பாராட்டி அவரது சாதனை வெற்றிக்குத் தலை வணங்குவோமாக!

* * *

3

ஐம்பதுக்குப் பிறகு பட்டம் படித்து தமிழாசிரியரானார்
எழுத்தாளர் சேகர்

'**க**ற்றோர்க்குச் சென்ற இடமெல்லாம் சிறப்பு' என்ற மூதுரைச் செய்யுள் வரியின் பொருள் முற்றிலும் உண்மையே என்பதை நிறுவியுள்ளார், தற்போது சிங்கப்பூரில் தமிழாசிரியராகப் பணியாற்றிவரும் எழுத்தாளர், ஆய்வாளர், கவிஞர் பூச்சோங் எம்.சேகர் அவர்கள்.

பள்ளிப் படிப்பை முடித்தபின் குடும்பச்சூழல் காரணமாக வேலைக்குச் சென்று உழைக்கத் தலைப் பட்டார். ஐம்பது வயதை எட்டும்போது, இன்னும் படிக்கவேண்டும் என்ற உணர்வு மேலோங்கியது. ஒரு நேரத்தில், மகனும் படிக்கிறார்; அப்பாவும் படிக்கிறார். இப்படியாகப் படித்து இளங்கலைப் பட்டத்தைப் பெற்றார் என்பதை நாம் பாராட்டியாக வேண்டும்.

திரு. சேகர் அவர்கள் 'அப்படி என்ன சாதனை படைத்து விட்டார்' என்று எண்ணுவோர்க்கு ஒன்று சொல்வேன். பெரிய சாதனைபடைத்த, பெரிய செல்வர்களை எடுத்துக் காட்டாகச் சொல்வதற்கு ஆயிரம்பேர் தயாராய் நிற்பார்கள். ஆனால், சேகர் தம் அளவில், தம் குடும்ப அளவில், தம்மைச் சார்ந்த சமூக அளவில் புதிய சிந்தனைகளையும், புதிய முன்னெடுப்புகளையும் செய்திருக்கிறார் என்பது ஒரு சாமானிய மனிதனையும் சிந்திக்கவைக்கும் என்று

நம்புகிறேன். தாமும் இவரைப்போல் வயதானாலும் பரவாயில்லை, படிக்கலாம்; பட்டம் பெறலாம் என்ற உந்துசக்தியைச் சராசரி மனிதனும் பெறவேண்டும் என்பதற்காகத்தான் தமிழாசிரியர் சேகரைப் பற்றிய தொடர் இம்மாதம் மலர்கிறது.

புகழ்பெற்ற தலைவர்களை அண்ணாந்து பார்த்துவிட்டு மக்கள் எளிதில் கடந்துவிடுவார்கள். ஆனால், நம்மிடையே நமக்குள் ஒருவராய் வாழ்ந்து வருபவரைப் பற்றி எடுத்துச் சொல்லும்போதுதான் ஒவ்வொருவர் உள்ளத்தையும் அது கிளறத் தூண்டும் என்று நம்புகிறேன்.

தொடர்ச்சி இல்லாவிட்டால் படிப்பதிலே ஆர்வமும் ஈடுபாடும் அற்றுப்போய்விடுவது மனித சுபாவம். சிங்கப்பூரில் தேசிய சேவைக்குச் செல்லும் மாணவர்கள் சிலர் இனித் தம்மால் விட்டுப் போன கல்வியைத் தொடர முடியாது என்று பின்வாங்கிவிடுகிறார்கள். ஐம்பது வயதானால் என்ன? ஏன் நம்மால் முடியாது? என்று எண்ணிப் படித்து முடித்த, மலேசியத் தமிழர் திரு எம்.சேகரைப் பற்றித்தான் இன்றைய கட்டுரை பேசப்போகிறது.

மலேசியா நாட்டின் ஜொகூர் ஸ்கூடாயில் முனியாண்டி - பாப்பாத்தியம்மாளுக்குத் தலைமகனாய் 17.12.1961ல் பிறந்தவர் சேகர் அவர்கள். தந்தை ஜொகூர் லீக் காற்பந்தாட்ட வீரர். மலேயாவிலும், சிங்கையிலும் கலந்து வாழ்ந்து வந்த முனியாண்டி குடும்பத்தாருக்கு ஒரு சோதனை வந்தது. 1965ஆம் ஆண்டு, சிங்கப்பூர் விடுதலை பெற்றவுடன், ‘எந்த நாட்டைச் சொந்த நாடாகத் தேர்ந்தெடுத்துக்கொள்ளப் போகிறீர்கள்?’

என்று இரு நாட்டவருக்கும் வாய்ப்பு கொடுக்கப்பட்டது. ஸ்கூடாயைப் பூர்வீகமாகக் கொண்ட தாய், சிங்கப்பூருக்குப் போய்விடலாம் என்று விரும்பினார். ஆனால், அவர் விருப்பம் நிறைவேறவில்லை. அப்போதிருந்த மனநிலையில் தம் சொந்த ஊராகிய கோலாலம்பூர் - பூச்சோங்கிற்கு திரு. முனியாண்டி, தம் குடும்பத்தாருடன் சென்றுவிட்டார். நான்கு வயது சிறுவன் சேகரும் அங்குச் சென்று காசல்பீல்டு தமிழ்ப்பள்ளியில் படித்தார்.

மூன்றாம் வகுப்பில் படிக்கும்போதே நாளிதழ்களில் வரும் கதை, கவிதைகளைப் படிக்கும் பழக்கம் வந்துவிட்டது. அம்புலி மாமா - விக்கிரமாதித்தன் கதைகளை விரும்பிப் படித்தார். எம்ஜியாரின் தீவிரப் பற்றாளராக இருந்து அவர் படங்களைப் பார்த்துவிட்டு, கதையை வரி பிறழாமல் சொல்லும் ஆற்றல் அவருள் எழுந்தது. அதனால், அவருக்குக் கதைகட்டுதல் பிற்காலத்தில் எளிதாகிவிட்டது எனலாம்.

◆— புதுமைத்தேனீ மா. அன்பழகன் —◆

தமிழ் ஓசையில் வெளிவந்த 'சிங்காரக் காலத்துப் பூக்களே' எனும் தொடர், தமது பத்தொன்பதாவது வயதில் இரவு மண்ணெண்ணெய் விளக்கொளியில் எழுதியது என்கிறார்.

'மண்ணெண்ணெய்' என்றவுடன் ஒன்று என் நினைவுக்கு வருகிறது. 1940-50களில் பேரறிஞர் அண்ணா அவர்கள் மிகப்பெரிய அடுக்குமொழிப் பேச்சாளர். வெறும் பேச்சல்ல. ஆழமான கருத்துகளை, வரலாற்றுக் குறிப்புகளுடன், இலக்கியச் சான்றுகளுடன் எடுத்துவைத்து மேடையில் பேசும் ஆற்றல் படைத்தவர். ஆனால், அவருடைய திறமையின்பால் காழ்ப்புணர்ச்சி கொண்ட அரசியல் எதிர்ப்பாளர்கள் 'அண்ணா துரை பேச்சில் மண்ணெண்ணெய் வாசனை வீசுகிறது' என்று சொல்லத் தொடங்கினார்கள். அதாவது முதல்நாள் இரவு மண்ணெண்ணெய் விளக்கொளியில், பேச வேண்டியதைத் தயாரித்து, மனப்பாடம் செய்து மறுநாள் மேடையில் வாந்தி எடுக்கிறார். இயற்கையாகப் பேசும் திறனற்றவர் என்ற பொருளில் விமர்சனம் செய்தனர்.

இதனால் சினமுற்ற அண்ணாவின் ஆதரவாளர்கள், அண்ணா, மேடையேறியபின் அந்த நேரத்தில் பேசவேண்டிய தலைப்பைக் கொடுக்க ஏற்பாடு செய்தனர். பேசுவதற்கு மிகவும் கடினமான தலைப்பை எதிராளிகள் கொடுத்தார்கள். "ஆற்றங்கரையில்" என்ற தலைப்பிலேயே ஒன்றரை மணிநேரம் அண்ணா சொற்பொழிவாற்றினார். பின்னர், "தலைப்பில்லை" மற்றும், "ஆனால்" போன்ற தலைப்புகளையும் மேடையில் கொடுத்தார்கள். ஒவ்வொரு முறையும் மணிக்கணக்கில் பேசிக் கூடியிருந்த மக்களின் ஏகோபித்த ஆதரவைப் பெற்றதன்மூலம் பொறாமை கொண்டவர்களின் கூற்றைப் பொய்யாக்கினார்.

திரு. சேகர் அவர்கள், முதன்முதலில் எழுதிய 'இரவிலே வந்தவள்' எனும் சிறுகதையைப் படித்த எழுத்தாளர் பொன். சசீதரன்தான் "பூச்சோங் எம்.சேகர் என்ற பெயரில் எழுதுங்கள்" என அவரை ஊக்கப்படுத்தியுள்ளார்.

முதலில் 'புதுவாழ்வு' என்ற சிறுகதை தமிழ்மலரிலும், 'கந்தசாமி வேலை தேடுகிறார்' என்ற கதை தமிழ்நேசனிலும்,

'ஒரு பாதை, சில பள்ளங்கள்' என்ற கதை வானம்பாடியிலும் வெளிவந்தன.

நவீன கவிதை எழுதும் கவிஞர் எம். கருணாகரன் இவருக்கு நண்பரானார். சேகர் தம் படைப்புகளை இன்றுவரை நண்பராக இருந்துவரும் திரு. கருணாவுக்கு அனுப்பி அவர் கருத்துகளைக் கேட்ட பின்புதான் பொதுவெளிக்குக் கொண்டுவருவாராம்.

ஒரே மாதத்தில் முப்பது நூல்களைக்கூடப் படித்திருக்கிறார். அந்த வாசிப்புப் பழக்கம்தான் சேகருடைய இலக்கிய வளர்ச்சிக்குப் பேருதவியாய் இருந்திருக்கிறது. அதுவே பின்னர் 'திறனாய்வு' என்ற புதிய இலக்கியத் தடத்திற்கு அவரை இட்டுச் சென்றிருக்கிறது.

நூல்படிக்கும் பழக்கம் சேகரிடம் இருந்தது என்பதை எழுத முனையும்போது, என் நினைவுகளிலிருந்து பல பெரிய மனிதர்களின் 'நூல் படிக்கும் பழக்கத்தை' நினைவுகூர விரும்புகிறேன். அந்த நற்பழக்கத்தினால்கூட அவர்கள் உயர்ந்த மனிதர்களாக மாறியிருக்கலாம்.

பாவேந்தர் அவர்கள் 'நூலைப் படி... சங்கத் தமிழ் நூலைப் படி... முறைப்படி நூலைப் படி...' என்ற பாடலைப் பாடியுள்ளார். மக்கள் படிக்கவேண்டும்; படித்து அறிவுடையவர்களாகத்

திகழவேண்டும்; படித்துப் பயன்பெற வேண்டும் எனும் கருத்தை அழுத்தமாகப் பதியவைப்பதற்காகவே, தமது ஒரே பாடலில் 43 இடங்களில் "படி" என்ற சொல்லைப் பயன்படுத்தி எழுதியிருப்பதை நாம் கவனத்திற்கொள்வது நல்லது.

சென்னை கன்னிமாரா நூலகத்தில் 'ஒரு நூல் எந்த இடத்தில் இருக்கிறது?' என்பது நூலக அலுவலரைவிடவும் அறிஞர் அண்ணாவுக்குத்தான் நன்றாகத் தெரியும் என்பார்கள். அப்படியானால் அண்ணா அவர்கள் எத்துணை நூல்களை அங்கே படித்திருப்பார் என்பது தெளிவாகிறது.

இலண்டன் மாநகருக்குச் செல்லும்போதெல்லாம், 'தங்குவதற்கு எங்கே அறை எடுக்கலாம்' என்று கேட்டால், 'எங்கே நூல்நிலையம் இருக்கிறதோ அதனருகில் அறை உறுதி செய்யுங்கள்' என்று அண்ணல் அம்பேத்கார் சொல்வாராம்.

இந்தியத் தலைமை அமைச்சர் ஜவகர்லால் நேரு அவர்களுக்கு, நாளொன்றுக்கு உதவியாளர் ஐந்துமணி நேரம் உறங்குவதற்கு ஒதுக்கிக் கொடுப்பாராம். அதில் நூல்களைப் படிப்பதற்கென்று ஒரு மணி நேரத்தை நேரு 'திருடி'க்கொள்வாராம்.

இரண்டாம் உலகப்போரின்போது கொடுங்கோலன் முசோலினியின் உடம்பிற்குள் குண்டு பாய்ந்துவிட்டது. மருத்துவ மனையில் அறுவைச்சிகிச்சை செய்ய வேண்டும். மயக்க மருந்து தீர்ந்துவிட்டது. செய்தி அறிந்த முசோலினி, ஒரு புத்தகத்தை வரவழைத்து 'நான் படித்துக்கொண்டிருக்கும் நேரத்தில் நீங்கள் அறுவைச்சிகிச்சை செய்துவிடுங்கள்' என்றாராம்.

அமெரிக்க அதிபர் ஆப்பிரகாம் லிங்கன் அவர்கள், சிறுவனாக இருந்தபோது புத்தகத்தை இரவல் வாங்கிப் படிப்பதற்கென்று பலமைல் தூரம் நடந்தே சென்றாராம்.

நமது மகாகவி பாரதிக்குப் பிடித்தமான, இத்தாலிய புரட்சியாளன் மாஸானி ஒருமுறை ‘எனக்குத் தண்டனை கொடுக்க விரும்பினால், கைநிறையப் புத்தகங்களைக் கொடுத்து, மனிதர்களே இல்லாத தனித் தீவுக்கு அனுப்பிவிடுங்கள்’ என்றாராம்.

இதைப்போன்ற வரலாற்று உண்மைகளைப் படிக்கும்போது, நமக்குக் ‘கண்டதைப் படித்தால் பண்டிதனாவான்’ என்ற பழமொழி நினைவுக்கு வருகிறது. அதே நேரத்தில் நாமும் நூல் படிக்கும் பழக்கத்தை உருவாக்கிக்கொள்ள வேண்டும் என்று நம் ஒவ்வொருவருக்கும் தோன்றும் என நம்புகிறேன்.

திரு. சேகர், பள்ளிப் படிப்பைப் படித்து முடித்தவுடன் ஆசிரியர் பயிற்சியைப் பெற்று பணிக்குச் சென்றார். 1985-95 பத்து ஆண்டுகள், பணி செய்துகொண்டிருக்கும்போது நண்பர் ஒருவருடைய அழைப்பின் பேரில், ஊதியம் சற்று அதிகம் கிடைக்கிறது என்பதால், கோலாலம்பூர் இரட்டைக் கோபுரம் கட்டும் திட்டத்தில், பொருத்தப்படும் கண்ணாடியின் (Cladding) தரக்கட்டுப்பாடு அதிகாரியாகப் பொறுப்பேற்றார். அந்தக் கட்டுமானம் முடிந்தவுடன் KLIA எனப்படும் கோலாலம்பூர் அனைத்துலக விமான நிலையக் கட்டுமானத்தில் ஜப்பான் நாட்டு ஒப்பந்தக்காரரிடம் அதே தரக்கட்டுப்பாட்டுப் பணியாளராக ஆறு ஆண்டுகள் 2003 வரை வேலை செய்தார்.

பணி நிமித்தமாக 2004ல் சிங்கப்பூர் நொவினா சதுக்கத்தைப் பார்வையிட வந்தார் சேகர். வந்த இடத்தில் நண்பரால் அறிமுகப்படுத்தப்பட்டதுதான் கப்பல் கட்டுமானத் தொழில். சிங்கப்பூரின் நாணய மதிப்பானது, மலேசிய நாணயத்தைவிட வலுவாக இருந்ததால் வருவாயைக் கவனத்திற்கொண்டு, கப்பல் கட்டுமானத் துறையில் 2012 வரை எட்டு ஆண்டுகள் பணிபுரிந்தார்.

2009இல் நண்பர்கள், நலம் விரும்பிகளின் தூண்டுதலின் பேரில் சிம் பல்கலைக்கழகத்தில் மலாய்மொழி இலக்கியத்தை எடுத்துப் படிக்கவேண்டும் என்ற ஆவலுடன் சென்றார். அங்கே தமிழ்ப் பிரிவின் தலைவராய் இருந்த பேரா. க. சண்முகம் அவர்கள் தமிழ்மொழியில் எழுத்தாற்றலும் பாண்டித்தியமும் பெற்றவராய்ச் சேகர் விளங்கியதை அறிந்து, தமிழ் இலக்கியம் படிக்க விடுத்த அழைப்பை ஏற்று இளங்கலைப் பட்டப்படிப்பை மூன்று ஆண்டுகளில் எளிதாகப் படித்து முடித்தார்.

பட்டம் பெற்றவுடன் 2012ஆம் ஆண்டு, முதன்முதலில் உட்ராம் உயர்நிலைப் பள்ளியில் பகுதிநேரத் தமிழாசிரியராகச் சேர்ந்தார். அதன்பிறகு யுவான்சிங் உயர்நிலைப் பள்ளியில் பணிபுரிந்தபோது, திரு. சேகரின் பணித்திறனை அறிந்த அந்தப் பள்ளி முதல்வர், நிரந்தரத் தமிழாசிரியாக நியமனம் பெறப் பரிந்துரை செய்தார். அப்பரிந்துரை ஏற்கப்பட்டு, இதுநாள் வரையில் அதே பள்ளியில் பணியாற்றி வருகிறார். பணிதான் கிடைத்துவிட்டதே என்று நில்லாமல், M.Ed எனப்படும் முதுநிலைக் கல்வியியல் படிப்பையும் படித்து, பார்த்துவரும் தொழிலில் தம்மை நங்கூரமிட்டுக்கொண்டார்.

1988இல் சிங்கப்பூரைச் சேர்ந்த சாந்தி என்ற பெண்ணைத் திருமணம் செய்து மோகன சுரேன் என்னும் மகனைப் பெற்று வளமோடு வாழ்ந்து வருகிறார். சுரேனும் படித்துவிட்டு ஜூரோங் மருத்துவமனையில் தொழில் நுட்ப நிர்வாகியாகப் பணிபுரிகிறார்.

திரு. சேகருக்கு இலக்கிய ஆர்வம் தமது தந்தையிடமிருந்து வந்திருக்கலாம் என்கிறார். தந்தை ஞாயிறுமலர் நாளிதழ்களையும் அம்புலிமாமாவையும் வீட்டிற்கு வரவழைப்பார். அவற்றில் வரும் கதைகளைப் படித்த சேகர் தாமும் ஏன் கதை எழுதக்கூடாதென்று எண்ணி ஆர்வம்கொண்டார் எனலாம். 1984இல் நடைபெற்ற தமிழர் திருநாளில் ‘சிறந்த கவிஞர்’ என்ற விருதினைக் கோலாலம்பூரில் பெற்றார்.

இயற்கையாகவே புத்தாக்கச் சிந்தனை மிகுந்திருந்த சேகருடைய கட்டுரைகள், உயர்நிலைப் பள்ளியில் படிக்கும் போதே தமிழ்நேசன், தமிழ்மலர் இதழ்களில் அடிக்கடி வெளிவரும். உயர்நிலை ஐந்தில் படிக்கும்போதே 1980இல் இவர் எழுதிய சிறுகதை தமிழ்மலரில் வெளிவந்துள்ளது.

தமிழ்நேசன் இலக்கியத் திறனாய்வில் இவர் எழுதிய சிறு கதைக்கு முதல் பரிசு கிடைத்தது. சிறுகதைக்காக ‘நயனம்’ இதழின் கணையாழி விருதினையும் பெற்றுள்ளார் என்பது ஒரு சிறப்புக்குரிய செய்தியாகும்.

படிக்கும்போது, தமக்குப் பாடமாக இருந்த, டாக்டர் மு. வ, அகிலன் போன்றோரின் இலக்கியங்களைப் படித்துத் தம் இலக்கிய ஈடுபாட்டை வளர்த்துக்கொண்டார். எழுதுவதிலும், படிப்பதிலும் நண்பர்குழாம் தந்த ஆக்கமும் ஊக்கமும் இவருக்குப் பெரிதும் உதவின எனலாம். 1980களில் வெண்பா, விருத்தம், ஆசிரியப்பா என மரபுக் கவிதைகளை எழுதத் தொடங்கியவர் பின்னர் உதயமான மீரா, மு. மேத்தா, வைரமுத்து போன்ற

கவிஞர்களின்பால் இருந்த ஈர்ப்பினால், புதுக்கவிதை எழுதும் ஆற்றலையும் வளர்த்துக்கொண்டார்.

அதனால், பிற்காலத்தில் தமிழ் இலக்கியம் தொடர்பான துறைசார்ந்த பட்டப்படிப்பைப் படித்ததை எண்ணி மகிழ்கிறார். தற்காலத்தில் இலக்கிய ஆய்வில் கவனம் செலுத்துவதைப் பெருமையாகக் கருதுகிறார். அந்த ஆய்வின் ஒரு நீட்சியாகத்தான் 'முனைவர்' பட்டப்படிப்பில் அறுபதாம் அகவையில் இறங்க இருக்கிறார்.

இப்போது மாணவர்களுக்குக் கவிதை, கதை, கட்டுரை எழுதும் பயிற்சிப் பட்டறைகளை நிறைய நடத்தி வருகிறார். தமது பள்ளியில் 'ஓ' லெவலில் தமிழ் படித்த அனைத்து மாணவர்களையும் உயர்ந்த மதிப்பெண்களை (Distinction) பெறவைத்து, அனைவரையும் வெற்றிபெற வைத்து அப்பள்ளியில் ஒரு சாதனை படைத்துள்ளார்.

இதுவரை பூச்சோங் எம் சேகர் படைத்த படைப்புகள்:

1. புதுவாழ்வு (சிறுகதைத் தொகுப்பு)
2. நீ என் நிலா (சிறுகதைத் தொகுப்பு)
3. நண்பன் (கவிதைத் தொகுப்பு)
4. அட்டைப்பெட்டிப் படுக்கையும்,
   வெள்ளைத்தாடித் தாத்தாவும் (சிறுகதைத் தொகுப்பு)
5. கைவிளக்குக் கடவுள் (கவிதைத் தொகுப்பு)
6. பழைய ஞானமும் புதிய வண்ணமும்
   (மலேசியாவின் புகழ்பெற்ற ஓவியர் சந்திரனைப் பற்றி, மலேசியப் பல்கலைக்கழகம் கேட்டுக்கொண்டதற்கிணங்க எழுதிய கட்டுரைகள்)
7. எழுத்தும் எண்ணமும் (மலேசிய இலக்கியத் திறனாய்வு)
8. இராவணனின் சீதை (கவிதைத் தொகுப்பு) சிங். இலக்கியப் பரிசு வென்ற நூல்
9. எனக்கான நிழல் (கவிதைத் தொகுப்பு)

2015ல் மலேசியாவின் 'எங்கள் தமிழ் இயக்கம்' இவருக்கு, 'நவீன சிறுகதைச் சிற்பி' எனும் விருதினை வழங்கிச் சிறப்பித்தது. 2018இல் கோவை நேரு மகா வித்தியாலயா கல்லூரியின் சார்பில் சேகரின் இலக்கியக் கல்விச் சேவைகளைப் பாராட்டி, 'சிறுகதைச் செம்மல்' என்ற விருதினை வழங்கிச் சிறப்பித்தார்கள்.

மலாய்ப் பல்கலைக்கழகமும், அண்ணாமலைப் பல்கலைக் கழகமும், சென்னை கலைஞன் பதிப்பகமும் இணைந்து நடத்திய 'ஒரே நேரத்தில் 500 நூல்கள் வெளியீட்டில்' இவருடைய நூலும் இணைந்துள்ளது. இப்படியாக அவருடைய பெருமைகளையும் சிறப்புகளையும் எழுதிக்கொண்டே போகலாம்.

வள்ளுவனின் 1330 குறள்களில் 80 குறட்களில், கல்வியறிவு தொடர்பான விழுமியங்களைச் சொல்லியுள்ளார் என்பதனால் கல்வி கற்றலின் இன்றியமையாமையை, ஐம்பது அகவைக்கும் மேல் உணர்ந்து அதன்வழி நடக்கலானார் சேகர்.

மன்னனைவிடப் புலவர்களுக்கு அக்காலத்தில் மட்டுமின்றி இக்காலத்திலும் மரியாதையும் சிறப்பும் கொடுக்கப்படுகின்றன என்பதற்கு ஓர் எடுத்துக்காட்டாக, ஜப்பான் கரன்ஸி நோட்டில் 'சொசுகி நாட்சு' என்ற நாவலாசிரியரின் படத்தைப் பொறித் திருப்பதைக் கூறலாம்.

கிரேக்க நாட்டின் வடமையத்தில் அமைந்திருந்த Boeotia எனும் பகுதில் Thebes என்கிற புகழ்பெற்ற நகரம் வரலாற்றுப் புகழோடு அக்காலத்தில் விளங்கியிருந்தது. கிமு 335இல் மாவீரன் அலெக்ஸாந்தர் அவர்கள், முதலில் கிரேக்க நாடு முழுவதையும் தன் ஆளுமையின்கீழ்க் கொண்டுவர விழைந்து தெபாஸ் மீது படையெடுக்கிறார். அந்நகர் முழுவதையும் அழித்துத் தரைமட்டமாக்குகிறார். ஆனால் கிமு 522இல் பிறந்த பிண்டர் (Pindar) எனும் மாக்கவிஞன் வாழ்ந்து மறைந்த இல்லத்தைமட்டும் அழிக்காமல் விடுகிறார். காரணம் அக்கவிஞன், முன்னோர்களின் சிறப்புகள், திறமைகள், 'குருதியில் ஊறிப் பிறந்து வழிவழி வருகிறது' என்ற உண்மையை உலகிற்கு முதன்முதலில் சொல்லியவனும், இயற்கையின் அழகையையும் பாடியிருந்தவன் எனக் கேள்விப்பட்டுக் 'கவிஞனை' மதித்து அவன் வாழ்ந்த இல்லத்தை இடிப்பதற்கு விதிவிலக்கு அளித்தார் என்பது ஒரு வரலாற்றுச் செய்தியாகும். கவிஞர், எழுத்தாளர், சிந்தையாளர், படைப்பாளர் என்போர், கிறிஸ்து பிறப்பதற்குமுன் எவ்வாறு கொடுங்கோலர்களாலும்கூட மதிக்கப்பட்டார்கள் என்பதற்கான சான்றாக இதைக் கருதலாம்.

மேலை நாட்டவர்க்குத் தமிழக மன்னர்கள் சளைத்தவர்களா என்ன? அந்தக் கிரேக்க வரலாற்றை அறியாத பாண்டியர் வரலாற்றிலும் அதேபோன்ற நிகழ்வு ஒன்று நடந்திருக்கிறது.

கி.பி. பதின்மூன்றாம் நூற்றாண்டில் பாண்டியநாட்டை ஆட்சி புரிந்த சுந்தரபாண்டியன், படையெடுத்து சோழநாட்டின்

தலைநகராகிய உறையூரை அழிக்கிறான். அங்கே ஒரு பதினாறுகால் மண்டபத்தை மட்டும் இடிக்காமல் விடச் சொல்கிறான். காரணம் பட்டினப்பாலை எனும் சங்க இலக்கியத்தை எழுதியவன் கடியலூர் உருத்திரங்கண்ணனார். அப்புலவன் தம் இலக்கியத்தில், சோழமன்னன் குளமுற்றத் துஞ்சிய கிள்ளி வளவனின் பெருமைகளையும், சோழநாட்டின் இயற்கை வளங்கள், மன்னனின் ஆட்சிமுறை போன்ற சிறப்புகளையும் பாடியவன், உருத்திரங்கண்ணனார். அந்தப் பட்டினப்பாலையை அரங்கேற்றிய இடம்தான் அந்த மண்டபம் என்ற விவரத்தை அறிந்த பாண்டிய மன்னன், எதிரி நாட்டவனாக இருந்தாலும், புலமைக்கு மதிப்புக் கொடுத்தான். புலவரைச் சிறப்பித்து அவருக்கு மரியாதை செய்யும் விதமாக, அம்மண்டபத்தை மட்டும் இடிக்காமல் விட்டுவிட்டான் என ஒரு வரலாற்றுச் செய்தியுமுண்டு.

கற்றறிந்த சான்றோருக்கு, படைப்பாற்றல் மிகுந்த புலவர்களுக்கு, ஈவு இரக்கம் இல்லாத கொடுங்கோல் மன்னர்கள்கூட அக்காலத்தில் சிறப்புக் கொடுத்தார்கள் என்பதை நாம் அறிந்துகொள்ளவேண்டும் இதற்காகத்தான் இவ்விரண்டு சான்றுகளையும் இவ்விடத்தில் குறிப்பிடுகிறேன். அத்துடன் களைப்புடன் அரசவைக்கு வந்த 'மோசிகீரனார்' என்ற புலவர், முரசு கட்டிலில் படுத்து உறங்கிவிட்டார். அரண்மனைக்குத் திரும்பிய இரும்பொறை சேரல் என்ற அந்த மன்னன், உறங்குவது புலவர் என்று தெரிந்தவுடன் சினமுறாமல் புலவர் நன்கு தூங்கட்டும் என எண்ணி, சாமரம் கொண்டு விசிறினான் என்றும் இலக்கியம் கூறுகிறது.

'தும்பை விட்டுவிட்டு வாலைப் பிடிக்கும்' என்ற இயலாமைக் கதைக்கு எதிர்மாறாக ஒரு சாதனை மனிதராக (A Positive Energy Man) திரு. சேகர் விளங்குகிறார். அறிவு அற்றம் காக்கும் கருவி என்பதனை நன்கு உணர்ந்தவர்; அதனால்தான் தொட்டனைத்தூறும் கல்வியை இடையில் விட்டு, மீண்டும் பிடித்துள்ளார். அதற்கு வயது எவ்விதத்திலும் தடையாய் இருந்ததில்லை.

சாந்துணையும் கல்லாதவாறு? என்று வள்ளுவன் கேட்டு விட்டான் என்பதற்காக மணிவிழாவைக் கொண்டாட இருக்கும் வயதில் 'முனைவர்' பட்டத்திற்குப் படிக்க இருக்கிறார் என்ற செய்தி, இதைப்படிக்கும் தமிழர்கள் ஒவ்வொருவருக்கும் ஓர் உந்துசக்தியாகச் சேகர் இருப்பார் என்பதிலே ஐயமில்லை.

* * *

4

அறுபதாம் அகவையில் புதிய பயணம்!
காவல்துறை அதிகாரி... வழக்கறிஞராகிறார்!
இராஜூ இரவீந்திரன்

உலக வரலாற்றைப் பார்த்தால் சாதனையாளர்கள் பெரும்பாலோருக்கு வெற்றிக்கான தளம் தானாக அமைந்ததில்லை. இயேசு, நபிகள் இருவரும் தொடக்கத்தில் ஆடுமாடு மேய்த்துக்கொண்டிருந்தவர்கள். ஷேக்ஸ்பியர் குதிரைக் கொட்டகையில் சாணம் அள்ளிக்கொண்டிருந்தவர். ஆப்பிரகாம் லிங்கன் சட்டப் புத்தகம் வாங்கிப் படிக்கப் பணம் இல்லாததால் 15 மைல் தூரம் நடந்தே போய் இரவல் வாங்கிப் படித்தவர். பெர்னாட்ஷா ஒரு மளிகைக்கடையில் கூலி வேலை பார்த்தவர்.

இவர்கள் வாழ்வைத் தொடங்கியபோது எந்தச் சூழலும் இவர்களுக்குச் சாதகமாக இருந்ததில்லை. வெற்றிபெற விரும்பியவர்கள் அதற்கான சூழல்களை அவர்களாக உருவாக்கிக்கொண்டார்கள் என்பதே உண்மை.

திறமை உள்ளவர்கள் வாய்ப்புகளைப் பயன்படுத்திக் கொள்கிறார்கள். ஆனால், மேதைகளோ வாய்ப்புகளை உருவாக்கிக் கொள்கிறார்கள்.

வைரக்கல்லுக்கும், பனித்துளிக்கும் உள்ள வித்தியாசம் வைரம் உறுதிமிக்கது என்பதுதான். அதே போல்தான் மனத்தில் உறுதிமிக்கவர்கள், நம்பிக் கையை இழக்காதவர்கள் வெற்றிபெற வாய்ப்புள்ள வர்களாகிவிடுகின்றனர்.

நம்பிக்கையும் உழைப்பும் இருந்தால் வாழ்வில் உயர் நிலைக்கு வந்துவிட முடியும் என்பதற்கோர் எடுத்துக்காட்டு, ஆங்கில மொழியின் தலைமகன் என்று கருதப்படும், உலகப் புகழ்பெற்ற இலக்கியமான பாரடைஸ் லாஸ்ட் என்ற இலக்கியத்தைப் படைத்த மில்டன்தான்.

அவருடைய வாழ்வின் தொடக்கத்தில் தந்தையாருடைய சொத்துக்களின் பெரும்பகுதி தீக்கிரையாகின. வருமானம் தந்துகொண்டிருந்த மீதிச் சொத்துக்களை அரசு பறிமுதல் செய்துகொண்டது. பிறகு மில்டனுக்கு கீல்வாத நோய் வந்தது. அதன் பின்னர்க் கண்பார்வையை இழந்துவிட்டார். இப்படியாக எல்லாவற்றையும் இழந்துவிட்டாலும் தன்னம்பிக்கையை மட்டும் இழக்காததால்தான் 'இழந்த சொர்க்கம்' என்ற அந்த மகா காவியத்தை அவரால் படைக்க முடிந்தது.

இருட்டறையில் உள்ளதடா உலகம் என்றார் பாவேந்தர். "சட்டம் ஓர் இருட்டறை; அதில் வக்கீல்களின் வாதம் ஒரு விளக்கு. அந்த வெளிச்சம் ஏழைகளுக்குக் கிடைப்பதில்லை" என்று சொன்னார் பேரறிஞர் அண்ணா. அந்தப் பேச்சு அவர் காலத்திற்குப் பொருத்தமாக இருந்திருக்கும். ஆனால், தற்போது எல்லா நாடுகளிலும் ஏழைகளுக்குச் சட்ட உதவி கிடைக்க வேண்டும் என்பதற்கான அனைத்து உதவிகளையும் அரசும், நீதி பரிபாலனங்களும் செய்து வருகின்றன.

திரு. இராஜூ இரவீந்திரன், ஏழைகளுக்கு மட்டுமல்லாது பிறருக்கும் உதவிக்கரமாக இருக்க வேண்டுமென்று வாழ்ந்து காட்டியவர். எதிர்காலத்திலும் அவ்வாறே இருக்க வேண்டுமென்று வாழ்ந்து வருபவர். காவல்துறை அதிகாரியாகப் பணியாற்றிவிட்டுப் பின்னர் வழக்கறிஞராகி இருக்கும் அவரைப் பற்றியே இம்மாதம் நாம் பேசப்போகிறோம்.

சிங்கப்பூரில், 1961ஆம் ஆண்டு, அச்சுதன் இராஜூ நாயர், பத்மாவதி எனும் தம்பதியருக்கு இரவீந்திரன் மூன்று தங்கை களுடன் மூத்த மகனாகப் பிறந்தவர். சகுந்தலாவை மணந்து, அரிவிஷ்ணு என்ற மகனையும், மீனாட்சி என்ற மகளையும் பெற்றெடுத்து, அவர்களுக்குத் திருமணத்தையும் செய்வித்து விட்டு, ஒரு நிறைவான வாழ்க்கையைத் தற்போது வாழ்ந்து கொண்டிருக்கிறார்.

இரண்டாம் மொழியாக மலாய் மொழியைப் பள்ளியில் கற்றவர். 'ஓ' லெவல் படித்துவிட்டு 1978ல் தமது 17ஆவது வயதில், காவல் துறையில் ஒரு சாதாரணக் கடைநிலைக் காவலர்

(Constable) பணியில் சேர்ந்தார். தொடக்கத்தில் Central Police Divisionயில் பணிசெய்தபின், குற்றப் பிரிவில் (Crime) 4 ஆண்டுகள் வேலைபார்த்துவிட்டு, Investigation எனப்படும் துப்பு துலக்கும் துறையில் 13 ஆண்டுகள் நாட்டுக்குச் சேவை புரிந்தார். இறுதியாக Police Intelligent பிரிவில் இறுதிவரை தொடர்ந்து பல ஆண்டுகள், ஆக, 42 ஆண்டுகள் மொத்தமாகக் காவல்துறையில் பணியாற்றியுள்ளார்.

படிப்படியாகப் பதவி உயர்வு பெற்று இறுதியாக Assistant Superintendent Of Police எனும் உயர்ந்த பதவியில் பணியாற்றிவிட்டுப் பணிநிறைவை ஓராண்டுக்கு முன்னதாகவே, ஓய்வூதியத்திற்குப் பங்கம் வராமல், 2020ல் கேட்டுப் பெற்றுக்கொண்டுள்ளார்.

காவல்துறையின் புலனாய்வுத் துறையில் பணியாற்றும்போது பல சுவையான சம்பவங்கள் நிகழ்ந்திருக்கின்றன. அவையெல்லாம் அவர் மனத்தைப் பெரிதாகப் பாதிக்கவில்லை. ஆனால், குற்றம் சுமத்தப்பட்டவர்கள் அல்லது தண்டனை பெற்றவர்கள் திருந்தி இவரைப் பார்த்து நன்றி தெரிவித்த நிகழ்ச்சிகள்தாம் இவருடைய மனத்தைப் பெரிதும் பாதித்திருக்கின்றன.

அரசாங்கத்தின் அங்கமான நீதிமன்றம், குற்றம் புரிந்த வர்கள் திருந்திடவேண்டும் என்பதற்காகத்தான் தண்டனை கொடுக்கிறார்கள்.

'குற்றவாளிகளைக் கண்டுபிடித்துவிடுகிறேன். ஆனால், அக்குற்றவாளி எந்தச் சந்தர்ப்பத்தில், எந்தச் சூழலில், எந்த

மனநிலையில் அக்குற்றத்தைப் புரிந்துவிட்டார் என்பதை அறிந்து அவரை நல்வழிப்படுத்திடவேண்டும் என்ற நல்நோக்கத்தில் மீண்டும் திருந்திடும் ஒரு வாய்ப்பைக் கொடுத்திடச் சிந்திக்கிறேன். சட்டப்படி அந்த வாய்ப்பை நானாகக் கொடுத்திட முடியாது. அதற்காக உழைத்து, எந்த விதியின்கீழ் அவருக்கு உதவிடலாம் எனச் சட்ட நுணுக்கங்களை ஆய்ந்து A G Chambers போன்ற தொடர்புடைய துறைகளுக்கு எழுதி அனுமதி வாங்கிப் பலருக்கு உதவியிருக்கிறேன்.

'இரண்டாவதாக, ஒரு குற்றவாளியின் குற்றத்தைப் பொறுத்து, குற்றப்பத்திரிகை தயார் செய்து, ஒருவாரம் காவல் நிலையத்திலேயே (Remond) வைத்திருப்போம். அந்த நாள்களில் ஒருநாள் குற்றம் சுமத்தப்பட்டவர்களைச் சந்தித்து ஆலோசனை (Counceling) செய்வது என் வழக்கம். அந்த நேரத்தில் அவர் களுக்குப் புத்திமதிகளை எடுத்துச் சொல்வேன். பின்னர் தண்டனை அனுபவித்துவிட்டு என் அலுவலகம் வந்து என்னைப் பார்த்து மனமெய்களால் நன்றி சொல்லும்போது, மனித நேயமிக்க காவல்துறை அதிகாரியாகிய நான் நெகிழ்ந்துவிடுகிறேன். அவர்கள் பின்னர்த் திருந்திய வாழ்க்கையைத் தொடங்கும்போது மனம் பூரித்துப்போய்விடுகிறேன்' என்கிறார்.

மனிதநேயம் என்பது மற்றத் துறைகளில் இருப்பவர்களைக் காட்டிலும், இராணுவத்தினருக்கும், காவல்துறையில் பணியாற்று பவர்களுக்கும் குறைவு என்ற தவறான பார்வை நமது மக்களிடையே இருக்கிறது. ஆனால், நமது இராஜூ, புகழ்பெற்ற அமெரிக்க இராணுவத் தளபதி இராபர்ட் போல் போன்றோர் அதற்கு விதிவிலக்காக விளங்குபவர்கள்.

ஒருமுறை இராபர்ட் புகைவண்டியில் தம் இராணுவச் சிப்பாய்களுடன் பயணம் மேற்கொண்டிருந்தார். அப்போது ஒரு நிறுத்தத்தில் ஏறிய ஓர் ஏழைப்பெண் இடமில்லாமல் நின்றுகொண்டே வந்தார். யாருமே பெண்ணைப் பற்றி நினையாத நேரத்தில், தளபதி எழுந்து நின்றுகொண்டு, அப்பெண்ணுக்கு அமர இடங்கொடுத்தார். இதைக் கண்ணுற்ற வீரர்கள் எழுந்து 'நான் முந்தி, நீ முந்தி' எனத் தளபதிக்கு இடம்கொடுக்க முன்வந்தார்கள். அவர்களைப் பார்த்து, 'ஓர் ஏழைப் பெண்ணுக்கு இடம்கொடுக்க முன்வராத நீங்கள், தளபதியாகிய எனக்கு இடம்கொடுக்க முன்வருகிறீர்கள். எளியோரிடத்தும் இரக்கம் காட்டும் நற்பண்பு ஆழமாக உங்கள் மனத்தில் பதியவேண்டும் என்பதற்காகவே கடைசிவரை நான் நின்றுகொண்டே வருகிறேன்' என்றாராம்.

இரவீந்திரன் தம் பணியின்போது குற்றவாளிகளுக்கு உதவு வதற்காக ஆய்வுகள் பல மேற்கொள்ளும்போது தான் சட்டம் படிக்க வேண்டுமென்று கனவு காண்கிறார்.

"உறங்கும்போது வருவதன்று கனவு; உன்னை உறங்க விடாமல் செய்வதே கனவு" என்று இந்தியாவின் முன்னாள் அதிபர் அப்துல் கலாம் சொன்ன மணிமொழிதான் இவர் வாழ்க்கையில் நடந்தது. அதோடு மட்டுமல்லாமல், இராஜூவின் மகன் சட்டப் படிப்பைப் படிக்காவிட்டாலும், சட்டத்தைப் படித்துவிட்டு வழக்கறிஞர்களே பாராட்டும் விதமாகப் பல வழக்கறிஞர்களுக்கு Paralegalலாக உதவி செய்துகொடுக்கும் தொழிலைச் செய்து கொடுப்பதையெல்லாம் பார்த்து, இவருக்குச் சட்டம் படிக்கவேண்டுமென்ற மனவெழுச்சி மேலும் மலரத் தொடங்கியது.

இரவீந்திரன் தமது 45ஆவது வயதில் அதாவது 2002ஆம் ஆண்டு லண்டன் பல்கலைக் கழகத்தில் External Law Programme வழி LLB படிப்பைச் சிங்கப்பூர்க் காவல் துறையில் பணியாற்றிக்கொண்டே நான்கு ஆண்டுகளில் படித்து முடித்து ஒரு பட்டதாரி ஆகிவிட்டார். இந்தப் படிப்பை வைத்துக்கொண்டு நீதி மன்றங்களுக்குச் சென்று வாதாட முடியாது. காவல் துறையில் பதவி உயர்வு பெறுவதற்கு அவர்களுடைய அனுபவங்களும், சாதனைகளும்தான் முக்கியம் என்றாலும் இவர் படித்த LLB படிப்பும் சிறிது உதவியது என்கிறார்.

திரு. B.J.Lean எனும் வழக்கறிஞர் இவருடைய நெருங்கிய நண்பராவார்; மிகவும் திறமையானவர்; பழகுவதற்கு இனிமை யானவர்; நட்புக்கு முன்னுரிமை கொடுப்பவர். அவருடன்

பழகக்கூடிய வாய்ப்பு தமக்குக் கிட்டியதைப் பெருமையாகக் கருதுகிறார். ''அடிக்கடி அவருடன் பழகியும் கூடிப்பேசியும் வந்ததால், சட்டத்தின்பால் மேற்கொண்டு ஈர்ப்பு எனக்கு அதிகரித்துக்கொண்டே போயிற்று. எனக்கு முன்மாதிரியாக (Rollmodal) விளங்கியவர் திரு. Leanதான்'' என்று முகம் மலர்ந்து சொல்கிறார்.

நண்பர்களும், புத்தகங்களும் குறைவாக இருக்கலாம். அந்த நூல்கள் பயனுடையனவாக இருக்க வேண்டும்; அந்த நண்பர்கள் நல்லவர்களாக இருக்க வேண்டும். இவருக்குத் திரு Lean அப்படி ஒரு நல்ல நண்பர் ஆவார்.

ஊடகத் துறையில் புகழ்பெற்று விளங்கியவரும், தமது தமிழ்மொழியால், அதன் அழகு உச்சரிப்பால் அரங்கைக் கட்டியாளும் திறன்கொண்டவரும், வசீகரத் தோற்றம்கொண்டவரும், சிங்கப்பூர் மக்களுக்கு நன்கு அறிமுகமானவருமான திரு. உதுமான்கனியும் காவல்துறையில் பணியாற்றிக்கொண்டே சட்டம் படித்து முடித்து வழக்கறிஞரானவர். சமகாலத்தில் காவல்துறையில் பணியாற்றிய அவரைப்போலவே தாமும் வழக்கறிஞராக வேண்டும் என்று இரவீந்திரனுக்கு ஆசை வந்ததுண்டு என்கிறார்.

அதன் பலனாக, புதிதாக SIM பல்கலைக்கழகமாக இருந்து, தற்போது சமூக அறிவியல் பல்கலைக்கழகமாக (SUSS) உரு மாறிய கல்வி நிலையத்தில் 2017ஆம் ஆண்டு மாலைநேர சட்டப் படிப்பில் தம்மை ஒரு மாணவனாகப் பதிவு செய்துகொண்டார். ஏற்கனவே LLB முடித்திருக்கிறார். அது இங்கிலாந்து நாட்டின் சட்டத்தை அடிப்படையாகக்கொண்டது. ஆனால், இங்குச் சிங்கப்பூர் நாட்டிற்கு ஏற்ற சட்டங்களைப் படிக்க வேண்டும். சட்டப்படிப்பை இந்நாட்டில் SMU, NUS & SUSS ஆகிய மூன்று இடங்களில் படிப்பிக்கிறார்கள். குறிப்பாக SUSS™ படித்து வெளியேறும்போது ஒருவர் நீதிமன்றம் செல்லக்கூடிய அளவுக்கு அவரைத் தயார்செய்து முழுமையான வழக்கறிஞராக உருவாக்கிவிடுகிறார்கள் என்று தம் பல்கலைக் கழகத்தைப்பற்றிப் பெருமையாகக் குறிப்பிடுகிறார்.

சட்டப்படிப்பைத் தொடங்கியபோது கால் முட்டியெலும்பு அறுவைச்சிகிச்சை செய்துகொண்ட இராஜு, வீட்டிலிருந்தவாறே நான்கு மாதங்கள்வரை நண்பர்களின் உதவியுடன் கல்லூரியின் பாடங்களைப் படித்திருக்கிறார். பின்னர் நாள்தோறும் காவல் துறைப் பணியை முடித்துவிட்டு, மாலை 7 மணிக்குச் சென்றால் வகுப்பு முடிய இரவு 10 மணி, சில நேரங்களில் 12 மணிகூட

ஆகிவிடுமாம். இந்த மூன்று ஆண்டுகளில் குடும்பப் பொறுப்பை நிறைவேற்றிக் கொடுத்திருக்கிறார்; மகளுக்கும், மகனுக்கும் திருமணம் செய்து வைக்க வேண்டிய சூழல் உருவாயிற்று. அன்றாடம் படிப்புத் தொடர்பான வீட்டுப் பயிற்சிகளைச் தயார்செய்துகொள்ள வேண்டும். அதே நேரத்தில் குடும்ப உறவினர்களைச் சந்திப்பது போன்ற குடும்பம் மற்றும் நட்பு வட்டாரத்தின் நிகழ்ச்சிகளில் பங்கேற்பதைத் தவிர்த்துக்கொண்டு படிப்பில் கவனம் செலுத்தினார்.

ஒரு குறிக்கோளை அடைய முற்படுகிறவன் சில தற்காலிக மகிழ்ச்சிகளை இழந்துதான் ஆகவேண்டும் என்கிறார்.

அர்ச்சுனன் அம்பை எய்ய எத்தனிக்கும்போது, 'மரம் தெரிகிறதா?' என்று கேட்பார்களாம். 'தெரியவில்லை' என்பானாம். 'கிளை தெரிகிறதா?' என்று கேட்டால் 'தெரியவில்லை' என்பானாம். 'கிளி தெரிகிறதா?' என்று கேட்டால் அதற்கும் 'தெரியவில்லை' என்று பதில் அளிப்பானாம். பிறகு 'என்னதான் தெரிகிறது?' என்று கேட்கும்போது, 'எனக்குக் கிளியின் கழுத்து மட்டும்தான் தெரிகிறது' என்பானாம். அதேபோல தமது ஆசாபாசங்களை மறந்து, இரவீந்திரனுக்கு 'எப்படியும் படித்து முடித்துவிடவேண்டும்' என்ற ஒரே குறிக்கோளில் தம் சுக துக்கங்களைத் தியாகம் செய்தார்.

ஒருமுறை, புராணகாலத்தில், பெண்கள் குளத்தில் குளித்துக் கொண்டிருந்தார்கள். வியாசர் அந்த வழியே வருகிறார் என்றவுடன் எல்லாப் பெண்களும் உடைகளைச் சரிசெய்து மானத்தை மறைத்துக் கொண்டு நீராடினர். சற்று நேரத்தில் வியாசர் மகன் சுகர் அதே வழியாக வந்தான். பெண்கள் யாரும் அவன் வருகையைக் கருத்தில் கொள்ளாமல் உல்லாசமாக ஆடிப்பாடிக் குளித்திருக்கின்றனர். இதையறிந்த வியாசர் வியப்படைந்து காரணம் கேட்டிருக்கிறார். அப்பெண்கள் அதற்கு இப்படியாகச் சொன்னார்களாம்: 'உங்கள் கண்களுக்கு மரம், செடி, கொடி, தண்ணீர், மலை, குளிக்கும் பெண்கள், அவருடைய அங்கங்கள் எல்லாம் தெரிகின்றன. ஆனால், உங்கள் மகன் சுகாச்சாரியாருக்கு இவையொன்றும் தெரிவதில்லை; அவர் எதைநோக்கிச் செல்கிறாரோ அதே சிந்தனையில் செல்கிறார். அதனால்தான் நாங்கள் சுதந்திரமாக நீராடினோம்' என்றனராம். இதைக்கேட்ட வியாசர் வெட்கித் தலைகுனிந்ததாகப் புராணம் சொல்கிறது. இராஜூ வெற்றி ஒன்றே குறிக்கோளாகப் படித்தார் என்பதற்காகவே இச்சம்பவம் இவ்விடத்தில் சொல்லப்படுகிறது.

பணிநிறைவு வயதான 60க்கும் முன்பே தமது 59ஆவது வயதில் 2019 ஆம் ஆண்டு பணியிலிருந்து ஓய்வைத் தாமாக முன்வந்து பெற்றுக்கொண்டார். காரணம், இறுதியாண்டு தேர்வைக் கவனமுடன் எழுத வேண்டும். ஒரு சட்ட நிறுவனத்தில் முழுநேர பயிற்சி பெறவேண்டும். Part 'B' Bar Courseஐ 6 மாதங்கள் நேரிடையாக எடுக்க வேண்டும். இப்படியாக முழு நேரத்தையும் செலவிட்டு 2020ஆம் ஆண்டுத் தேர்வில் தேர்ச்சி பெற்று Juries Doctor எனும் சிங்கப்பூரின் அதிகாரபூர்வமான வழக்கறிஞர் பட்டத்தைப் பெற்றார்.

2020 ஆண்டு டிசம்பரில் புகழ்பெற்ற Peter Ong Law Corporation எனும் சட்ட நிறுவனத்தில் இணைந்து Practice Trainee ஆகப் பதிவு செய்துகொண்டுள்ளார். இவ்வாறான நடைமுறைகளையெல்லாம் முடித்த பின்புதான் 2021இல் நீதிமன்றங்களுக்குள் ஒரு வழக்கறிஞராக நுழைந்து வழக்குகளை நடத்த முடியுமாம்.

இவையெல்லாம் எப்படி இரவீந்திரனுக்குச் சாத்தியமாயிற்று?

ஒழுக்கம், கடப்பாடு, தியாகம் செய்யும் மனப்பான்மை, மனவுறுதி, இவற்றோடு தொழிலில் ஆர்வமும், வாழ்வில் குறிக்கோளும் இருந்தால் வெற்றி நிச்சயம் என்கிறார்.

கிடைக்கும் நேரத்தை முன்னுரிமை அடிப்படையில் பிரித்துக் கொள்ள வேண்டும். அந்தந்தக் காலத்திற்கு ஏற்பத் தேவையான பிரச்சினைக்கு அதிகநேரத்தையும், அவசரத் தேவை யில்லாதவற்றிற்குக் குறைந்த நேரத்தையும் வகுத்துக்கொள்ளும் துணிவும் மனப்பக்குவமும் நம்மிடம் இருக்க வேண்டும். போருக்கு வாளை எடுத்துக்கொண்டு செல்பவன், கடிக்கும் எறும் புக்குப் பதில் சொல்லிக்கொண்டிருக்கக் கூடாது. போரில் வாகைசூடவேண்டுமென்ற நோக்கம் நிறைவேற உழைக்கிற வனுக்கு, வழிதவறிப்போக நியாயமும் இல்லை என்கிறார் இரவீந்திரன்.

காலத்துக்கேற்ற கணினிப் பயன்பாட்டு முறைகூடத் தெரியாமல்தான் இருந்திருக்கிறார். தன்னை ஒரு சாதாரண மாணவனாகக் கருதிக்கொண்டு, சக மாணவர்களிடம் மணிவிழா கொண்டாட இருக்கும் இவர் கேட்டுத் தெரிந்துகொண்டிருக்கிறார். எதிர்மறையான உணர்வுகள் தோன்றும்போது, மனச்சோர்வு ஏற்படுங்கால், விருப்பமான இசையைச் செவிமடுத்துத் தம் மனத்தை மடைமாற்றம் செய்துகொள்ளும் இயல்பை அவரைப்போல் எல்லோரும் பின்பற்றவேண்டும்.

மனிதனின் ஆரோக்கியத்திற்கு உடற்பயிற்சி எவ்வளவு இன்றியமையாமை என்பதைப் பூரணமாகத் தெரிந்து வைத்திருப்பதுடன் வாழ்க்கையில் நடைமுறைப்படுத்தியும் வருகிறார். குறைந்தது வாரத்திற்கு மூன்று நாள்கள் அதிகாலை எழுகிறார்; நீச்சல் குளம் சென்று நீந்துகிறார்; வேகமாக நடக்கிறார்; உடற்பயிற்சி செய்கிறார். அதனால், உடலை நல்ல திடகாத்திரத்துடனும் ஆரோக்கியமாகவும் வைத்திருக்கிறார்.

மனமும் சிந்தனையும் செயலும் தூய்மையாக இருப்பதால் ஓர் இளைஞரைப்போல் அழகாகத் தோற்றமளிக்கிறார். இப்படிப்பட்ட நற்செயல்களினால்தான் அன்றாடப் பணிகளைத் தொய்வின்றிச் சுறுசுறுப்பாகச் செயல்பட முடிகிறது என்கிறார். அத்துடன் தொடர்ந்து தம்மை ஊக்கப்படுத்தி வரும் தம் குடும்ப உறுப்பினர்களை எண்ணிப் பெருமைப்படுகிறார்.

சென்ற நூற்றாண்டின் உலகப் புகழ்பெற்ற எழுத்தாளர்களில் முன்வரிசைக்காரர் நமது மகாத்மா காந்தி அடிகளுக்குப் பிடித்தமானவர் லியோ டால்ஸ்டாய். திருக்குறளின் பெருமையை, சிறப்பைக் காந்திக்குச் சொன்னவர். இவ்வளவு சிறந்த சிந்தனையாளராக இருந்தும் அவருடைய இல்லத்தரசியின் ஒத்துழைப்பும், மன ஒற்றுமையும் இன்மையால் கோபமுற்ற டால்ஸ்டாய் புகைவண்டி நிலையத்திற்குச் சென்று தங்கிவிட்டவர், இறுதியில் அங்கே இறந்துகிடந்தாராம். ஆனால், நமது இரவீந்திரனுக்கோ மனைவியின் ஒத்துழைப்பைப் பொறுத்தவரையில் முழுமையாகக் கிடைத்தது என்பதை மனம் விட்டு மகிழ்ச்சியாகச் சொல்கிறார்.

2020 டிசம்பரில் ஒரே நேரத்தில் சிங்கப்பூரில் உள்ள பெரும்பான்மையான ஊடகங்கள் இராஜூ இரவீந்திரனைப்பற்றியே பேசின. ஏன்?

சட்டப்படிப்பைப் படித்து முடித்துவிட்டார் என்பதாலா? இல்லை. சிங்கையில் ஓராண்டுக்கு ஐந்நூற்றுக்கும் அதிகமான மாணவர்கள், தங்கள் இருபத்தி நான்கு வயதுக்குள் சட்டம் படித்து முடித்துவிட்டு வருகிறார்கள். ஆனால் இரவீந்திரன் தமது அறுபதாம் அகவையில் படித்து முடித்தார் என்பதுதான் ஓர் அரிய செய்தியாக எல்லோர் கண்களிலும் தெரிந்தது.

காலம் கடந்து படிப்பது என்பது எளிதானதும் இல்லை; இயல்பானதும் இல்லை.

படித்துச் சாதனை புரிய வேண்டும் என்று எண்ணுபவர்களுக்கு, வயதாகிவிட்டதே என்று பயப்படுபவர்களுக்கு, நம்மால் முடியுமா என்று தயங்குபவர்களுக்கு இராஜூ இரவீந்திரன் ஓர் எடுத்துக்காட்டாய் விளங்குகிறார் என்பதை உணர்த்துவதே இந்தக் கட்டுரையின் நோக்கம்.

நீருக்குள் இறங்குவதற்குமுன் பயமாகத்தான் இருக்கும். இறங்கிவிட்டால் கரையேற மனமிருக்காது. அப்படி இறங்கி நீச்சலடித்த இராஜூ, சட்டத்துறையில் அனுபவமும் அறிவும் உடைய தம் மகனையும் சட்டம் படித்துப் பட்டம் பெற ஊக்கப்படுத்தி வருகிறார்.

பிறந்தோம், வளர்ந்தோம், இறந்தோம் என்றில்லாமல் வாழும்போதே ஏதையாவது சாதிக்கவேண்டும். அல்லது எங்கேயாவது பெயர் பொறிக்கப்படவேண்டும். அதைத்தான் இரவீந்திரன் செய்திருக்கிறார். ஒரு மனிதன் இறுதி மூச்சுவரை எதிலேயாவது தம்மை ஈடுபடுத்திக்கொள்ள வேண்டும். அப்போதுதான் வாழ்வில் தொய்வோ, தளர்வோ ஏற்படாது. இவர் காவல் துறையிலிருந்து ஓய்வு பெற்று வீட்டிலிருந்தால் சில ஆண்டுகளில் உடலளவிலும், மனத்தளவிலும் விரைவான முதிர்ச்சி ஏற்பட்டுத் தளர்ச்சி ஏற்பட்டுவிடும். ஆனால், தற்போது இரவீந்திரனுக்கு அதற்கு வாய்ப்பு இல்லாமல் இறுதிவரை உற்சாகத்துடன் இருப்பார் என்று நம்புகிறோம்.

Before you quit - Try;
Before you die - Live - என்பதுதான் நினைவுக்கு வருகிறது.
வள்ளுவன் சொன்ன 'கைம்மாறு வேண்டா கடப்பாடு' என்ற அடிப்படையில்,

தொழில்மூலம் இந்த மனித சமூதாயத்திற்கு உதவி செய்ய வேண்டுமென்ற நல்ல நோக்கத்தைக்கொண்டிருக்கிறார். காவல்துறையினர் பொதுவாகக் கடுமையாக இருப்பார்கள் என்ற எண்ணத்திற்கு மாறானவர். பலாப்பழத்தைப் போல், இவரின் உள்ளம் இனிமையானது; இலகுவானது.

ஒரு மனிதன், எந்த அளவு வெற்றியாளன் என்பதை அவனுடைய பணப்பெட்டியின் கனத்தைப் பொறுத்தோ, சொத்துக்களை வைத்தோ கணக்கிடக்கூடாது. மாறாக, அவன் மனத்தில் நிலவும் உளைச்சல் இல்லா அமைதியில் எழும் மகிழ்ச்சியை வைத்தே முடிவுக்கு வரவேண்டும். அப்படி அமைதி நிலவி மகிழ்ச்சிக் கடலில் நீந்தி விளையாடப் பல காரணங்கள் இருக்கும். ஆனால், இவருக்கோ 60 வயதில் ஒரு புதிய வாழ்க்கைக்குப் புதிய பாதையில் நடைபோட ஒரு பட்டப்படிப்பைப் படித்து முடித்தோம் என்ற மனநிறைவும், தொழில்மூலம் மற்றவர்களுக்கு உதவிக்கரமாக இருக்கப்போகிறோம் என்ற ஆத்ம திருப்தியும்தான் ஆதாரங்களாக நிற்கின்றன.

மனித வர்க்கத்திற்குத் தேவையான அனைத்துப் பொருள்களையும், வசதிகளையும், வாய்ப்புகளையும், அறிவையும் படைத்த பிறகுதான் மனிதன் இவ்வுலகில் படைக்கப்படுகிறான் என்பர். ஆனால், அவற்றைப் பயன்படுத்திக்கொள்ளாமல், அந்த உண்மையை அறிந்துகொள்ளாமல், கோவிலுக்குச் சென்று, இறைவனிடம், 'எனக்கு இதைக் கொடு; அதைக்கொடு' என்று இன்னும் விண்ணப்பம் போடுகிறார்கள். இரவீந்திரன், தமக்குக் கிடைத்த பகுத்தறிவைப் பயன்படுத்தி, குறிக்கோளை அடையத் திறமையையும், உழைப்பையும் பயன்படுத்தி வெற்றி பெற்றுள்ளார்.

அவர் எதிர்காலத்தில் சிங்கப்பூரே போற்றும் அளவுக்குப் புகழ்பெற்ற, திறமையான வழக்கறிஞர் என்று பெயரெடுக்க வேண்டுமென்று 'தேக்கா எக்ஸ்பிரஸ்' வாழ்த்திப் பாராட்டுகிறது.

* * *

5

சிங்கப்பூர்ச் சுற்றுலாத்துறையின் "இந்திய மன்னன்"
நாகை தங்கராசு

நமது முப்பாட்டன் கணியன் பூங்குன்றன் எழுதிய 'யாதும் ஊரே; யாவரும் கேளிர்' என்ற சொற்றொடர் இன்று உலகம் முழுவதும் பேசப்படுகிறது; போற்றித் தூக்கி நிறுத்தப்படுகிறது. சுயநலம் துறந்து, வேற்றுமை மறந்து, வெறுப்புணர்வு தொலைந்து, மனித நல்லிணக்கத்திற்கும், சகோதரத்துவத்திற்கும் வழிகாட்டி மனித வர்க்கத்தை அன்புநெறிப்படுத்தும் வாசகம்தான் அது.

இந்திராகாந்தி, அப்துல்கலாம், மோடி உட்பட அரசியல் தலைவர்கள் பலரும் வெளிநாட்டினர்முன் கணியனின் இச்செய்யுளின் வரியை முன்மொழிந்து, 'எங்கள் நாட்டுக் கவிஞன் ஈராயிரம் ஆண்டுகளுக்கு முன்பே சொல்லிவிட்டான்' என்று பறைசாற்றினார்கள். மேடையிலே எழுந்து நின்று, 'உலக மக்களே நாம் எல்லோரும் உறவினர்களே! என் நாடு, உன் நாடு என்ற வேற்றுமை நமக்குள் வேண்டாம்!' என்று போதித்துக் கைத்தட்டல்களைப் பெறுகிறோம்.

இந்தியாவின் வடபுறத்தில் சீனாவும், பாகிஸ்தானும் தினமும் எல்லையில் அத்துமீறும் செயல்களை நிகழ்த்தியவண்ணம் இருக்கின்றன. இதைப்போல் ஈரான், ஈராக், பாலஸ்தீனப் பிரச்சினைகள் தீர்ந்தபாடில்லை.

◆ புதுமைத்தேனீ மா. அன்பழகன் ◆

குர்திஷ், இலங்கைத் தமிழர் போன்ற இனத்தாருக்கு எழும் ஏற்றத்தாழ்வுப் பிரச்சினைகளுக்கு விடிவே இல்லாத நிலை; தென்தமிழக மீனவர்களைக் 'கடல்நீரில் எல்லை தாண்டுகிறாய்' எனச் சிங்கள இராணுவம் சுட்டு வீழ்த்துகிற சம்பவங்கள் நில்லாத நிலை; ஒரே நிலப்பரப்பு, ஒரே மொழி, ஒரே இனமாக இருந்தும் தென்கொரியா, வடகொரியாக்களுக்கிடையே பிரச்னைகள் ஒய்ந்தபாடில்லை. இந்நிலையில் 'யாதும் ஊரே...' எந்த அளவுக்குச் சாத்தியமாகிறது; எந்த அளவுக்கு உண்மையிலேயே பின்பற்றப்படுகிறது என்ற ஐயம் ஒருபுறம் எழுந்தாலும் பொதுவாக நல்லெண்ண அடிப்படையில் வரவேற்கவேண்டிய இலக்கிய வரிதான்.

சரி! பூங்குன்றன் உலக ஒற்றுமைக்காகத்தான் அப்படிப் பாடினானா? அவனுக்குப் பல்வேறு உலக நாடுகள் பற்றித் தெரியுமா? ஈராயிரம் ஆண்டுகளுக்குமுன் எத்தனை நாடுகளுக்குச் சென்றிருப்பான்? அதற்கான வசதிகள் அப்போது இருந்தனவா? ஆதாரம் உண்டா? இவை நமக்குள் எழும் ஐயங்கள்.

சிலர் இப்படியும் சொல்லலாம். அக்காலத் தமிழன் கடல் வணிகம் மூலம் சீனா, பர்மா, கடாரம், ஜப்பான் போன்ற கீழ்த்திசை நாடுகளுடனும், பாரசீகம், ரோமாபுரி, கிரேக்கம், எகிப்து போன்ற மேல்திசை நாடுகளுடனும் தொடர்பில்

இருந்திருந்தான் எனில் கணியனுக்கு உலகை அறிய வாய்ப்பு இருந்திக்குமல்லவா? என்றும் வாதிடலாம்.

ஆனால், ஒன்றை மட்டும் நம்மால் உறுதியாக யூகிக்க முடிகிறது. அன்றைய தமிழகத்தில் பல்லவர், சேர, சோழ, பாண்டியருக்கிடையிலும், பல குறு நிலமன்னர்களுக்கு இடையேயும், ஒருமொழி பேசும் இனத்தவரிடையே அடிக்கடி சண்டைகள் நடந்து வந்திருக்கின்றன. ஆற்றையும், கடலையும், மலையையும் வைத்துத்தான் நாட்டுக்கு எல்லை வகுத்திருக்க வேண்டும். இலக்கணம் மீறிய கவிதையாக மன்னர்களுக்குள் விதிமீறல்கள் நடந்துகொண்டிருந்தன. அவர்களுக்கிடையிலான சண்டைகளுக்குப் பொறாமை, விரோதம், சுயநலம், வீரத்தைக் காட்டிக்கொள்ளும் பெருமை, பேராசை, கொடுத்த வாக்குறுதி, தற்பெருமை, சினம் போன்ற ஏதாவதொரு காரணத்தைக் கொண்டு, சமர் நடந்துகொண்டிருந்ததைப் பார்த்த கணியன், ஔவையாரைப் போல் போர் நிறுத்தங்களை விரும்பி, ‘யாதும் ஊரே; யாவரும் கேளிர்’ என்று பாடியிருக்கவேண்டும் என எண்ணுவது ஒரு நடைமுறைச் சாத்தியமான பார்வை.

ஆனால், எப்படியோ, அக்கூற்று இன்று இவ்வையகத்திற்கே பொருந்தி வருகிறது.

அமெரிக்கா, லத்தீனை ஒத்த சில நாடுகள் புதிதாக உலகில் கண்டுபிடிக்கப்பட்டன.

தமிழர்களாகிய நாம் வரலாறு, நாகரிகம், பண்பாடு, உலகின் மூத்த குடி, முதல்மொழி பேசுபவர்கள் என்ற பெருமை பேசிக்கொண்டே இருந்துவிட்டோம். அது உண்மையாக இருந்தாலும், அதற்குப் பின் வந்த கிரேக்கர்களும் ரோமாபுரியர்களும் உலக வரலாற்றைக் கொஞ்சம் திசை திருப்பி விட்டார்கள். உலகத் தத்துவத்திற்கும், அறிவுப் புரட்சிக்கும், பாண்பாட்டு நாகரிகத்திற்கும், வீரத்திற்கும் உரிமை கொண்டாடி னார்கள். அதன் பிறகு அமெரிக்காவும், இங்கிலாந்தும், ஜப்பானும், இப்போது சீனாவும் உலகப் போக்கையும், பழமைச் சிந்தனையையும் மாற்றி, புதிய வரலாற்றைப் படைத்துக்கொண்டு வருகின்றன.

நாளை காற்று எத்திசை நோக்கி வீசுமோ? தெரியவில்லை.

உலக மாற்றங்களைப் போலவே மனித மனங்களுள்ளும் பல மாற்றங்கள் நிகழ்ந்தவண்ணம் இருக்கின்றன.

இன்றைய மனிதர்களில் வறுமைக்கோட்டைத் தாண்டிய வர்கள், தேவைக்குமேல் பொருளீட்டியவர்களில் சிலர் தற்போது

கிணற்றுத் தவளைகளாக நாம் இருந்துவிடக் கூடாது என்று நினைத்து, தாம் வாழ்ந்த பகுதிகளைக் கடந்து மற்ற நாட்டினர் எப்படி வாழ்கிறார்கள், அவர்களின் வரலாறு என்ன? வாழ்க்கை முறை என்ன? அவர்களின் பண்பாடு என்ன? இன்றைய அவர்களின் வளர்ச்சி எப்படி இருக்கிறது? என்று அறிய விரும்புகிறார்கள்; தெரிந்துகொண்டு அறிவுபெற விழைகிறார்கள்; இன்புற எண்ணுகிறார்கள். தாம் கண்டவற்றைப் பிறருக்குச் சொல்லி மகிழ நினைக்கிறார்கள்.

இதனால்தான் சுற்றுலாத்துறை இன்று உலக அளவில் வளர்ச்சி கண்டு வருகிறது. அதற்கு ஏற்றாற்போல் அறிவியல் விஞ்ஞானத்தின் நீட்சிக் கூறுகளான, போக்குவரத்து, தொலைபேசி, தொலைக்காட்சி, கணினி போன்றவற்றால் விரிந்து பரந்து கிடந்த உலகம் இன்று கைக்குள் அடங்கிச் சுருங்கி விட்டது. அதனால் உலகின் பல நாடுகளை நேரில் பார்த்து வர மக்கள் புறப்பட்டுவிட்டார்கள்.

பல நாடுகள் இன்று சுற்றுலாவை நம்பியே வாழ்கின்றன. அந்நாடுகளின் வரவு செலவுக் கணக்கில் சுற்றுலாத்துறை சிறப்பானதொரு இடத்தைப் பிடித்து, பொருளாதார வரவை இருப்பாக்கிவிடுகின்றன. அப்படிப்பட்ட சூழலில் எந்தவிதமான இயற்கை வளங்களும், கனிம வளங்களும் இல்லாத சிங்கப்பூர் இன்று உலகத்தின் ஒரு சந்தையாக்கப்பட்டுவிட்டது. இந்தச் சந்தைக்கு வந்துபோவேரே சுற்றுலாத்துறை வளர்வதற்கு ஆதாரமாய் விளங்கி நிற்கிறார்கள் எனலாம்.

தமிழகம், நாகப்பட்டினத்தில் 1940இல் பிறந்து, 1956இல் சிங்கப்பூர் வந்திறங்கியவர் தங்கராசு எனும் இளைஞர். சிறுவயதில் நாகை பின்லே தொடக்கப்பள்ளியில் சேர்ந்து படிக்கத்தொடங்கினார். பின்னர்ச் சிங்கப்பூருக்கு வரப்போகிறார் என்பதனால் தாய்வழி பாட்டி வீடு உள்ள மன்னார்குடியை அடுத்த கடுக்காகாடு எனும் ஊரில் தங்கிக்கொண்டு தம் 16 வயதுவரை மன்னார்குடியில் அதே பெயருடைய பின்லே பள்ளியில் படித்தார்.

அப்படிப்பட்ட ஒரு சாதாரண மனிதர், இன்று சிங்கப்பூர்ச் சுற்றுலாத் துறையில் கொடிகட்டிப் பறக்கிறார். வெளி நாடுகளிலிருந்து வரும் சுற்றுலாப் பயணிகளுக்குத் தங்கும் இடத்திற்கு முன்பதிவு செய்தல், விமான நிலையத்திற்குச் சென்று அழைத்து வருதல், சுற்றுலா முடிந்தவுடன் கொண்டுபோய் விடுதல், மூன்று வேளைகளுக்கும் ஏற்ற உணவு அளித்தல்,

சுற்றிப்பார்க்கும் இடங்களைத் தேர்வு செய்வதோடு அங்கெல்லாம் அவரவர் இருப்பிடத்திற்கே சென்று அழைத்துப் போகுதல், சலுகை விலைகளில் அங்காங்கே நுழைவுச் சீட்டுகளைப் பெற்றுக்கொடுத்தல், திரும்பத் தங்கும் விடுதிகளுக்குக் கொண்டுபோய் விடுதல் ஆகிய செயல்பாடுகளைக் கொண்ட நிறுவனத்தின் உரிமையாளர்தான் இம்மாத நமது கட்டுரை நாயகன் போப்ராஜ் எனும் நாகை தங்கராசு அவர்கள்.

சிங்கப்பூர் வந்த தங்கராசு இங்கேயும் சில ஆண்டுகள் படித்தார். மேற்கொண்டு படிக்க விரும்பாமல், ஒரு பள்ளிக் கூடத்தில் பரிசோதனைக்கூடத்தில் உதவியாளராகப் பணியியில் சேர்ந்தார். அதன் பின்னர் வாகன ஓட்டுநர்களுக்கான பயிற்சியைக் கொடுக்கும் தொழிலைத் தொடங்கினார்.

அதைத் தொடர்ந்து தொழில் செய்வதிலேயே ஆர்வம் கொண்டு விளங்கினார். கப்பலுக்கு வேண்டிய பொருள்களை விநியோகம் செய்யும் தொழிலை ஆரம்பித்தார்.

சிங்கப்பூர் வந்திறங்கும், இந்திய அரசு நிறுவனமான ஷிப்பிங் கார்ப்பரேஷன் ஆப் இண்டியாவின் அனைத்து இந்தியக் கப்பல்களுக்கும் தேவை தொடர்பான எல்லாவிதமான சேவை களுக்கும் 'ஜும்மாபாய் அண்ட் சன்ஸ்'தான் முழு முகவராய் இருந்தது. அந்த நிறுவனத்திற்கு நாகை தங்கராசு துணை விநியோகப்பாளர் (sub-Agent) ஆனார். கப்பலின் மாலுமிகளை வரவேற்பது, விடுதிகளுக்கு அழைத்துச் சென்று தங்க வைப்பது, அவர்களுக்கு வேண்டிய வசதிகளைச் செய்துகொடுப்பது, கப்பலுக்கு வேண்டிய உணவுப் பொருள்கள் உள்பட அனைத்து உபயோகப் பொருள்களை விநியோகிப்பது போன்ற சேவைகள் தங்கராசின் பொறுப்பாகும். வருமானமும் மிகுதியாகவே கிடைத்தது.

ஜாக்குலைன் கென்னடியை மறுமணம் புரிந்த உலகின் பெரிய செல்வந்தரான ஒனாஸிஸ் மாரிடைம் (Onassis Maritime Shipping {Greece} company) கப்பல்களுக்குப் பொருள்கள் விநியோகம் (Ship Chandler) செய்ததை இன்றும் பெருமையோடு நினைவுகூர்கிறார்.

தமக்கு ஏற்பட்ட அனுபவங்களையும், ஆர்வத்தையும், திறமையையும், உழைப்பையும் மூலதனமாக்கி, 1990ல் சுற்றுலாத் துறையில் 'ஜோஸ்கோ' எனும் பயண நிறுவனத்தைத் தொடங்கினார். தமது ஐம்பதாவத வயதளவில்தான் தொழிலை விரிவுபடுத்தத் தொடங்கினார். அதன்பிறகுதான் நாடும் அவரைத் தொழில் அடிப்படையில் அறியத் தொடங்கியது. அதுமுதல் அவருடைய புகழ் வெகுவாகச் சிங்கப்பூரரிடையே பரவியது.

தமக்குத்தான் 50 வயதாகிவிட்டதே இனி இந்தத் தொழிலை விரிவுபடுத்த இயலுமா? வெற்றி பெற முடியுமா? என்றெல்லாம் யோசிக்காமல் "உன்னால் முடியும் தம்பி" என்ற சொற்றொடர் அவருடைய செவியில் ஒலித்துக்கொண்டே இருந்ததனால் முழுக் கவனத்தையும் தொழிலில் செலுத்தினார். பலருக்கு வேலை வாய்ப்புகளை உருவாக்கிக் கொடுத்தார்.

செந்தோசா தீவின் சுற்றுலாத்துறை ஆண்டுதோறும் சீனப் பெருநாளின்போது அனைத்துச் சுற்றுலா முகவர்களையும் பெருமைப்படுத்துவது வழக்கம். அதிகமான சுற்றுலாப் பயணிகளை அழைத்து வந்தவர்கள் என்ற வரிசையில்

தங்கராசுக்கு முதலிடம் கொடுத்துப் பல ஆயிரம் முகவர்களுக்கும், மக்களுக்கும் மத்தியில் இதோ "இண்டியா கிங்" என்று எல்லோர் முன்னிலையில் விளித்து அழைக்கப்பட்டு, சிவப்பு விரிப்பு மேஜையில் அமரச் செய்து, 20ஆயிரம் வெள்ளி மற்றும் மோண்ட் பிளாக் பேனா போன்ற பல பரிசுப் பொருள்கள் கொடுத்துச் சிறப்பு செய்வார்கள். இதனால், சில சீன முகவர்கள் பொறாமைகொண்டு கேள்வி கேட்பதுகூட உண்டாம்.

இன்றைய மகாராஷ்டிரா மாநில முதல்வரின் குடும்ப உறவினர்களின் சுற்றுலா நிறுவனமான கேசரி (Kesari Tours) இந்தியாவில் ஒரு பெரிய நிறுவனம். அது சிங்கைக்கு அனுப்பும் பயணிகள் அனைவரையும் இவரிடம்தான் அனுப்புமாம்.

யூனிவர்ஸெல் ஸ்டுடியோவின் நுழைவுச் சீட்டுகளை அதிகமாக விற்றவர் என்ற பட்டியலில் தொடர்ந்து முதலிடம் பிடித்தவர் இவர்தான்.

சிங்கப்பூரின் முதன்மையான சுற்றுலாப் பயணிகளின் வருகையாளர்கள் இந்தோனேசியர்களும் இந்தியர்களும்தான் என்று அமைச்சர் ஒருவர் அண்மையில் பேசியதை நம்மிடம்

பகிர்ந்துகொண்டார். அதில் இந்தியப் பயண முகவர்களில் என்றும் முதல் இடத்தில் நிற்பவர் நமது போப்ராஜ்தான். சீனர்கள் அதிக எண்ணிக்கையில் வருகை தந்தாலும், அவர்கள் அதிக நாள்கள் தங்காமல் பெரும்பாலானவர்கள் தாயகம் திரும்பிவிடுவார்களாம். ஆனால், நம் இந்தியர்கள் இங்கு வந்தால் குறைந்தது மூன்று முதல் ஏழு நாள்கள்வரை தங்கிச் செலவழித்துப் பொருள்கள் வாங்கிச் செல்வதால் இந்தியர்களால் அரசுக்கு வருமானம் மிகுதியாகக் கிடைக்கிறதாம்.

தொழிலில் கடுமையான போட்டியும் பொறாமையும் இருந்த காலத்தில் புத்திசாலித்தனமாகச் செயற்பட்டதனால் இவரால் எழுந்து நிமிர்ந்து நிற்க முடிந்தது. ஒரு சுற்றுலாப் பயணி சிங்கப்பூர் வந்தால் அவரால் ஒரு சுற்றுலா நிறுவனத்திற்கு பத்து வெள்ளி வருமானம் வருகிற நிலையில், போப்ராஜ் ஒரு வெள்ளி லாபத்திற்கு அந்தப் பயண ஏற்பாட்டைச் செய்தார். மற்றவர்களுக்கு 50, 100 பேர் கிடைத்தார்கள் எனில் இவரிடம் 1000 பேர்களுக்குமேல் வரத் தொடங்கினார்கள். இது ஒரு வணிக யுத்தி.

பயணிகளுக்கு உணவு கொடுத்து உபசரிப்பதில் தனி மகிழ்ச்சி அடைபவர். உணவகங்களுக்கு முன்கூட்டியே பெருந்தொகை கொடுத்துவைத்து, குறைந்த தொகையில்

சாப்பாட்டின் விலையைப் பேசிமுடிப்பாராம். அதனால் மற்ற முகவர்களைவிட உணவு வழங்குவதிலும் அதிக லாபமும் ஈட்டியவர்.

பணிவோடும் அன்போடும் வரவேற்று, உபசரித்து, உதவிக் கரம் நீட்டும் ஓட்டுநர்களையும், அலுவலக உதவியாளர்களையும் கொண்ட 'Josco GSA Travel Pte; Ltd,' எனும் அந்த நிறுவனம் 181, Kitchener Roadஇல் புகழ்பெற்ற பார்க் ராயல் (Park Royal) விடுதியின் பின்புற முதல் தளத்தில் அமைந்துள்ளது.

100 முதல் 1000 பயணிகள் ஒரே நேரத்தில் வந்தாலும், சமாளிக்கும் திறமை, போக்குவரத்து வாகனங்கள், பலதரப்பட்ட தங்கும் விடுதிகளுடன் நல்ல உடன்பாடு, உணவகங்களுடன் நெருக்கமான வணிகத் தொடர்புகள், போன்ற சகல வசதி வாய்ப்புகளையும் தங்கராசு கொண்டவர். வெளிநாடுகளிலிருந்து படப்பிடிப்புகளுக்காக வருவோர்க்கும், மாநாடு, கருத்தரங்கம் போன்றவற்றிற்காக வரும் குழுவினர்க்கும் இதே உதவிகளைச் செய்து வருகிறார்.

ஆண்டு ஒன்றுக்கு 30லிருந்து 40 ஆயிரம் இந்தியர்கள் இவர்மூலம் சிங்கப்பூர் வந்தார்கள் என ஒரு புள்ளிவிவரம் கூறுகிறது.

கொரோனா காலத்தில் பலநூறு சுற்றுலா நிறுவனங்கள் தொடர்ந்து நடத்த முடியாமல் மூடிவிட்ட நிலையில் போப்ராஜ் தன் நிறுவனத்தின் இயக்கத்தை நிறுத்தவில்லை. இன்று எண்பது வயதைத் தாண்டியும், மனம் தளராமல் காலம் மாறும், என்று காத்திருக்கிறார். பொருளீட்டியது போதும் என்று வெறுமனே இருந்துவிடாமல், இறுதிவரையில் உழைக்க வேண்டும்; தம்மை இயக்கநிலையில் வைத்துக்கொள்ளவேண்டும் என்ற உளவியல் கொண்ட பேருள்ளம் படைத்தவர்.

இவரிடம் உள்ள பேருந்து வாகனங்களைப் பயன்படுத்தித் தொழிலாளர்களை ஒரு இடத்திலிருந்து இன்னொரு இடத்திற்கு அழைத்துச் செல்லும் சேவையை இந்த நெருக்கடி காலத்திலும் செய்து வருகிறார்.

நாகை தங்கராசு அவர்களின் திறமைக்கும் செய்துவரும் தொழிலுக்கும் கிடைத்த வெற்றிக்கு எடுத்துக்காட்டு, சிங்கை அரசின் சுற்றுலாத்துறை, இந்தியப் பயணிகளைக் கையாளும் நிறுவனங்களிலேயே முன்மையான நிறுவனம் என்ற விருதினை அளித்துச் சிறப்பித்துள்ளது.

சமையற்கலையில் ஆர்வம் கொண்ட இவர், இடையிடையே உணவகங்களையும் நடத்தி அனுபவம் பெற்றவர்.

நாகை தங்கராசு குரல் வளம் உடையவர். தமிழகம் மட்டுமல்லாது இந்தியாவில் உள்ள பல சுற்றுலா இடங்கள், கோவில்கள் அவற்றின் சிறப்புச் செய்திகளைச் சேகரித்து அழகுதமிழில் சிங்கை வானொலியில் 1995-97 ஆண்டுகளில் தொடர் விளக்கம் கொடுத்துப் பெருமை பெற்றவர்.

திருமதி சகுந்தலாவை 1968ஆம் ஆண்டு மணந்து இரண்டு மகன்களையும், ஒரு மகளையும் பெற்றெடுத்து, அவர்களையும் சுற்றுலா தொடர்பான தொழில்களைச் செய்ய வழிகாட்டியுள்ளார்.

உணவகம் ஒன்றை மீண்டும் நடத்தத் திட்டமிட்டு வருகிறார்.

தமிழகத்தின் பேரியக்கமான திராவிட முன்னேற்றக் கழகத்தால் புலம் பெயர்ந்தோருக்குக் கொடுக்கப்படும் அண்ணா நூற்றாண்டு விருதினைப் பெற்றவர். செந்தோசாத் தீவு, விடுதிகள், சிங்கப்பூர்ச் சுற்றுலாத்துறை போன்றவற்றிலிருந்து பல பரிசுகளும், விருதுகளும் இவருக்கு அடிக்கடி வந்த வண்ணம் இருக்கின்றன.

நாகையை அடுத்த புத்தூரில் இவரது குலதெய்வம் கோவில் உள்ளது. அப்பகுதி மக்களின் வேண்டுகோளுக்கிணங்க ஒரு மண்டபமே கட்டிக்கொடுத்துள்ளார். அம்மண்டபத்தில், சிறு நிகழ்ச்சிகளை நடத்திக்கொள்கிறார்கள். தங்கராசு விரும்பி ஏழை மாணவர்களுக்குச் சீருடைகளை வழங்கி வருகிறார். அவர்கள் படிப்பதற்கு ஏதுவாக மின் வசதியையும் செய்துகொடுத்துள்ளார்.

மன்னார்குடியை அடுத்த திருமக்கோட்டையில் இருக்கும் ஒரு தொடக்கப்பள்ளியின் நூற்றாண்டு நினைவாக இவர் கட்டிக் கொடுத்த ஒரு பெரிய வளைவு இவர் பெயரைத் தாங்கி நின்று புகழ்பரப்பி வருகிறது.

மன்னார்குடியில் மருது பாண்டியர் திருமணமண்டபம் கட்டுவதற்கு இவர் கொடுத்த பெருந்தொகை பேருதவியாய் இருந்தது என்று அந்த அறக்கட்டளை சொல்கிறது.

கவிஞர் தஞ்சை கூத்தரசன் இவருடைய பெருமைகளைச் சிலாகித்து ‘நாகை தங்கராசு பிள்ளைத் தமிழ்’ என்ற நூலைப் படைத்துள்ளார்.

தமிழ் அமைப்புகள் நடத்தும் பெரும்பாலான நிகழ்வுகளுக்குப் பொருளுதவி செய்து வருபவர். “தமிழ் வள்ளல்” என்று அன்போடு அழைக்கப்படுகிற நாகை தங்கராசு நமது தமிழர்களுக்கு ஒரு முன்னோடியாக, வழிகாட்டியாக விளங்குகிறார். இவருடைய ஐம்பது வயதுக்கும் பின்னைய வரலாற்று வளர்ச்சி, நமக்கு ஓர் உந்துசக்தியையும் உற்சாகத்தையும் தருகிறது.

* * *

6

ஐம்பது வயதுக்குப் பின்பு படைப்பாளராகி விருதுகள் பலபெற்ற
எழுத்தாளர் ஷாநவாஸ்

ஒருவரை அல்லது ஒரு குடும்பத்தாரை நம் இல்லத்திற்கு அழைத்தோமெனில் பகல் உணவு நேரத்தில் அழைப்பதா? இரவு விருந்துக்கு அழைப்பதா? என்றுதான் யோசிக்கிறோம். ஆனால் முன்பெல்லாம் அப்படியேதும் பெரிதாகத் திட்டமிடல் இல்லை. எதிர்பாராதவிதமாக வீட்டுக்கு யாரேனும் வந்துவிட்டால் இருப்பதைக் கொடுத்து உண்ணச் செய்யாமல் அவர்களை அனுப்பமாட்டார்கள். அந்த அளவுக்குப் பிறருக்குக் கொடுக்கக்கூடிய நிலை ஏற்படலாம் என்றெண்ணிச் சற்றுக் கூடுதலாகவே சமைப்பார்களாம். ஆனால், இப்போது தலைகளை எண்ணி, அளந்து, நிறுத்துச் சமைக்கிறோம்.

சிங்கப்பூரில் 'உணவு' தயாரிப்பு முறை, அதன் சிறப்பு என்று இன்று சொன்னால் சிராங்கூன் டைம்ஸ் இதழின் இன்றைய முதன்மை ஆசிரியர் திரு. ஷாநவாஸ் அவர்களின் நினைவுதான் நமக்கு உடனே வரும். அவர் தமது 50 வயதிற்குப் பிறகு இலக்கிய எழுத்துலகில் நுழைந்து எழுதி, பரிசுகளையும் விருதுகளையும் பெற்றுத் திகழ்ந்து வருகிறார் என்பதைத்தான் இம்மாதம் நாம் காண இருக்கிறோம்.

தமிழகத்தில் இருந்தபோது பணியில் இருந்தோம்; பொருளீட்டினோம்; தகப்பனார் வசித்து வந்த சிங்கப்பூருக்கு வந்துவிட்டோம்; பிள்ளைகள் எல்லோரும் வளர்ந்துவிட்டார்கள். அவர்களுக்குக் கல்வியைக் கொடுத்து, பொருளீட்டும் வழியைக் காட்டிவிட வேண்டும்; திருமணத்தைச் செய்து வைக்கவேண்டும் போன்ற பொறுப்புகள் இருக்கின்றன. தொழில் செய்யும் நமக்கு 'இலக்கியம்' 'எழுத்து' இவையெல்லாம் ஐம்பது வயதுக்குமேல் தேவையா? அதெல்லாம் நமக்கு ஒத்து வராது; அத்துடன் அதில் வெற்றி பெறவும் முடியாது என்றெல்லாம் தயக்கம் காட்டாமல், குடும்பச் சூழல் கருதி யோசிக்காமல் எழுதத் தொடங்கினாரே அதுதான் இதைப் படிப்பவர்களாகிய நமக்கு ஊக்கத்தையும் உற்சாகத்தையும் கொடுக்கிறது. எழுதுவதற்கு வயதோ தொழிலோ என்றுமே தடையாய் இருந்ததில்லை என்பதை நினைவூட்டி நமக்கு ஓர் முன்னுதாரண மனிதராக விளங்குகிறார் ஷாநவாஸ்.

தமிழ்நாடு முகவை மாவட்டம் நத்தம் அபிராமம் எனும் கிராமத்தில் 1961ஆம் ஆண்டு பிறந்தார். மலாயா என்று இந்த நாடு ஒன்றாக இருந்தபோது 1940களில் அதாவது இரண்டாம் உலகப் போரின்போது இவரது தந்தை பினாங்குக்கு அழைத்து வரப்பட்டவர். பின்னர்ச் சிங்கப்பூருக்குக் குடிபெயர்ந்ததுடன் இங்கு குடியுரிமை பெற்று, வணிகம் செய்து குடும்பத்துடன் வாழ்ந்து வந்தவர்.

ஆனால், ஷாநவாஸ் மட்டும் பாட்டி வீட்டிலிருந்துகொண்டு தமிழகத்திலேயே படிக்கத் தொடங்கினார். திருச்சி ஜமால் முகமது கல்லூரியில் இளங்கலைப் பட்டத்தையும், மதுரை காமராசர் பல்கலைக் கழகத்தில் முதுகலைப் பட்டத்தையும் படித்து முடித்தார்.

நமக்கெல்லாம் நன்கு அறிமுகமான சிங்கப்பூரின் புகழ்பெற்ற எழுத்தாளரும், வழக்கறிஞரும், காவல் அதிகாரியும், ஊடகத் துறையின் ஒளிவிளக்காகவும் திகழ்ந்து மறைந்த திரு. உதுமான்கனி அவர்களின் நெருங்கிய உறவினர்.

படிக்கும்போதே கவிதை எழுதும் ஆர்வம் கொண்டவராய்த் திகழ்ந்தார். அத்துடன் ஜமால் முகமது கல்லூரியின் தமிழ்ப் பேராசிரியர் புலவர் நைனா முகமது அவர்கள்தான் ஷாநவாஸுக்குத் தமிழ் இலக்கிய ஆர்வம் ஏற்பட முதற்காரணமாய்த் திகழ்ந்தவர். அதனால், அவரையே தம் இலக்கியப் பயணத்தின் முதல் குருவாக ஏற்றுக்கொண்டுள்ளார்.

படிக்கும்போதே இடதுசாரி சிந்தனையுள்ள பொதுவுடமை இயக்கத்தின் துணை அமைப்பாகிய தமிழ்நாடு கலை இலக்கியப் பெருமன்றத்தில் சேர்ந்து மானாமதுரை கிளையின் செயலாளர் பொறுப்பேற்றுச் சொற்பொழிவு, நாடகம், பட்டிமன்றம் போன்ற வற்றிற்கு மேடைகளை உருவாக்கிக் கொடுத்ததோடு தானும் அவற்றில் பங்கேற்றவர். ஒருமுறை குன்றக்குடி அடிகளார் தலைமை வகித்த பட்டிமன்றத்தில் பங்கேற்றதைப் பெருமையுடன் நினைவுகூர்கிறார்.

தமிழகத்தின் புகழ்பெற்ற கவிஞர் மீரா அவர்களின் இதழில் 'அன்னம் விடு தூது' என்ற கவிதையை அன்றே எழுதித் தம் இலக்கியப் பயணத்தைத் தொடங்கியவர். நாடகம் எழுதி இயக்கி நடித்தும் இருக்கிறார்.

சிறுகதை மன்னன் ஜெயகாந்தன், பொதுவுடமை இயக்க ஊடவியலாளர் அறந்தை நாராயணன், திரைப்படப் பாடலாசிரியர் கவி கா.மு. ஷெரிப் போன்ற பெரிய சாதனையாளர்களுடன் பழக்கமும் அறிமுகமும் கிடைத்தை எண்ணிப் பெருமைப்படுகிறார். குறிப்பாகக் கவியரசு கண்ணதாசன் அவர்களைச் சந்திக்க வேண்டும் என்ற அவாவில் மூன்று நாள்கள் கவிதா விடுதியில் தங்கி இருந்து சந்தித்துப் பழகியதை ஒரு பேறாகவே கருதுகிறார்.

கலை இலக்கியப் பெருமன்றத்திற்காக 'கிருதயுகம்' எனும் திங்கள் இதழை நண்பர்களுடன் இணைந்து கையெழுத்துப் பிரதியாக நடத்தியவர்.

தமிழகத்தின் காவல்துறையில் நல்ல உத்தியோகத்தில் இருந்தவர், தமது தந்தையுடன் சேர்ந்து பொருளீட்டலாம் என்ற எண்ணத்தில், தமது 34ஆம் அகவையில் அதாவது 1995ஆம் ஆண்டு சிங்கப்பூருக்கு வந்தார். தொடக்கத்தில் நாணய மாற்று வணிகத்தில் ஐந்து ஆண்டுகள் பணி செய்தார். ஈராயிரமாம் ஆண்டுகளுக்குப் பின் உணவகத் துறையில் நுழைந்தவர் இன்றும் உணவகத்தைச் சிறப்பாக நடத்திக்கொண்டிருக்கிறார்.

வகிதாபானுவை மணந்து அகமது, அஸாருதீன் எனும் இரு மகன்களையும், ருசானாபானு எனும் மகளையும் பெற்றெடுத்து, படிக்க வைத்து, மணமுடித்து இன்று தனித்தனி சுதந்திர வாழ்க்கை வாழ அவர்களுக்கு வழிவகுத்துக் கொடுத்துள்ளார்.

கல்லூரியில் படிக்கும் காலத்திலிருந்து, அவரிடம் இருந்துவந்த வாசிப்புப் பழக்கம்தான் பிற்காலத்தில் இவருடைய படைப்புகளைப் பிறர் படிக்கும் நிலைக்கு உயர்த்தியது எனலாம்.

இடைக்காலத்தில் தமிழர்களிடையே வாசிக்கும் பழக்கம் குறைந்திருந்தது என்பதை நாம் அறிவோம். ஆனால், கடந்த முப்பது நாற்பது ஆண்டுகளாய்ச் சென்னையில் புத்தகக் கண்காட்சி தொடங்கப்பட்டு மக்களிடையே வாசிக்கும் பழக்கத்திற்கு விழிப்புணர்வை ஏற்படுத்தி வருகிறார்கள்.

சிங்கப்பூரிலிருக்கும் நூலகத்திற்காகச் சில அதிகாரிகள் அக்கண்காட்சிக்குச் சென்று தமிழ் நூல்களைத் தேர்வுசெய்து வாங்கி வருகின்றனர்.

சென்னைக் கண்காட்சியில் ஒரு நூல் விற்பனையாளரை அணுகி 'உங்களிடம் எந்த வகையான நூல்கள் அதிகம் விற்பனையாகின்றன?' என்று கேட்டால், ஆரூடம், திரைப்படம், மற்றும் சமையற்குறிப்பு நூல்கள்தாம் நிறைய விற்பனையாகின்றன என்கிறார். ஆனால், நமது சிங்கப்பூர்ப் படைப்பாளர்கள், 'என் நூல்களை வாங்கி நூலகங்களில் வாசிப்புக்கு வையுங்கள்' என்று நூலக வாரியத்திடம் கேட்டால், அவர்கள் பிரச்சினையில்லாமல் அனைத்துச் சிங்கப்பூர்ப் படைப்பிலக்கியங்களையும் வாங்கிக் கொள்கிறார்கள். புனைவு நூல்களாகிய சிறுகதைகளுக்கு முன்னுரிமை கொடுத்து, அதிகப் படிகளை வாங்குகிறார்கள். அதற்கு அடுத்த நிலையில் சிறுவர்களுக்கான நூல்கள், கட்டுரை, கவிதை நூல்கள் என்னும் வரிசையில் வாங்குகின்றனர்.

இந்த வரிசை நூலகத்தாரால் உருவாக்கப்பட்டது எனக் கொள்ளல் தவறு. சிங்கப்பூரில் தேசிய நூலகம் உள்படச் சுமார் முப்பது வட்டார நூலகங்களிலும் பொதுமக்கள் நூல்களை இரவல் வாங்கிப் படிக்க அரசு வசதி செய்து கொடுத்திருக்கிறது. மக்கள் அதிகமாக இரவல் எடுக்கும் நூல்களின் புள்ளிவிவரப்படித்தான் அவர்கள் தர வரிசையைக் கணக்கிடுகிறார்கள் என்ற உண்மையை நாம் புரிந்துகொள்ள வேண்டும். அதனால்தான் பல அமைப்பின் தலைவர்கள் அதிகமான நூல்களை நூலகங்களில் இரவல் எடுத்துப் படியுங்கள் என்று நம்மை அறிவுறுத்தி வருகிறார்கள். இல்லையெனில் அரசின் பொதுப்பார்வையில் நமது தமிழ் நூல்களுக்குக் கொடுக்கும் முக்கியத்துவம் குறைந்துவிடுமோ என்ற அச்சம் நம்மிடையே நிலவுகிறது.

சட்டமேதை அண்ணல் அம்பேத்கார் லண்டனுக்குச் சென்றபோது 'எங்கு உங்களுக்கு அறை எடுக்க வேண்டும்' எனக் கேட்டபோது, 'எந்த விடுதிக்கு அருகில் நூலகம் உள்ளதோ அந்த விடுதியில் எனக்குத் தங்க அறை ஏற்பாடு செய்து தாருங்கள்' என்று சொன்னாராம்.

ஒரு படைப்பாளன் எந்த அளவுக்கு மதிக்கப்படுகிறான் என்பதற்கு ஓர் எடுத்துக்காட்டைச் சொல்லப்போனால், ஜப்பான் நாட்டின் கரன்ஸி நோட்டில் அந்த நாட்டின் புகழ்பெற்ற 'சொசுகி நாட்சு' எனும் நாவலாசிரியரின் படம் இடம்பெற்றிருக்கிறது.

மாவீரன் அலெக்ஸாந்தர், 'தீபே' என்கிற பகுதியின்மீது படையெடுத்துப் போகுமுன் அந்தப் பிரதேசத்தின் சிறந்த கவிஞரான 'பிண்டார்' என்பவருக்கும், அவரது வாரிசுகளுக்கும் எந்தவிதப் பாதிப்பும் நேர்ந்திடக்கூடாதென்று தன் படையினருக்கு ஆணையிட்டானாம்.

ஷாநவாஸ் ஒரு படைப்பாளர் என்பதோடு சமையற்கலை தெரிந்தவராகவும் விளங்கி வருவதால் அவருடைய படைப்புகள் சற்று வித்தியாசமாகவும், படிப்பதற்குச் சுவையானதாகவும் அமைந்துள்ளன. அமெரிக்க நாடு விடுதலை பெற்றபின், அந்த நாட்டின் இலக்கியம், வர்த்தகம், அரசியல், மற்றும் அறிவியலில் சிறந்து விளங்கிய பெஞ்சமின் பிராங்க்ளின் அவருக்குத்தான் முதன் முதலில் தபால்தலை வெளியிடப்பட்டது. அவ்வளவு சிறப்புடைய பெஞ்சமின், "இறந்த பிறகும் நீங்கள் மறக்கப்படாதிருக்க வேண்டுமானால், சிறந்த படைப்புகளை எழுதுங்கள்" என்று சொல்லியுள்ளார்.

2008 வாக்கில் கவிமாலை நடத்திய கவிஞர்களின் ஒன்றுகூடல் மாதாந்திர நிகழ்வுக்குத் தமது ஐம்பது வயதைத் தொடும்போதுதான், கவிதையுடன் வருகை புரிந்தார்; பரிசையும் பெற்றார். அந்த நிகழ்வுதான் சிங்கப்பூர் இலக்கிய உலகில் ஷாநவாஸ் முதன்முதலில் தடம் பதித்தது எனலாம். அதன்பின் சில ஆண்டுகள் கழித்துப் படைப்புலகில் நுழைகிறார். உணவகத்தொழில் என்பது பொருளாதார வருவாய்க்குத்தான்.

ஆனால், இதயத்திற்குள் எழுதவேண்டும் என்ற துடிப்பிலேயே இருந்து வந்தார். மனநிறைவும் மகிழ்ச்சியும் பெருமையும் நூல் படைப்பதானால் கிடைக்கிறது என்றும், வாழ்வதன் அர்த்தம் அதிலேதான் பூர்த்தியாகிறதென்றும் ஆய்ந்து நம்பினார். அதனால்தான் இதுவரை பத்து நூல்களை நமக்குப் படைத்தளிக்க அவரால் முடிந்திருக்கிறது.

ஷாநவாஸ் தமிழகத்தைவிட்டு இங்கு வந்தபோது, மன அளவில் பெரிதும் பாதிக்கப்பட்டுவிட்டார் எனலாம். காரணம் ஊரோடும் உறவோடும், நட்போடும் பெரிய அளவில் நெருக்கமாகப் பழகிவந்தவர், திடீரென்று அத்தனை அன்பிற்குரிய உறவுகளைப் பிரிந்து சிங்கப்பூர் வந்தபோது பைத்தியம் பிடித்தவர்போல் உளைச்சலில் இருந்த தம்மை மாற்றியது இலக்கிய ஈடுபாடுதான் என்கிறார்.

பொதுவாகப் பேச்சாற்றல் மிக்கவர்கள் நிகழ்காலத்தை வென்றவர்களாக இருப்பார்கள். ஆனால், சிறந்த படைப்பாளர்கள் எதிர்காலத்தை வென்றவர்களாக இருக்கிறார்கள். நமது எழுத்தாளர் ஷாநவாஸ் நிகழ் காலத்திலேயே அதுவும் 50 வயதுக்குப் பிறகு படைப்புலகில் நுழைந்து குறுகிய காலத்திலேயே தம் கண்முன்னே பல பரிசுகளையும், விருதுகளையும் பெற்றவராய்த் திகழ்கிறார்.

நூல் உருவாக்கம் என்பது ஒரு சாதாரண செயலன்று. ஒரு நூலை எழுதித் தயாரித்துவிட்டால் அவர் ஒரு படைப்பாளி எனும் பதவி உயர்வு பெற்றுவிடுகிறார். அவருக்குச் சென்ற இடங்களிலெல்லாம் பெருமை கிடைக்கிறது. படைப்பாளிக்கு ஒருநேரத்தில் மரணம் நிச்சயம். ஆனால், அவருடைய படைப்புக்கு மரணமே இல்லை. பல ஆயிரம் ஆண்டுகள் ஆனாலும் இன்றும் நாம் தொல்காப்பியம், திருக்குறள், சிலப்பதிகாரம், கம்பராமாயணம் போன்ற பல இலக்கியங்களைப் படித்தும், பின்பற்றியும், அதன் பெருமைகளைப் புகழ்பாடியும் வருகிறோம்.

பாரதியாருக்குப் பிடித்தமான இத்தாலியப் போர்வீரன் மாஜினி, “எனக்குத் தண்டனை கொடுப்பதற்காக ஆளில்லாத் தனித்தீவில் கொண்டுபோய்விட எண்ணினால், அப்படியே செய்யுங்கள். ஆனால், எனக்குக் கைநிறைய புத்தகங்களை மட்டும் கொடுத்துவிடுங்கள்” என்றானாம்.

கொடுங்கோலன் முசோலினிக்கு அறுவைச் சிகிச்சை செய்ய மருத்துவர்கள் முற்பட்டபோது மயக்க மருந்து கிடைக்கவில்லை.

இதை அறிந்த முசோலினி புத்தகம் ஒன்றை வரவழைத்து 'நான் படித்துக்கொண்டே இருக்கிறேன். அந்த நேரத்தில் உங்கள் அறுவைச் சிகிச்சையை முடித்துவிடுங்கள்' என்றானாம். ஒருவன் ஒரு புத்தகத்தைப் படிக்கத் தொடங்கிவிட்டால் ஆழ்கடலில் முத்தெடுப்பதுபோல் வெளிச்சூழலை மறந்துவிடுகிறான். தன்னைச் சுற்றி என்ன நடக்கிறது என்று தெரியாமலே புத்தகத்திற்குள் ஆழ்ந்து விடுவான். இதுதான் ஒரு நல்ல வாசகனின் அடையாளமும் நல்ல நூலின் அடையாளமும். இதிலிருந்து நூல்களின் அவசியத்தையும் அருமையையும் நம்மால் உணரமுடிகிறது.

பரிசு பெறவேண்டும்; விருதை அடையவேண்டும் என்ற நோக்கத்தில் எந்த நூலையும் ஷாநவாஸ் படைக்கவில்லை. கடமையைச் செய்; பலனை எதிர்பார்க்காதே என்பதைப் போல், தன் ஆசையை நிறைவேற்ற இயற்கையாகத் தம்முள் எழுந்த சிந்தனையை அவ்வப்போது வெளிப்படுத்திக் கொண்டே வந்தார். அதற்கு ஊடகத்துறை அவருக்கு ஏதுவாகவும், உதவியாகவும் இருந்தன.

"குட்டித் தீவை எட்டிப்பார்த்தேன்" எனும் கட்டுரை நூலை முதலில் எழுதினார். எந்த எழுத்தாளனுக்கும் முதல் நூல் ஒன்றை உருவாக்கும்போது அவன் படும் சிரமங்கள் ஏராளம். பின்னர்த் தொடர்ந்து வெளியிடுவது எளிதாகிவிடுகிறது.

கைவலிக்க எழுதி முடிக்க வேண்டும்; சிந்தனையைச் சீர்செய்து கருத்துகளைக் கோவையாக மாலைபோல் தொடுக்க

வேண்டும். நூலுக்கான செலவினத்தை எதிர்கொள்ளத் தேவையான பொருளாதாரத்தை முதலில் உருவாக்க வேண்டும். ஏனெனில் நாமெல்லாரும் தொழில்முறை எழுத்தாளர்கள் அல்லர். யார் குறைந்த செலவில் அச்சாக்கித் தருபவர்கள் என்று தேடவேண்டும்; பிறகு மெய்ப்பு பார்க்கவேண்டும்; நாம் முற்றிலும் இலக்கணம் அறிந்தவர்கள் அல்லர். அதனால், ஒரு மொழியியல் வல்லுநரிடம் கொடுத்துப் பிழைதிருத்தம் செய்துகொள்ளவேண்டும்; பின்னர், புத்தகத்தின் அட்டைப்படம், பக்க வடிவமைப்புகளில் நம் எதிர்பார்ப்புகளைச் சொல்லி நனவாக்க வேண்டும்; தாய் ஒரு கருவைச் சுமந்து பல இன்னல்களைச் சந்தித்து ஈன்றெடுப்பதைப்போல் ஒரு நூலை வெளியாக்கவேண்டும். இதை நாம் ஓர் ‘ஆண் பிரசவம்’ என்போம்.

ஒரு நூல் உருவாக்கத்திற்குச் சிங்கப்பூரில் ஈராயிரம் வெள்ளி செலவாகும் என்று வைத்துக்கொள்வோம். அதே நூலைப் பாலம் தாண்டி உள்ள ஜோகூரில் அச்சடித்தால் ஆயிரம் வெள்ளிகள்தான் ஆகும். அதே நேரத்தில் அதே நூலைத் தமிழகத்திற்கு அனுப்பி அச்சடித்தால் ஐந்நூறு வெள்ளிகள்தாம் செலவாகும். இந்த உண்மை தெரிந்ததனால்தான் நம்மில் பெரும்பாலோர் தமிழகத்தில் பொருத்தமான அச்சகத்தை நாடிச் செல்கிறோம் என்ற உண்மையை வாசகர்கள் தெரிந்துகொள்ள வேண்டும்.

நாம் ஒரு புகழ்பெற்ற எழுத்தாளர் என்ற நிலைக்கு உயர்ந்துவிட்டால், நமது புத்தகத்தை வாசகர்கள் விலைகொடுத்து வாங்குகிற நிலை நமக்கு வந்துவிட்டால் நமது எழுத்துகளை ஏதேனும் ஒரு பதிப்பகத்தார் உரிமையை வாங்கி அச்சாக்கி வெளியிடுவர். அதன் விற்பனையினால் வரும் வருமானத்தைப் பதிப்பகத்தார் அனுபவித்து எழுத்தாளருக்கும் கொஞ்சம் கொடுப்பார்கள். ஆனால், அதே எழுத்தாளர் இன்றைக்குப் புகழின் உச்சியில் வீற்றிருக்கும் கவிப்பேரரசு வைரமுத்து, எஸ்ரா, ஜெயமோகன் போன்றவர்களாயிருந்தால் பதிப்பகத்தார் ஒழுங்காகக் கணக்கைக் காட்டிவிடுவார்கள். அடுத்த இரண்டாம் வரிசை எழுத்தாளர்களுக்குப் பதிப்பகத்தார் கொடுப்பதுதான் விலை.

ஷாநவாஸ் முதல் நூலை உருவாக்கும்போது மேற்கண்ட சவால்களை எதிர்நோக்கியிருப்பார். ஆனால், அடுத்தடுத்து நூல் உருவாக்கங்களில் சிரமங்கள் குறைந்துகொண்டே வந்திருக்கும். அந்த அடிப்படையில்தான் இதுவரை பத்து நூல்களை நமக்குத் தந்திருக்கிறார்.

சிங்கப்பூர்ச் சிறைச்சாலையில் கைதிகளின் சினங்களையும், வன்முறைப் போக்குகளையும் தணிக்கும் சிந்தனையை வெளிப்படுத்தும் 'துண்டு மீனும் வன்முறைக் கலாசாரமும்' எனும் ஒரு நூலை இரண்டாவதாக வெளிக்கொணர்ந்தார்.

புலம் பெயர்ந்தவர்களுக்கான சத்து கோஸம் சத்து துளோர் என்பதன் பொருள்கொண்ட 'முட்டை பரோட்டாவும் சாதா பரோட்டாவும்' எனும் இன்னொரு நூலைப் படைத்தார்.

அவர் படைத்த இன்னொரு சிறந்த நூல், மனித வாழ்வின் அடியாதாரமான உணவு எனும் மாபெரும் சக்தியின் சித்திரங்களையும், விசித்திரங்களையும் பற்றிய "அயல் பசி" எனும் நூல்.

தம் 25 ஆண்டுகாலச் சிங்கப்பூர் அனுபவங்களைப் பிரதிபலிக்கும் 'நனவு தேசம்' எனும் கட்டுரை நூல் அடுத்து வெளிவந்தது.

அடுத்து ஒரு கவிதைத் தொகுப்பு 'சுவை பொருட்டன்று' எனும் நூல்,

ஆங்கில மொழிமாற்றத்துடன்கூடிய சிறுகதைத் தொகுப்பான 'மூன்றாவது கை' எனும் நூல் அவருடைய நூல்களில் குறிப்பிடத்தக்கதாகும்.

தொடர்ந்து அவர் வெளியிட்ட நூல்களாவன 'ஒலி மூங்கில்' 'இடமும் இருப்பும்' (சிறுகதைகள்) மற்றும் ஒரு நூல் 'காலச்சிறகு' எனும் கட்டுரை நூல்.

ஆக ஷாநவாஸ் கவிதை, கட்டுரை, கதை எனும் படைப்புகளின் எல்லா ஆளுமைகளிலும் பயணித்து வருகிறார்.

இவற்றில் 'அயல்பசி' நூலில் அடங்கிய கட்டுரைகள் 2012ஆம் ஆண்டின் சிறந்த பண்பாட்டுக் கட்டுரைகள் அடங்கிய நூல் எனப் பிரபல எழுத்தாளர் எஸ்ரா அவர்களால் தேர்ந்தெடுக்கப்பட்டது என்பது ஒரு சிறப்புக்குரிய செய்தி. அந்நூல்தான் 2014ஆம் ஆண்டில் சிங்கப்பூர் புனைவு இலக்கியப் பரிசைப் பெற்றிருக்கிறது. 'மூன்றாவது கை' எனும் சிறுகதைத் தொகுப்பு நூலானது, சிங்கப்பூர் தமிழ் எழுத்தாளர் கழகமும் ஆனந்தபவன் உணவகமும் இணைந்து நடத்தும் மு.கு. இராமச்சந்திரா புத்தகப் பரிசைப் பெற்றது. தஞ்சைத் தமிழ்ப் பல்கலைக்கழகத்துடன் இணைந்து சிங்கப்பூர்த் தொழிலதிபரும், சிராங்கூன் டைம்ஸ் இதழின் உரிமையாளருமான திரு. எம்.ஏ. முஸ்தபா அவர்கள் ஆண்டுதோறும் ஒரு சிறந்த படைப்புக்குத்

தரும் 'கரிகாற்சோழன் விருதினை' 2015ஆம் ஆண்டு அயல்பசி நூல் பெற்றது.

2016ஆம் ஆண்டு 'நனவு தேசம்' எனும் நூல், புத்தக மேம்பாட்டு வாரியத்தின் சிறந்த சிங்கப்பூர் புனைவு அல்லாத இலக்கியத்திற்கான சிறப்புப் பரிசினைப் பெற்றது.

தற்போது 'ருசி பேதம்' எனும் நூலை எழுதிக் கொண்டிருக்கிறார்.

இருபது ஆண்டுகளுக்கும் மேலாக உணவகத் தொழிலில் இருப்பதால் தொழில் நடத்துவது பழகிவிட்டது. எழுத நேரம் ஒதுக்குவதற்குச் சற்றுச் சிரமாக இருந்தாலும், தேர்ந்த சமையல் தொழிலாளர்களும் மற்ற உதவியாளர்களும், அவருடைய இல்லத்தரசியும் கைகொடுத்து உதவுவதால், அவ்வப்போது தம் சிந்தனையில் தோன்றுவதை ஊறப்போட்டு, உறங்கும் நேரத்தைக் கொஞ்சம் குறைத்துக்கொண்டு எழுத்துப்பணி செய்கிறேன் என்கிறார். என் படைப்புகள் சற்று வித்தியாசமாக இருந்ததால் பல்வேறு நாடுகளின் வாசிப்பாளர்கள் படித்துவிட்டு இன்றும் பாராட்டி வருகின்றனர் என்று பெருமையோடு சொல்கிறார்.

சிங்கப்பூரில் 'வாசகர் வட்டம்' எனும் அமைப்பில் தம்மை ஈடுபடுத்திக்கொண்டு அதன் வளர்ச்சியில் தோழமைகளுடன் இணைந்து பாடுபட்டு வருகிறார். சிராங்கூன் டைம்ஸ் இதழ் வாயிலாகப் பல புது எழுத்தாளர்களுக்கு எழுத வாய்ப்புகளைக் கொடுத்து ஊக்கப்படுத்துகிறார்.

அவருடைய எண்ணங்கள் ஈடேற நாம் வாழ்த்துவோமாக!

* * *

7

நேர்மறை அணுகுமுறையைக் கொண்ட
பிரேமா மகாலிங்கம்

அமெரிக்காவைச் சேர்ந்த அம்மையார் கெயில் டிமோஸ்கி அவர்கள் அழகாகத் தம் மொழியில் சொல்லியிருப்பார். அதைத் தமிழில் மொழிபெயர்த்து அழகு பார்ப்பதைவிட அப்படியே ஆங்கிலத்தில் படித்துச் சொல்லழகு, பொருளழகு பார்ப்பதில் ஓர் ஆங்கிலக் கவியின்பச் சுவை இருப்பதை நம்மால் உணரமுடியும்.

Every test in our life makes us Bitter or Better,

Every problem comes to break us or make us.

The choice is ours,

whether we become Victim or Victor - Gail Dmohowski.

'நாம் வாழ்க்கையில் எதிர்கொள்ளும் ஒவ்வொரு சோதனையும் நம்மை வீழ்த்தும் அல்லது மேம்படுத்தும். நாம் சந்திக்கும் ஒவ்வொரு பிரச்சினையும் நம்மை உடைக்கும் அல்லது உருவாக்கும். வீழ்வதும் எழுவதும் நம் கையில். நாம் யாராக இருக்கவேண்டும், அல்லது மாறவேண்டும் என்பதை நம் சிந்தனையும் செயலும்தான் முடிவு செய்கின்றன' என்ற பொருளில் அமெரிக்காவைச் சேர்ந்த புதுவகையான உணவு தயாரிப்பதில் உலகப்

புகழ்பெற்றவரும், உடலுக்கும் உள்ளத்திற்குமான உறவின் ஆய்வாளருமான கெயிலக்ஸ்கி சொல்லியிருப்பார்.

நாம் நமது வாழ்க்கையில் பலரைப் பார்த்திருப்போம். அவர்களில் சிலர் நேர்மறையான சிந்தனையையும் செயலையும் கொண்டவர்களாக (Optimistic) இருப்பார்கள் அல்லது எதிர்மறையான சிந்தனையையும் செயலையும் கொண்டவர்களாகப் பலர் (Pessimistic) இருப்பார்கள். இவர்களுக்குள் இருக்கும் வேறுபாட்டை, ஆங்கிலத்தில் இப்படியாகச் சொல்வார்கள்.

The split between Optimists and Pessimists is pretty much night and day. Optimists generally approach life with a positive outlook, while pessimists tend to expect the worst. Optimists go into new situations with high expectations, while pessimists keep low expectations to prepare for negative outcomes.

கடந்து வந்த பாதை எனும் பட்டறிவுக்கு நன்றி சொல்ல வேண்டும். ஏனெனில் நம் எதிர்கால நலனை அதுவே தீர்மானிக்கிறது.

நம் வாழ்க்கையில் கிடைத்த வலிகள் நம்மை உறுதியுள்ளவர்களாக்கும் (stronger). கண்ணீர்த்துளிகள் நம்மைத் தைரியமானவர்களாக்கும் (braver). இதய அதிர்ச்சிகள் நம்மை அறிவுடையவர்களாக்கும் (wiser).

எதற்காக இப்படியொரு எதார்த்த நடைமுறை வாழ்வியல் தத்துவத்தைச் சொல்ல வருகிறேன் என்றால், எழுத்தாளர் பிரேமா மகாலிங்கம் அவர்களுடன், பழகிப் பேசும்போது ஒரு நேர்மறை வாழ்வியலாளராகத்தான் (Optimistic) என்னால் அவரைப் பார்க்க முடிகிறது. எதைச் சொன்னாலும் 'முடியும்; செய்யலாம்; நிச்சயமாக: அப்படியே ஆகட்டும்' என்றுதான் முக மலர்ச்சியுடன் இனிமையாகப் பேசுவார். கனியிருக்கக் காயைப் பறிக்காத இயல்புடையவர்.

சிங்கப்பூரின் மிகப்பிரபலமான, வரலாற்றுப் புகழ்பெற்ற லிட்டில் இந்தியா எனப்படும் தேக்கா வட்டாரத்தில், 32, அப்பர் டிக்ஸன் சாலையில் இவரது கடை அமைந்திருக்கிறது. குழந்தைகள், பெண்களுக்கான ஆடை விற்பனையுடன் அறிவுக்கு விருந்தாகப் புத்தகங்களையும் விற்பனை செய்து வருகிறார் பிரேமா என்று அழைக்கப்படும் பிரேமாபதி. எழுத்தாளர் பிரேமா அவர்கள், திரு மகாலிங்கம் ஆனந்தகௌரி தம்பதியருக்கு 23.05.1969இல் சிங்கப்பூரின் ஒரு சுதந்திர மகளாக இம்மண்ணில் தோன்றியவர். பள்ளியில் படித்தபின் வணிக நிர்வாகத் துறையில்

பட்டயப்படிப்பை முடித்து, சிங்கப்பூர்த் தொலைக்காட்சி நிலையத்தின், ஆங்கிலப் பிரிவில் நிகழ்ச்சி ஒளிபரப்பு ஒருங்கிணைப்பாளராகப் பணியில் 1990இல் சேர்ந்தார். 6 ஆண்டு அனுபவத்திற்குப் பிறகு, தனியார் ஒளிபரப்பு நிலையமான, ESPN Star Sports தொலைக்காட்சியில், அதே பொறுப்பில் மூத்த நிர்வாகியாகச் சேர்ந்து 25 ஆண்டுகள் பணிபுரிந்தபின், ESN (Elevan Sports Network) எனும் அதே போன்ற மற்றொரு தனியார் தொலைக்காட்சி நிலையத்தில் 3 ஆண்டுகள் பணியாற்றிவிட்டுத் தமது 48ஆவது அகவையில் தான் கொண்டிருந்த கனவுகளைத் தேடிப் புறப்பட்டார்.

நிற்கும் விமானத்தைவிடப் பறக்கும் விமானத்தைத்தான் மக்கள் பார்த்து மகிழ்வார்கள். அதைப்போலத்தான் மிடுக்கான உடையுடன் திறமையாகச் செயல்படுவோரைப் பலருக்கும் பிடிக்கும்.

இந்தி நடிகரும் எழுத்தாளருமான அமிட், 'உடுத்துவதில் நாம் எடுக்கும் கவனத்தால் நமக்கு ஒரு நம்பிக்கை பிறக்கும்' என்று சொல்லியிருக்கிறார். 'அந்த நம்பிக்கையே நம் எண்ணத்தை ஈடேற்றும்' என்பதைப் பிரேமா அறிந்திருக்கிறார்.

மனிதனுக்கு அடிப்படைத் தேவை உணவு, உடை, இருப் பிடம் ஆகியவை என்பார்கள். இவற்றையெல்லாம் சிந்தித்தபின் பிரேமா அவர்கள் தம் ஐம்பதாவது வயதில் அம்மூன்றில் ஒன்றாகிய உடை வணிகத்தைத் தேர்ந்தெடுத்து அதில்

ஈடுபட்டார். தம்மிடம் வரும் வாடிக்கையாளர்களை அன்பாக வரவேற்று, அவர்களுக்குப் பொருத்தமான ஆடைகளைத் தேர்ந்தெடுத்துக் கொடுப்பதில் தேர்ச்சி பெற்றிருக்கிறார். வாடிக்கையாளர் தேவையறிந்து சேவை செய்வதில் முனைப்புடன் செயல்படுகிறார்.

"You are never fully dressed without a smile" - Talidari

அழகான உடையுடன்கூடிய புன்சிரிப்பு ஒருவரை முழுமையாக்கு கிறது. ஆகையால் தன் கடைக்கு வரும் வாடிக்கையாளர்களுக்குப் பொருத்தமான ஆடைகளை அறிமுகப்படுத்தி அவர்களை மகிழ்விக்கும் பணியைச் செவ்வனே செய்து வருகிறார்.

'ஆள்பாதி ஆடை பாதி' என்பதைப்போல், 'நீ எப்படி உன்னை ஆடைமூலம் அலங்காரப்படுத்திக்கொள்கிறாயோ அப்படித்தான் உன்னை நீ மற்றவர்களுக்கு அறிமுகப்படுத்திக்கொள்கிறாய்' எனப் பிராடா சொல்லியுள்ளார்.

"Eat to please thyself, but dress to please others"

உண்பதால் உன்னை நீ மகிழ்ச்சியாக வைத்துக்கொள்ளலாம். ஆனால், உன் நல்ல உடைகளால்தான் மற்றவர்களிடம் ஒரு நல்ல எண்ணத்தை உருவாக்கிக்கொள்ள முடியும். "Honor is determined by your dress" - 'உன்னுடைய பெருமை உன் ஆடைகளால் தீர்மானிக்கப்படுகிறது' என்ற சிசலியன் பழமொழி தெரிந்தவர் போலும் பிரேமா.

நீண்ட காலமாகத் தம் மனத்தில் ஆடை வடிவமைத்து வணிகம் செய்ய வேண்டும் என்ற ஆசையைக் கனவாகவும், எதிர்காலத் தொழிலாகவும் கொள்ளவேண்டும் என்று எண்ணிக்கொண்டிருந்தவர். அதற்கேற்பத் தமது அன்புக் கணவரும் ஓவியக் கலைஞருமான குணசேகரனுடைய உதவியுடன் இன்று நடைமுறைப்படுத்தி வருகிறார்.

நாம்தான் ஐம்பது வயதைக் கடந்துவிட்டோம்; இனி எதற்கு ஒரு புதிய சோதனை என்ற எந்தத் தயக்கமும் இல்லாமல் தமது தொழில் நிறுவனத்திற்கு 'ஆர்யா கிரியேஷன்ஸ்' எனப் பெயரிட்டு இந்தத் தொழிலில் துணிவுடன் இறங்கி, அதைக் கண்ணும் கருத்துமாக விரிவாக்கம் செய்து வெற்றிபெற்று வருகிறார்.

இந்தியாவின் பல மாநிலங்களிலிருந்து தயாராகும் ஆடைகளை வாங்கினாலும், பிரேமா வடிவமைத்துத் தைத்துக் கொடுக்கும் ஆடைகளைத்தான் வாடிக்கையாளர்கள் அதிகம்

விரும்புகிறார்கள் என்பதனால் மதுரையிலும், சென்னையிலும், குஜராத்திலும் ஆடைகளைத் தைத்து வரவழைக்கும் ஏற்பாட்டைச் செய்து வருகிறார். பாரம்பரிய ஆடைகளை நவீனமாக வடிவமைத்து, தைத்து விற்பதனால் வாடிக்கையாளர்களைத் தொடர்ந்து தக்கவைத்துக்கொள்ள அவரால் முடிகிறது.

காலத்திற்கேற்ப, மக்களின் மாறிவரும் எதிர்பார்ப்பு களுக்கேற்ப, கேட்கும் விருப்பத்திற்கேற்பத் (Customised) தயாரித்துக் கொடுத்துத் திருப்தி செய்யும் செயலானது ஒரு வணிக யுத்தி. இந்தத் தொழில்முறைத் தத்துவத்தை நன்குணர்ந்து செயற்படுத்தி வருவது பாராட்டுக்குரிய செய்தியாகும்.

பொதுவாக வெளியில் ரெடிமேட் உடைகளை வாங்கிக் குழந்தைகள் உடுத்தும்போது உட்புறத் தையல்களின் உறுத்து தலால் ஒருவிதச் சங்கடத்தை எதிர்நோக்குகிறார்களாம் (Uncomfortable). அதனால் பிரேமா தயாரிக்கும் உடைகளில் அக்குறைகளைச் சரிசெய்து செப்பனிட்டுத் தைத்து வாங்கிக் கொடுப்பதால் சிறுவர்களும் பெற்றோரும் மகிழ்ச்சி அடைகிறார்கள்.

இப்படியெல்லாம் செய்தால்தான் லிட்டில் இந்தியப் பகுதியின் போட்டிமிகுந்த அத்தொழிலில் தன்னைத் தக்கவைத்துக்கொள்ள முடியும் என்று மனம் திறந்து சொல்கிறார். அளவு மாற்றங்களையும் சிறுசிறு திருத்தங்களையும் தம் வணிக வளாகத்தில் தையற்கலைஞரை வைத்துச் சரிசெய்து கொடுத்து வருவதால்

பிரேமா தொடர்ந்து தம்மிடம் வரும் வாடிக்கையாளர்களைப் பெருக்கிக்கொண்டு வருகிறார். அதனால், பொதுமக்களிடம் குறிப்பாகப் பெண்களிடம் நன்மதிப்பைப் பெற்று வருகிறார்.

ஒருவர் நல்ல எடுப்பான உடைதரித்து நடந்தால் அந்த உயர்வான உடைக்கு ஏற்றார்போல் தம் சிந்தனையையும் செயலையும் உயர்வாக்கிக்கொள்வாராம்.

கோவிட்19 பாதிப்பினால் அரசாங்கம் Digital தொழில்நுட்ப வணிகத்தை ஊக்குவிக்கிறார்கள். அதற்கேற்பப் பிரேமாவும் lazada & Amazon போன்ற ஆன்லைன் வணிகங்கள் மூலம் தம் தொழிலை விரிவுபடுத்தும் திட்டமும் எதிர்காலத்தில் உள்ளது என முகம் மலர்ந்து பகிர்ந்துகொள்கிறார்.

பிரேமா மகாலிங்கத்திற்குத் தமிழ் இலக்கிய ஆர்வமும் ஈடுபாடும் எப்படி ஏற்பட்டது என்பதை நிகழ்ந்த ஒரு சம்பவத்தின் மூலம் விவரித்தார். தங்கமீன் வாசகர் வட்டம் மாதந்தோறும் நடத்தும் சிறுகதைப் போட்டியில் கலந்துகொள்ள ஒருமுறை தம் அன்பு மகள் அபிராமியை அழைத்துப் போயிருக்கிறார். அதன்பின்தான், மொழிவளர்ச்சியில், சிந்தனை வளர்ச்சியில், அறிவுத் திறன் பயிற்சியில், கற்பனை ஊக்குவிப்பில் சிங்கப்பூரில் இப்படியான பல தமிழ் அமைப்புகள், ஈடுபட்டுவருவதை அறிகிறார். சிங்கையில் பிறந்த அவருக்கு இது புதிதாகவும், மகிழ்ச்சியாகவும் இருந்ததாம்.

தமிழ், ஆங்கிலம், மலாய் மொழிகளை முழுமையாகவும், சீனமொழியைச் சிறிதும் தெரிந்தவர் பிரேமா மகாலிங்கம். பள்ளியில் படிக்கும்போது இரண்டாவது மொழியாகத் தாய்மொழியாம் தமிழ்மொழியைக் கற்றதனால், சிறுகதை, கட்டுரை எழுதிய பழக்கம் அவருக்கு இருந்திருக்கிறது. நூலகங்களில் உள்ள தமிழ் நூல்களை எடுத்து நிறையப் படித்திருக்கிறார். அத்துடன் பிரேமாவின் தாய்மாமன் தமிழ் மக்களுக்கு நன்கு அறிமுகமான திரு. க. சங்கையா என்பவர். ஒரு சிறந்த எழுத்தாளர். அந்தக் கரு மரபு இவரிடம் ஒட்டிக்கொண்டு வந்துள்ளது எனலாம். பிரேமாவின் வீட்டில் பேசும் மொழி தமிழாகத்தான் இருக்கிறது.

அகல்விளக்கு தானாக எரியாது. தூண்டத் தூண்டச் சுடர்விட்டு எரியும். அந்த அடிப்படையில் கருவிலே குடியிருந்த தன் தமிழ் இலக்கிய ஆர்வத்தை இங்குள்ள தமிழ் அமைப்புகளின் தன்னலமற்ற ஊக்குவிக்கும் செயல்பாடுகளைப் பார்த்து மகிழ்ந்து வருகிறேன்; பயனடைந்தும் வருகிறேன் என்கிறார்.

அதன்பின் தங்கமீன் வாசகர் வட்டம், சிங்கப்பூர்த் தமிழ் எழுத்தாளர் கழகம் போன்ற அமைப்புகளுடன் இணைந்து செயல்பட வாய்ப்பு கிடைத்ததாம். அத்துடன் தன் உள்ளத்துள் ஒளிந்து கிடந்த கற்பனை வளத்தை வெளிக்கொணரத் தொடங்கினார். பிறர் உருவாக்கிய படைப்புகளான சிங்கப்பூர்க் கதம்பம், அப்பாவின் படகு, நதிக்கரை நாகரிகம் போன்ற தொகுப்புகளிலும், சில வார, நாள் இதழ்களிலும் சிறு கதைகளைத் தம் பெயரிலேயே எழுதியிருக்கிறார். அதன் பிறகு, 'நீர்த் திவலைகள்' என்ற சிறுகதைத் தொகுப்பைச் சொந்தமாக எழுதி வெளியிட்டதன்வழிச் சிங்கைத் தமிழ் இலக்கியப் படைப்புலகில் நுழைந்துள்ளார்.

இந்நூலுக்கு, ஆண்டுதோறும் சிங்கப்பூர்த் தமிழ் எழுத்தாளர் கழகமும், ஆனந்தபவன் உணவகமும் இணைந்து நடத்தும், மு.கு. இராமச்சந்திரா புத்தப்பரிசு 2019ஆம் ஆண்டில் இவருக்குக் கிடைத்தது என்பது ஒரு பெருமைக்குரிய செய்தியாகும். சிராங்கூன் டைம்ஸ் இதழில் தொடர் கட்டுரைகளைப் பிரேமா எழுதி வருகிறார் என்பது குறிப்பிடத்தக்கது.

அண்ணா, நேரு, அம்பேத்கார் போன்ற பெரியவர்கள் நூல்வாசிப்புப் பழக்கம் உடையவர்களாக விளங்கியதால்தான் அவர்கள் தலைமைப் பண்பு மிக்கவர்களானார்கள். அதைப்போல் மக்கள் வாசிப்புப் பழக்கம் கொண்டவர்களாகத் தன்னைப்போல் மற்றவர்களும் மாற வேண்டுமெனப் பிரேமா விரும்புகிறார்.

தாய்க்கு ஒரு நல்ல மகளாகவும், மகளுக்கு ஒரு நல்ல அம்மாவாகவும், கணவனுக்கு ஒரு நல்ல மனைவியாகவும் விளங்கும் பிரேமா முதலில் தன்னை ஒரு குடும்பத்தலைவி என்று சொல்வதிலே ஒரு பெருமை கிடைக்கிறது என்கிறார். தொலைக்காட்சியில் ஒரு தொழில் நுட்பக் கலைஞர்; அலுவலக நிர்வாகி; தொழில் முனைவர். எல்லாவற்றையும் விட ஓர் இலக்கியவாதி. ஒரு படைப்பாளர் என்பதிலே மன நிறைவு ஏற்படுவதாக முகம் மலர்ந்து நெகிழ்ந்து சொல்கிறார். அதற்கு ஏற்றார்போல் தன் முந்திய வணிக வளாகத்தில் எம்.ஏ.முஸ்தபா நடத்தி வந்த தமிழ்ப் புத்தக மையத்தைத் தொடர்ந்து நடத்திட அவர் விடுத்த வேண்டுகோளை முகம் மலர்ந்து ஏற்றுக்கொண்டு, ஒரு பகுதியில் அதை முழுமனத்துடன் நடத்தி வருகிறார். இதன்வழிப் பள்ளிப் பிள்ளைகளுக்கான புத்தகங்களையும், பயிற்சி ஏடுகளையும் விற்பனைக்கு வைத்துள்ளார். அதை வாங்க வரும் ஆசிரியர்களும் பெற்றோர்களும் நூல்களை வாங்குவதோடு உடைகளையும் வாங்க ஆர்வம் காட்டுகிறார்களாம். ஆக

இவ்விரண்டு தொழில்களும் மனத்துக்கு நெருக்கமானவையாக ஆகிவிட்டதை எண்ணி மகிழ்கிறார்.

அந்தக் காலத்தில் 'பிளேயர்ஸ்' எனும் வெண்சுருட்டு அமெரிக்காவில் புகழ்பெற்றது. அதற்கு அங்கே ஒரு விளம்பரம் கொடுத்திருந்தார்கள். "Don't smoke! Not even Players". 'பிளையர்ஸ்' எனும் (உயர்ந்த) சிகரெட்டைக்கூட நீங்கள் புகைக்காதீர்கள் எனும் எதிர்மறை விளம்பரத்தால், நேர்மறைப் பலனைப் பெற்றார்கள் என்பார்கள். இந்த விளம்பர யுத்தியைச் சற்றுச் சிந்தித்தால் நன்கு புரிந்து விளம்பரதாரர்களின் புத்திசாலித்தனத்தை உணர்ந்து சுவைக்க முடியும்.

தமிழ்த் திரைப்பட விளம்பரங்களில் 'ஆகா! சூப்பர்! வெற்றிநடைபோடும்!' என்றெல்லாம் சொல்வதை மக்கள் இப்போது நம்புவதில்லை. மாறாக ஒரு படத்தைப் பார்த்தவர் வந்து 'இந்தத் திரைப்படம் நிச்சயம் பார்க்கவேண்டிய படம்' என்று சொல்லும்போதுதான் மற்றவர்களைப் பார்க்கத் தூண்டும் உண்மையான விளம்பரம் என்பார்கள். அதை வாய்மொழி விளம்பரம் 'Mouth Publicity' என்று சொல்வார்கள். இதைப்போல் எந்தவித விளம்பரங்களையும் செய்யாமல், சங்ககால ஆற்றுப்படையைப்போல் பயனடைந்து மகிழ்ந்த

வாடிக்கையாளர்கள் செய்யும் வாய்மொழி விளம்பரங்களால் பயனடைந்து வரும் பிரேமா அமைதியாகத் தன் வணிகத்தைத் தமிழ் மக்களிடம் சிறப்பாகக் கொண்டு சென்று முன்னேறி வருகிறார்.

தொழிலில் ஆர்வம்காட்டி ஈடுபாட்டோடு செய்யும்போது எப்படி உங்களால் எழுத முடிகிறது? என்ற கேள்வி எழும். அதற்கு ‘மனித மூளையின் படைப்பாற்றல் திறனானது, காலை அல்லது மாலை நேரத்தைவிடப் பத்து மடங்கு அதிகமாக இரவில் அல்லது விடியலில் வேலை செய்யும்’ என்று ஓர் ஆய்வில் கண்டறியப்பட்டதாகச் சொல்கிறார்கள். அந்த அடிப்படையில் எல்லாப் பணிச் சுமைகளையும் முடித்துக்கொண்டு இரவில் தன் எழுத்துப் பணிகளைச் செய்கிறாராம்.

இவ்வாண்டு இறுதியில் கட்டுரைத் தொகுப்பு ஒன்றையும், சிறுகதைத் தொகுப்பு ஒன்றையும் வெளியிடத் திட்டமிட்டுள்ளார்.

சொற்கள்தாம் ஒருவருடைய உடைகள். அவற்றைக் கிழிசல் களாகவும் அழுக்காகவும் உடுத்த வேண்டாம் எனத் தத்துவஞானி செஸ்டர் பீல்டு என்பவர் சொல்கிறார். இவ்விடத்தே பிரயோகிக்கப்பட்ட ‘சொற்கள்’ என்பதை ‘எழுத்துகள்’ என்பதாகப் பிரேமா எடுத்துக் கொண்டுள்ளார். எழுத்துகள் எப்படி இருக்கவேண்டும் என்பதற்கு, உடைகளை எடுத்துக்காட்டாகச் சொல்லியிருந்தாலும் அவருடைய இலக்கியப் படைப்புகளை எந்தவிதக் கிழிசலாகவும் அழுக்காகவும் இல்லாமல் மிகச் சிறப்பாக உருவாக்கி வருவதில் குறியாக இருக்கிறார்.

“இந்த ஐம்பது வயதிற்குப் பிறகு எழுதத் தொடங்கியதை எண்ணிப் பார்க்கிறேன்; இத்தனை ஆண்டுகளாக எழுதாமல் இருந்துவிட்டோமே என வருத்தப்படுகிறேன்; இப்போதாவது வயதுபாராமல் இலக்கியப் படைப்புலகில் நுழைந்ததை எண்ணிப் பெருமைப்படுகிறேன்; தமிழ் அமைப்புகளின் வாயிலாகத் தமிழுக்கும் தமிழருக்கும் தொண்டு செய்யும் வாய்ப்புக் கிட்டியதை எண்ணி மகிழ்கிறேன்” என்கிறார் பிரேமா.

எதிர்காலத்தில் அவருடைய படைப்புகள் பல விருது களையும், பரிசுகளையும் பெறும் என்றும், வணிகம் சிறந்து வளர்ந்தோங்கும் என்றும் நாம் வாழ்த்துவோமாக!

* * *

8

ஊன்றப்பட்ட நல்விதை என்றும் உறங்காது!
61ஆம் அகவையில் பட்டம் பெற்ற
சிங்கப்பூர் தமிழ்ப்பெண்மணி
அல்லி நாயர்.

வாசிப்பு (Reading) ஐந்து வகைப்படும்.

1. உரக்க வாசித்தல் (Sound Reading)
2. கூட்டாகச் சேர்ந்து வாசித்தல் (Group Reading)
3. காட்சிப்படுத்தி வாசித்தல் (Vishual Reading)
4. அமைதியாக வாசித்தல் (Silence Reading)
5. ஆழ்ந்து வாசித்தல் (Deep Reading)

வாசித்தலில் இத்தனை வகை இருந்தாலும் ஒரு பெண்மணி எத்தனையோ இடர்ப்பாடுகளுக்கிடையிலும் அமைதியாக வாசித்தார்; ஆழ்ந்தும் வாசித்தார். தமது பிள்ளைகளையும் அதேபோல் வாசிக்க வைத்தார். அவர்களை வாசிக்க வைப்பதோடு வாசித்தலில் கிடைத்த விழுமியங்களை ஏன், எவ்வாறு எனச் சிந்திக்க வைத்தார். விடைகளைத் தேடித் தானும் கண்டுபிடித்தார்; கண்டுபிடிக்கவும் வைத்தார்.

நமது சிங்கப்பூர் அரசு, வாழ்நாள் கல்வியை மிகவும் ஆதரித்து வருகிறது. 'யாதானும் நாடாமால் ஊராமால் என்னொருவன் சாந்துணையும் கல்லாதவாறு' எனும் குறளுக்கு ஒப்ப ஆயுள் இருக்கும்வரை எதையாவது வாசித்துக்கொண்டே இருக்கவேண்டும். எண்ணெய்

இருக்கும்வரை விளக்கு எரியவேண்டும் என்ற கொள்கையை மனத்திலிறுத்தியதுடன், படித்துப் பட்டம் பெற வயதோ குடும்பப் பொறுப்போ தடையாக இருக்கக்கூடாது என்பதைச் செயலில் காட்டித் தமது 61ஆவது வயதில் தமிழில் இளங்கலைப் பட்டத்தைப் பெற்ற இல்லத்தரசி திருமதி ரிபெக்கா அல்லி நாயர்தான் இம்மாத நம் கட்டுரையின் தலைவி.

பெண் படைப்பானது இறைவன் படைப்புகளில் மேலானது; அழகானது. ஒரு பெண்ணைப் படிக்க வைப்பது என்பது ஒரு குடும்பத்தையே படிக்க வைப்பதற்கு நிகரானது. பெண்களிடம் ஏற்படும் அமைதியிலும் மனநிறைவிலும்தான் இல்வாழ்க்கை சிறந்து விளங்கும் என மில்டன் சொன்னார்.

1960ஆம் ஆண்டு நமது தேசத்தந்தை திரு லீ குவான் யூ பிறந்த செப்டம்பர் மாதம் அதே மூன்றாவது வாரத்தில், புருஷோத்தமன் பிள்ளை - முத்துலட்சுமி ஆகியோருக்கு மகளாக சிங்கப்பூரில் பிறந்த திராவிடப் பெண். (அப்படித்தான் தன்னைச் சொல்லிக்கொண்டு சிரிக்கிறார்)

சிராங்கூன் ஜூ அவென்யூ ஆரம்பப் பள்ளியிலும், ரங்கூன் உயர்நிலைப் பள்ளியிலும், மற்றும் 'ஏ' லெவலை (1978-79) விக்டோரியா பள்ளியிலும் படித்து முடித்தார். மேலும் படிக்கவேண்டும் என்ற எண்ணமும் ஆசையும் இருந்தும், அன்புத் தந்தையார் மறைவினால், குடும்பப் பொறுப்பை ஏற்க வேண்டிய சூழல் எழுந்ததால், தேசியக் கல்விக் கழக நூலகத்தில் அலுவலராக 1982ல் சேர்ந்து எட்டாண்டுக் காலம் பணியாற்றினார். பணியாற்றும் காலத்தே 1986ல் தான் விரும்பிய

திரு சித்தானந்தன் நாயர் (Pub Engineer) அவர்களை மணந்து அல்லி நாயராகி இல்லற வாழ்க்கையில் ஈடுபட்டார். எதையும் வெளிப்படையாகப் பேசும் இயல்புடையவர்.

குழந்தையைப் பராமரிக்கப் பணிப்பெண் ஒருவரை வேலைக்கமர்த்த விரும்பவில்லை. பிள்ளை வளர்ப்பில் ஒரு தாய் நேரிடைக் கவனம் செலுத்தவேண்டும் என்ற எண்ணம் கொண்டவரானதால், தாமே தம் பிள்ளையை வளர்க்கத் தலைப்பட்டார். அதனால், வேறு வழியின்றி நூலகப் பணியிலிருந்து தம்மை விடுவித்துக்கொண்டார். அவர் தாய்மொழியாகிய தமிழ் மற்றும் ஆங்கில மொழிகளை நன்கு அறிவார். மலையாள மொழியைத் திருமணத்திற்குப் பின் பாசமிகு மாமியாரிடமும், அன்புக் கணவரிடமும் கற்றுக்கொண்டார். மலாய் மொழியை ஓரளவு புரிந்துகொள்வார்.

பிள்ளைகளுக்கு ஒரு தாயாகத் தாதியாக, தானே உடனிருந்து வளர்ப்பதுபோல், அவர்களுக்குப் பாடங்களையும் நற்பண்புகளையும் சொல்லிக் கொடுப்பதுதான் ஒரு குடும்பத் தலைவியின் கடமை என்பதிலே அழுத்தமான கொள்கையுடையவர். குடும்பப் பொறுப்போடு சிலகாலம் வருமானத்தை எதிர்பாராமல், பகுதிநேரமாகத் துணைப்பாட ஆசிரியராகி மாணவர்களுக்கு உதவி வந்தார்.

விதைத்தவன் உறங்கிவிட்டான்; விதை உறங்கவில்லை என்பார்கள். தந்தைதான் வாசிக்கும் பழக்கத்தைத் தன் மனத்தில் ஆழ விதைத்தவர். அவர் போய்விட்டார். அவர் விதைத்த அந்த விதை என்னை உறங்கவிடுவதில்லை. என் குழந்தைகள் மனத்திலும் அதையே நான் விதைத்து அவர்களையும் உறங்கவிடாமல் செய்துவருகிறேன் என்கிறார்.

பழம் நழுவிப் பாலில் விழுந்த கதையாகப் போய்விட்டது. தமக்குப் விருப்பமான வேலையாகிய நூலக அலுவலராகப் பணியாற்றும்போது புத்தகமும் கையுமாகவே காணப்படுவார். அவருக்கு மொழி, இலக்கியம், கதை, வரலாறு முதலிய நூல்களைப் படிப்பது மிகவும் பிடிக்கும். படிப்பதோடு நிறுத்திக்கொள்ளாமல், நூலில் சொல்லப்பட்டவைகளின் பின்னணியில் ஒளிந்திருக்கும் வரலாறு, பண்பாடு, நாகரிகத்தைச் சிந்தித்துப் பார்க்கும் பழக்கத்தைக் கொண்டவர். அங்குள்ள பேராசிரியப் பெருமக்களுக்கு வேண்டிய புத்தகங்களைத் தேடி எடுத்துக் கொடுப்பதிலே மகிழ்ச்சியடைந்தார். கிடைக்காத நூல்களையும் சஞ்சிகைகளையும் எங்கே கிடைக்கிறதோ அங்கிருந்து வரவழைத்துக் கொடுப்பதிலே அக்கறையையும்

ஆர்வத்தையும் காட்டினார். அதனால், ஆசிரியர்களின் நன்மதிப்பைப் பெரிதும் பெற்றார். அவர்களின் பாராட்டுதல்கள் தன்னைப் புத்தகங்களோடு மேலும் பிணைத்துக்கொள்ள ஏதுவாக அமைந்துவிட்டன என்று கூறுகிறார்.

தமிழ்மொழியில் ஈடுபாடு ஏற்படுவதற்குக் காரணம், டாக்டர் மு.வ போன்றோர் நூல்களைக் கொடுத்துத் தமது தந்தை படிக்க வைத்ததே காரணம் என்கிறார். மு.வவின் ‘அல்லி’ எனும் புதின நூல் நினைவாகத்தான் தனக்கு அல்லி என்ற தூய தமிழ்ப் பெயரைத் தந்தை சூட்டி மகிழ்ந்தார் என்கிறார். மு.வ. நூல்களுள் ஒளிந்துகிடக்கும் சிறந்த அறிவுச் செல்வங்களைச் சிந்திக்கத் தூண்டினார். மு.வ சொன்ன ‘விளக்கால் ஒளி கிடைக்கும்; ஒளியால் அழுக்கு தெரியும். ஆனால், நாம்தான் நமது தாய்மொழியான தமிழ்மொழியின் துணையோடு நம் அறிவை விரிவாக்கி நம்மைத் தூய்மைப்படுத்திக்கொள்ள வேண்டும் என்பதை என்னுள் என் தந்தை விதைத்தார். ‘தமிழ்தான் தனது அடையாள அட்டை’ என்று அழுத்தமாகச் சொல்கிறார். அதற்கு ஏற்றார்போல் தமக்கு அமைந்த பள்ளித் தமிழாசிரியர்கள் துரைமாணிக்கம், தேவசகாயம், கல்லூரியில் கஸ்தூரி சுப்பிரமணியம் ஆகியோரின் கற்பிப்பு தமது தேடல்களுக்கு ஒரு மூலதனமாக அமைந்துவிட்டது என்கிறார்.

தொன்மையான தமிழ்மொழியின் ஆழத்தை அறிவதற்கான ஏக்கம் அவருள் இருந்துகொண்டே இருந்தது. சங்க இலக்கிய காலத்திலிருந்து இக்காலம் வரையிலான தமிழ் இலக்கிய உருமாற்றத்தை இன்னும் ஆழமாகப் புரிந்துகொள்ள வேண்டும் என்ற வேட்கைதான் தான் படித்துப் பட்டம் பெறவேண்டுமென்ற தூண்டலுக்குப் பெரிதும் காரணம் என்கிறார்.

என் ஆசையை, என் தந்தையின் கனவை நனவாக்க விரும்பினேன். இடையில் மாமியாரின் மரணம், உடன்பிறவாத அன்புத் தம்பியின் மரணம் என்னை நிலைகுலையச் செய்தன. இதைப்போன்ற புயல்கள் என் வாழ்வில் அடித்தாலும், என்னுள் கனன்றுகொண்டிருந்த ‘மேலும் படிக்கவேண்டும்‘ என்ற அந்த அனல் ஐம்பது வயதைத் தாண்டியும் அணையவில்லை; வயதான பின்பு நமக்கேன் படிப்பு, பட்டம் என்று நினைக்காமல் படிப்பிற்கான முயற்சியில் ஈடுபட்டேன் எனக் கனத்த இதயத்தோடு பகிர்ந்துகொண்டார்.

வளர்ந்துவிட்ட அவருடைய பிள்ளைகள் தங்கள் வேலைகளைத் தாங்களே செய்துகொள்ளத் தலைப்பட்டனர். தம் விருப்பத்தை முதலில் கணவரிடமும் பின்னர் மூன்று பிள்ளைகளிடமும் 2015இல் தெரிவித்தார்.

இந்த 55 வயதுக்குப் பிறகும் உனக்குப் பட்டப்படிப்பு தேவையா என்று கேட்காமல், எனது 27 வயதான மகன் ஜேரட் சந்தோஷோ, 23 வயதான தெஷூரா ஷர்மிளாவோ, 14 வயது இரணித்ரா ஷாலினியோ ஆகிய மூவரும் என்னை உற்சாகப்படுத்தி ஊக்கமூட்டினார்கள். இரண்டாவதாக நான் வணங்கும் இயேசுநாதரிடம் அனுமதி பெற்றேன் என்றார். அவருடைய அருள் கிடைக்காவிட்டால் என்னால் இப்பயணத்தை எப்படித் தொடர முடியும் என்று பக்திப் பரவசத்துடன் சொல்கிறார்.

படிக்கும்போதே கிறித்தவ மதம் அவரை ஈர்த்துவிட்டது. அதன்மீது நம்பிக்கையும் வளர்ந்துகொண்டே வந்தது. மதம் மாறிய நேரத்தில், நான் விரும்பியவரும் ஒரு கிருத்துவராக அமைந்துவிட்டார். தேன் ஒழுகித் தெள்ளமுதில் விழுந்துவிட்டது என்று சொல்லி நாணம் பொங்கத் தலைகுனிகிறார்.

மூன்றாவதாக அவருக்குத் தொடக்கத்தில் தமிழ் சொல்லிக் கொடுத்த தமிழாசிரியர் துரைமாணிக்கத்தை அணுகி அபிப்பிராயம் கேட்டாராம். எப்போதும் தட்டிக்கொடுத்து வளர்த்த அவர் பச்சைக் கொடி காட்டினார். நூலகராகப் பணியாற்றியபோது அணுக்கமான அன்பையும் அறிவையும் எனக்கு ஊட்டி வந்த மரியாதைக்குரிய பேராசிரியர் கோபிநாதன் அவர்களிடம் தன் விழைவைச் சொன்ன மாத்திரத்திலேயே 'கண்டிப்பாகச் செய்! என்றும் உனக்கு ஆதரவாக இருப்பேன்' என்று வாழ்த்தி அவருக்கு வழிகாட்டியாகவும் குருவாகவும் விளங்கினார்.

உலகின் தலைசிறந்த பத்துப் பேர்களிடம் ஒரே கேள்வியைக் கேட்டு எட்டுப் பேர் கொடுத்த பதில் என்ன தெரியுமா? "எனது முன்னேற்றத்திற்கு வழிகாட்டியாக விளங்கியவர் ஆசிரியர்" என்பதே!

குரு என்பவர் ஒரு நபர் அல்லர். குருவருள் என்பது இருளை அகற்றும் ஒரு மின்னல் கீற்று. அது எங்கே, எப்படி, எந்த நேரத்தில், எந்த வடிவத்தில் கிடைக்கும் என்று சொல்ல முடியாது. அது அவரவர் பட்டறிவில் கிடைப்பது. ஒவ்வொரு படிப்பினையையும் ஒவ்வொரு நிகழ்விலிருந்தும் கற்றுக்கொண்டேன் என்று பகர்ந்த ஞானகுரு பண்டிதரைப் போலல்லாமல் தான் ஆசிரியர்களிடமிருந்தும் குடும்பத்திலிருந்தும் இயேசுவின் கிருபையினால் அவ்வருளைப் பெற்றுக்கொண்டதாக அல்லி அடக்கத்துடன் சொல்கிறார்.

இப்படியான மூன்று கதவுகளும் திறந்தபின்தான் பல்கலைக் கழக வாயிலில் நுழைந்தேன் என்கிறார் அல்லி நாயர்.

2015இல் சிங்கப்பூர் சமூக அறிவியல் பல்கலைக் கழகத்தில் (SUSS), 36 ஆண்டுகளுக்குப் பிறகு மீண்டும் ஒரு மாணவராகப் பகுதிநேர வகுப்பில் சேர்ந்தேன். 'என் வயது எனக்குத்தான் தெரியும். யாரிடமும் எதையும் காட்டிக்கொள்ளாமல் என்னை ஒரு மாணவராகத்தான் எண்ணிக்கொண்டேன். தேர்வு எழுதி வெற்றி பெற்ற ஒரு மாணவராக ஐந்து ஆண்டுகளுக்குப் பிறகு வெளியே வந்தேன் என்கிறார் அடக்கத்தோடு.

எனக்கு இயற்கையாகப் பொறாமைக் குணம் இல்லாததால் யாருடனும் எந்தப் போட்டியும் போடாமல் என்னை வளர்த்துக் கொள்வதிலேதான் என் நாட்டமெல்லாம் இருந்தது. ஆனால், எனக்குள்ள குறைபாடான கணினி அதன் தொழில்நுட்ப அறிவை முதலில் நண்பர்கள் மூலமும் பிள்ளைகள் மூலமும் பெற்றேன். இளம் வகுப்பு மாணவர்களுடன் சேர்ந்து குழுவாகக் கற்றலிலும் ஈடுபட்டார். இல்லத்தரசி என்ற குடும்பப் பணிகளில் இருந்துகொண்டே பல்கலைக் கழகம் செல்ல நேரத்தை எப்படி ஒதுக்குவது என்பது ஒரு பெரும் சவாலாக இருந்தது என்கிறார். வளர்ந்துவிட்ட பிள்ளைகளும், கணவரும் ஆதரவுக் கரம் நீட்டி வழியனுப்பி வைத்ததைப் பெருமையாகவும் நன்றியோடும் பகிர்ந்துகொள்கிறார் அல்லி நாயர்.

எடுத்த காரியத்தில் வெற்றிபெற நினைத்ததால் அதிலிருந்து பின்வாங்காமல் முழு ஈடுபாட்டுடன் காரியமே கண்ணாக உழைக்கவேண்டும் என்ற உறுதி மிக்கவராக விளங்கியதால் தனக்கு ஏற்பட்ட அனைத்துச் சவால்களையும் எதிர்கொண்டு மீள முடிந்ததாம்.

தமிழ்த் தாத்தா உ.வே.சாமிநாதய்யரிடம் அவருடைய தகப்பனார், 'ஆங்கிலம் படித்தால் இவ்வுலகில் நன்றாக வாழலாம்; சமஸ்கிருதம் படித்தால் மேலோகத்தில் நன்றாக இருக்கலாம். நீ எதைப் படிக்கப்போகிறாய்?' என்று கேட்டபோது, "இரண்டு உலகத்திலும் நன்றாக நான் வாழ விரும்புவதால் தமிழ் படிக்க விழைகிறேன்" என்றாராம். அதை மனத்திற்கொண்டே பல்கலைக் கழகப் பட்டப்படிப்பில் ஆங்கிலத்தையும், தமிழையும் பாடமாக எடுத்துப் படித்திருக்கிறார் அல்லி.

சிறையில் ஒரு கைதி ஓர் இசையை மீட்டிக்கொண்டிருந்தார். பக்கத்து அறையில் மரண தண்டனையை எதிர்நோக்கியிருந்த சாக்ரட்டீஸ் கேட்டு ரசித்த பிறகு அவரிடம் சென்று "உன் இசை அருமையாக இருந்தது. அதை எனக்கும் கற்றுத் தருகிறாயா?" என்று கேட்டாராம். அதற்கு அந்தக் கைதியோ, "மரணதண்டனைக் கைதி நீ. விரைவில் சாகப்போகிறாய். இனிக்

கற்று என்ன பயன்?' என்று கேட்க, “இறப்பதற்குள் புதிதாக ஒன்றைக் கற்றுக்கொண்டோமே என்ற மனத்திருப்திக்காகத்தான்” என்றாராம். அதைப்போல எதையாவது புதிதாகக் கற்றுக்கொண்டே இருக்க வேண்டும் என்று விரும்புகிறார். என் அகவை அறுபதல்ல; இருபதுதான். அனுபவம்தான் நாற்பது என்கிறார்.

கடவுளிடம் பெரிதும் நம்பிக்கையுடைய அல்லி நாயர், தனது எண்ணமும் நம்பிக்கையும்தான் திறம்படத் தன்னைச் செயற்பட வைக்கிறது. அந்த நம்பிக்கை சில சமயம் வெற்றியைக் கொடுக்காவிட்டாலும் என் வாழ்க்கையில் சந்தித்த எந்தச் சவால்களையும் எதிர்கொள்ளும் ஆற்றலைப் பெரும்பாலும் எனக்குத் தந்திருக்கிறது என்கிறார்.

'இளவயது இருபதிலே எண்ணத் தோன்றும்,
எவ்வளவோ தூரம் வாழ்க்கை யென்று
அளந்துசொல்லும் அறுபதிலே ஆயுள் முற்றி
அருகினிலே வருகிறதென் றகமே செப்பும்'

என்று சிங்கப்பூர்க் கவிஞன் ஒருவன் பாடியதுபோல் என் மனம் எனக்குச் சொல்லவில்லை. இன்னும் நாற்பது ஆண்டு நான் வாழப்போகிறேன். அதற்குள் எவ்வளவு படித்து அறிந்துகொள்ள வேண்டுமோ அவ்வளவையும் கற்றறிய வேண்டும் என்ற சாக்ரட்டீஸ்போல்தான் எண்ணத் தோன்றுகிறது.

'தடைகள் வரும்போது பாதையை மாற்றிக்கொள்ளுங்கள்; இலக்கை மாற்றிக்கொள்ளாதீர்கள்' என்று ஜிக்ஜில்லர் சொல்லியது போல் அல்லி தாம் விழைந்த இலக்கை அடைந்துவிட்டார். 2020இல் இளங்கலைப் பட்டத்தை 'பனிப்பாறையின் முனையில் நின்று பெற்றேன் என்கிறார். இருந்தாலும் கற்றது கைம்மண்ணளவே. கல்வி உள்ளே வருவது; அறிவு வெளியே போவது. அதனால், பணி ஏதேனும் கிடைத்தால், அதை ஏற்று இவ்வுலகத்தை இன்னும் படிக்க வேண்டுமென ஆசைப்படுகிறார்.

'நாம் நமது வீட்டுப் பெண்களை, பிள்ளைகளைப் பெற்றுக் கொள்ளும் எந்திரமாகவும், வீட்டு வேலைக்காரியாகவும்தான் பார்க்கிறோம். புரையோடிப்போன நமது சமுதாயத்தில் சமமான பார்வை இல்லை' என்பதை யதார்த்தமாகச் சொல்லிப் புரியவைத்தார் பகுத்தறிவுப் பகலவன் தந்தை பெரியார்.

ஓயாத வீட்டு வேலை; உயர்ந்த பட்டம் 'இல்லத்தரசி' என்று ஒரு கவிஞன் சொன்னான். இல்லத்தரசிதானே என்று

சிலர் அலட்சியமாக நினைக்கிறார்கள். அந்தப் பொறுப்பை ஏற்று நிறைவேற்றும்போதுதான் அதன் பெருமையையும், கனத்தையும், உணர்ந்து மனநிறைவு கிடைக்கும் என்கிறார்.

Marriage is the relation between man and woman in which

The indipendance is equal; Dependance is mutual; Oblication is reciprocal

திருமண இணைப்பில் சமமான சுதந்திரம், ஒருவரை ஒருவர் சார்ந்த வாழ்க்கை, இணையான பொறுப்பு எனும் கருத்தில் Louis K. Aulpackex என்பவர் சொன்ன அடிப்படையில் தன் இல்லத்தரசர் தனக்கு அமைந்துவிட்டதை எண்ணிப் பூரிப்படைகிறார் ரிபெக்கா அல்லி நாயர்.

எண்ணப்படியே அமைவதுதான் வாழ்க்கை. மனம் இருந்தால் மார்க்கம் உண்டு. மனத்தையும் உடலையும் திடமாக வைத்துக்கொண்டால் சாதிப்பதற்கு எல்லையில்லை; வாழ்நாள் கற்றலுக்குத் தடையும் இல்லை என்று விவரிக்கிறார்.

* * *

9
பெருநடைச் சாதனை வீரர் 58 வயது
சுப்பிரமணியம்

"**தா**கமெடுத்தவர் இவ்வுலகில் தண்ணீரைத் தேடுகின்றனர். தண்ணீரும் தேடிக்கொண்டிருக்கிறது, தாகம் கொண்டவர்களை!"

என்று பாரசீகக் கவிஞானி ஜலாலுதீன் ரூமி சொன்னது போல், நீ வெற்றியைத் தேடு! வெற்றியும் உன்னைத் தேடிக் கொண்டிருக்கிறது.

நீ வெற்றிபெற வேண்டுமென்றால் வெற்றியைப் பற்றியே நினைத்துக்கொண்டிருப்பதால் மட்டும் பயன் ஏற்பட்டு விடப்போவதில்லை. வெற்றிபெற முடியாமல் உன்னைத் தடுப்பது எது என்று சிந்தித்தாலே போதும். அப்படித் தடுக்கின்ற தடைகளை, அழுக்குகளை, குறைகளை நீக்கிவிட்டால் போதும். இதைப் புரிந்துகொள்ளாதவரையில் வெற்றி ஒளிந்துகொண்டுதான் இருக்கும். வெற்றிக்காக எதைச் செய்தாலும் அதில் மனம் ஒன்றிய ஈடுபாட்டுடன் செயற்படவேண்டும்.

வெற்றிபெற ஒருமுறை செயற்பட்டுவிட்டால் மட்டும் போதாது; அதற்கான தொடர் முயற்சி சரியான வழியில் இருந்துகொண்டே இருக்க வேண்டும். அப்படித்தான் எந்த விதமான பின்னணியும் இல்லாமல், தாம் ஆசைப்பட்ட பெருநடைப் போட்டியில் சிங்கப்பூரில் உச்சத்தைத் தொட்டு நிற்கிறார் இரா.சுப்பிரமணியம். அவர் தம் சொந்த உழைப்பில், முயற்சியில் சிங்கை திருநாட்டிலேயே

ஞாயிறு 23. 5. 2021 | சமூகம் 15

58 வயதிலும் குறையாத வேகம்

58 வயதாகியும் இளையர்களுக்கு இருக்கும் சுறுசுறுப்பு, துடிப்புடன் அவர் செயல்பட்டு வருகிறார்.

படம்: ஸ்ட்ரெய்ட்ஸ் டைம்ஸ்

ப. பாலசுப்பிரமணியம்

திரு ரா. சுப்பிரமணியத்துக்கு வேலைக்குச் செல்லும் வயதில் இரண்டு மகன்கள் உள்ளனர்.

58 வயது ஆகியுள்ள நிலையில் தமது ஓய்வுகாலத்தை ஏற்கெனவே அவர் திட்டமிட்டுவிட்டார்.

ஆனால் அதற்கு இன்னும் பல ஆண்டுகள் இருப்பதை அவரது அன்றாட நடவடிக்கைகள் புலப்படுத்துகின்றன.

அந்த வரிசையில், இம்மாதம் 8ஆம், 9ஆம் தேதிகளில் அவர் தொடர்ச்சியாக 12 மணி நேரத்துக்கு 84.05 கிலோ மீட்டர் தூரம் நடந்தார். 12 மணி நேரத்தில் ஆக அதிகமான கிலோமீட்டர் நடந்த வீரர் எனும் பெருமை திரு சுப்பிரமணியத்தைச் சேரும்.

"நெடுந்தொலைவு நடையில் ஈடுபடுவதற்கு மனதை திடமாக வைத்துக்கொள்வது அவசியம். அது சவால்மிக்கது.

இன்று வேகநடைச் சாதனை வீரர் என்றால் எல்லோரும் அவரைத்தான் கைகாட்டுவார்கள்.

திருவாளர்கள் இராசப்ப தேவர், கமலா தம்பதியருக்குக் கடைக்குட்டியாக 16.08.1963இல் சிங்கப்பூரில் பிறந்தவர்தான் அந்தப் பெருநடை வீரர் சுப்பிரமணியம். அப்போதிருந்த 'டவுனர் தொடக்கப் பள்ளியில்' கல்விகற்க நுழைந்து, 'ஈஸ்ட் பாயோ உயர்நிலைப் பள்ளியில்' படிப்பைத் தொடர்ந்து, புகுமுக வகுப்பை 'அவர் லேடி லூர்தூஸ் பிரியு செண்டரில்' முடித்தார். அதன்பின் சிங்கப்பூர்த் தேசிய சேவையையும் செய்தார். படிக்கும் போதே ஹாக்கி, காற்பந்து, ஓட்டப்பந்தயம் ஆகிய விளையாட்டுகளில் ஆர்வம் உடையவராகத் திகழ்ந்தார்.

சுப்பிரமணியத்தின் தமக்கை கணவர் திரு. ஆர்.நடராஜன் சிங்கப்பூரில் வேகநடை அல்லது பெருநடை (Race Walking) என்று அழைக்கப்படும் பிரிவில் புகழ்பெற்றவராகத் திகழ்ந்தார். தென்கிழக்காசியவிற்கென நடந்த ஆறு போட்டிகளில், ஒன்பது பதக்கங்களைப் பெற்ற முதல் சிங்கப்பூரராக அவர் விளங்கியவர். அவரைப் பார்த்து, அவரையே தம் முன்மாதிரியாகக் கொண்டு (Roll Model) 1978ல் பெருநடைப் போட்டிகளில் பங்கெடுக்க ஆரம்பித்தார்.

  1983ல் தம் 20 ஆவது வயதில் King Of The Mount என்ற பெயருடைய பெருநடைப் போட்டியில் கலந்துகொண்டு முதற்பரிசினைப் பெற்றது முதல் விளையாட்டுத்துறை உலகில் இவருடைய புகழ் மெல்லப் பரவத் தொடங்கியது.

  1984இல், இப்போதைய காயத்ரி உணவக உரிமையாளர் சண்முகத்துடன் இணைந்து ஜப்பான், கொரிய நாடுகளிலிருந்து துணிகளை வரவழைத்து இங்குள்ள கடைகளுக்கு விநியோகம் செய்து நல்வணிகராகத் திகழ்ந்தார். மூன்று ஆண்டுகளுக்குப்பின் தமக்கு விருப்பமான விளையாட்டுகளில் ஈடுபட விரும்பியதால் காவல்துறையில் சேர்ந்தால் அது சாத்தியப்படும் என்று நம்பி 1987இல் சிங்கப்பூர் காவல்துறையில் சேர்ந்தார். தான் எதிர்பார்த்ததுபோல் விளையாட்டுகளில் ஈடுபட அங்கும் நேரமின்மையால் ஐந்தாண்டுக்கால சேவைக்குப் பிறகு காவல் துறையிலிருந்து விலகினார்.

  1992ல் 'காயத்ரி' சண்முகம் போன்ற நண்பர்களுடன் சேர்ந்து முதன்முதலில் Live Bandடுடன்கூடிய 'Bottoms Up' எனும் Indian Pub ஒன்றை Buffalo சாலையில் நடத்தி எல்லோருக்கும் அறிமுகமானார். குறுகியகாலம் மட்டுமே நடத்தமுடிந்த அத்தொழிலைவிட்டு நகர்ந்து, 1993இல் Cedar

Housing Pte ltd என்ற Housing Agent தொழில் நிறுவனத்தில் சேர்ந்து பணியாற்றினார். பின்னர் சில ஆண்டுகளிலேயே அத்தொழிலில் பயிற்சி எடுத்துச் சொந்தமாகத் தொழில் செய்யவேண்டுமெனும் அவாவில், SKV International Property Consultant எனும் சொந்த நிறுவனத்தைத் தொடங்கினார். 50 முகவர்கள்வரை அவரின் கீழ்ப் பணியாற்றினார்கள். தொழில் சிறப்பாக நடந்தாலும் தம் மனத்தில் பெருநடைப் போட்டிகளில் பங்கேற்க முடியவில்லையே என்ற குறை ஒருபுறம் இருந்துகொண்டிருந்தது.

ஒரு நூற்றாண்டுக்குமுன் குதிரை வண்டியில் மாணவர்கள் பள்ளிகளுக்குச் செல்வது வழக்கம். அப்படிச் சென்ற ஒரு மாணவன், வகுப்பில் ஆசிரியர் கேட்ட கேள்விக்கு 'எதிர்காலத்தில் குதிரைவண்டிக்காரனாவேன்' என்று பதிலளித்தான். டாக்டராவேன், வக்கீலாவேன், கலெக்டராவேன் என்றெல்லாம் பதிலளித்த மற்ற மாணவர்களெல்லாரும் கிண்டலாக ஏளனம் செய்தார்களாம். அந்தச் சிறுவன் இல்லம் சென்று தாயிடம் சொல்லி வருத்தப்பட்டான். 'நீ ஒன்றும் கவலைப்படாதே! இதோ சுவரில் மாட்டியிருக்கும் பாரதப் போரின் படத்தைப் பார். அர்ச்சுனனுக்குத் தேரோட்டி வழிநடத்தியவன் கிருஷ்ணன். அதைப்போல் எதிர்காலத்தில், உலக மக்களுக்குக் கிருஷ்ணன் போல் இருந்து நீ வழிகாட்டுவாய்' என்றாளாம். அச்சிறுவன்தான் விவேகானந்தர். அவர் எண்ணம் போல் நடந்தது. அதேபோல் சிங்கை போற்றும் வீரனாகித் திகழவேண்டும் என்று சுப்பிரமணியம் விரும்பியது போலவே பிற்காலத்தில் புகழ்பெற்ற வீரரானார்.

1985இல் சிங்கப்பூரைப் பிரதிநிதித்து, ஆசியான் கோப்பைக்கான போட்டியில் குழுவாகப் பங்கெடுத்தார். பெருநடைப் போட்டியில் மூன்றாம் பரிசு கிடைத்தது. 1987இல் தந்தையின் மரணம் சுப்பிரமணியத்தைப் பெரிதும் பாதித்தது. ஒரே ஆண் வாரிசானதால் தாயைப் பேணும் பொறுப்பை ஏற்கவேண்டும். 1993இல் கைபிடித்த சுமதியுடன் கூடிய குடும்பத்தைப் பார்ப்பதா? அல்லது தன் கனவுத்துறையாகிய விளையாட்டுத் துறையில் கவனம் செலுத்துவதா? என்று மதில்மேல் பூனையாகிக் குழம்பிய நிலையில் இருந்தார். இறுதியில் குடும்பப் பொறுப்பை நிறைவேற்றுவதற்கு முன்னுரிமை கொடுத்து, பெருநடையை மறந்து, 16 ஆண்டுகள் பல தொழில்களில் ஈடுபட்டுப் பொருளீட்டி வந்தார்.

ஒருமுறை பெருநடை மன்றத் தலைவரைத் தற்செயலாக முருகன் கோவிலில் சந்தித்தார். மீண்டும் பெருநடைப் போட்டிகளில் பங்கெடுக்க விடுத்த அழைப்பை இறைவன் சந்நிதியிலிருந்து விடுத்த அழைப்பாக எண்ணி, போட்டிகளில் பங்கேற்கச் சென்றார். சிறுவர்கள்முதல் பெரியவர்கள்வரை எல்லோருமே இவரைப் பின்னுக்குத் தள்ளிவிட்டு முன்னால் ஓடினார்கள். அப்போதுதான் எண்ணினார், வெறும் ஆசையினால் மட்டும் ஒரு வெற்றியைப் பெற்றுவிட முடியாது, பெரு முயற்சி வேண்டும் என்று உணர்ந்து. தொடர்ந்து பயிற்சிகளில் ஈடுபடலானார்.

ஆணும் பெண்ணும் இணையும்போது, கோடிக்கணக்கான உயிரணுக்கள் விந்திலிருந்து பாய்ந்து பெண்ணின் கரு முட்டைக்குள் புக முயல்கின்றன. ஆனால், ஒன்றே ஒன்றுதான் வெற்றி பெறுகிறது. ஆக மனிதனிடம் போட்டித் தன்மை கருவிலேயே உருவாகிறது.

உன்னுடைய தேடலில் தோல்வி ஏற்படலாம்; அதற்காகத் துவண்டுவிடாதே! தோல்வியை ஒப்புக்கொள்ளத் தயங்காதே! ஏனெனில் தோல்வியிலிருந்து கற்றுக்கொள்ள நிறைய இருக்கின்றன என லெனின் சொன்னது அவருக்கு நினைவுக்கு வந்தது.

மழை நிற்கட்டும் எனக் காத்திருப்பதல்ல வாழ்க்கை. மழையில் நனைந்துகொண்டே மகிழ்ந்து வாழ்வதுதான் வாழ்க்கை என்பதை உணர்ந்து வெற்றிபெறுவதற்கான வழியைத் தேடினார்.

2003இல் தமது பயிற்சியாளர் தனபால், மற்றும் சில நண்பர்களுடன் இணைந்து சொந்தமாக வேகநடை மாணவர்

களுக்குப் பயிற்சிகள் கொடுப்பதுடன் போட்டிகள் நடத்துவதையும் செய்தார்.

2005இல் மலேசியாவின் ஜெண்டிங் ஹைலேண்டில் நடைபெற்ற 24மணிநேர உலகளாவிய பெருநடைக் குழுப் போட்டியில் சுப்பிரமணியன் கலந்துகொண்டு முதல் பரிசைத் தட்டிவந்தார். பலம் பொருந்திய மலேசியக் குழுவை வெல்லமுடியும் என்று எதிர்பார்க்கவில்லையாம். யாரும் ஊக்குவிக்காத நேரத்தில் சற்றும் எதிர்பாராமல் அந்த வெற்றி கிடைத்தது என்கிறார். அதன் பிறகுதான் உலகப்பெருநடைத் துறையில் எல்லோரும் இவரைத் திரும்பிப் பெருமையுடன் பார்த்தார்களாம். அதே ஆண்டில் பினாங்கில் நடைபெற்ற இண்டர்நேஷனல் 12 மணிநேர ரிலே ரேஸிலும் கலந்துகொண்டு முதல் பரிசைப் பெற்றதும், இவர் பெயரை உலகமே பேசத் தொடங்கியது. 35 வயதுக்கும் மேற்பட்டோரை இந்தத் துறையில் Masters Categoryஆகப் பிரித்துக் கணக்கிடுவார்களாம்.

ஐம்பது வயதை நெருங்கும் போதும் அவ்வயதைக் கடந்தபோதும் இனி நம்மால் முடியுமா என்று யோசிக்காமல், இந்தப் பெருநடைப் போட்டியில் தொடர்ந்து கலந்துகொள்ள வேண்டும் என்ற எண்ணத்தையும் ஆசையையும் உருவாக்

கிக்கொண்டார். தமக்குக் கிடைத்த வரவேற்பையும் மரியாதை யையும் காப்பாற்றிக்கொள்ள 76கிலோவாக இருந்த சுப்பிரமணியம், தொடர்ந்து ஓடுவதற்கு ஏதுவாகத் தன் எடையை 57 கிலோவிற்குக் குறைத்து, தனி நபராகப் போட்டியில் கலந்துகொண்டு 90 கிலோமீட்டர் தூரத்தை 12மணி நேரத்தில் நடந்து இரண்டாம் பரிசை வென்றார். அப்போது முதல் பரிசைப் பெறமுடியவில்லையே என்று வருந்தினார்.

ஒரு தோல்வி ஏற்பட்டுவிட்டால் இத்துடன் வாழ்க்கை முடிந்துவிட்டது என்று எண்ணுதல் கோழைத்தனம்.

தாமஸ் கார்லைலின் என்பவர் ‘பிரஞ்சு புரட்சி’ எனும் நூலை எழுதிக்கொண்டுபோய் அச்சிடுபவரிடம் கொடுத்துவிட்டு வந்துவிட்டார். அச்சகத்தாரின் கவனக்குறைவால் அந்நூல் தீக்கிரையாகிவிட்டது. கண்களைக் கசக்கிக்கொண்டு சோம்பி நின்றுவிடாமல் மீண்டும் அப்பெரிய நூலை இன்னும் சிறப்பாக எழுதி முடித்தார். அந்நூலே பிற்காலத்தில் உலகப் புகழ்பெற்ற இலக்கியமாகத் திகழ்ந்தது.

நீண்ட இடைவெளி ஏற்பட்டாலும் பிறகு 2016இல் ஆஸ்திரேலியா, பெர்த் நகரில் நடைபெற்ற அகில உலக மாஸ்டர்ஸ் பெருநடைப் போட்டியில் சிங்கப்பூரைப் பிரதிநிதித்துக் கலந்துகொண்டு இரண்டு பதக்கங்களைப் பெற்றுச் சிங்கைக்குப் பெருமை சேர்த்தார்.

2017இல் தென்கொரியாவில் நடைபெற்ற அதேபோன்ற போட்டியில் 10 கிலோமீட்டர் தூரப் போட்டியில் 54 வயது சுப்பிரமணியம் தங்கப் பதக்கத்துடன் திரும்பினார்.

தனது 55ஆவது வயதில் பினாங்கில் நடைபெற்ற ஆசிய பசுபிக் மாஸ்டர்ஸ் வேகநடைப் போட்டியில் கலந்துகொண்டு இரண்டு தங்கம், ஒரு வெள்ளிப் பதக்கங்களைச் சிங்கப்பூருக்குப் பெற்றுத் தந்தார்.

பங்குனி உத்திரத் திருவிழாவை முன்னிட்டு, வழக்கமாக மலேசியா பத்துமலை முருகன் கோயிலிலிருந்து புறப்பட்டு, பஹாங் மாரத்தாண்டவர் கோயில் வரை உள்ள 210 கிலோ மீட்டர் தூரத்தை நடையாகவே போகும் வழக்கம் அங்கு இருக் கிறது. அந்த நடையை வேகநடைப் போட்டியாக அவ்வாண்டு நடத்தினார்கள். அதிலும் கலந்துகொண்டு முதற்பரிசினைப் பெற்றார். இவ்விரு போட்டிகளிலும் சிங்கப்பூரர் ஒருவர் வெற்றி பெற்றதைக் கொண்டாடும் நோக்கத்தில் சிங்கப்பூர் ரேஸிங் வாக் மாஸ்டர்ஸ் மன்றமும், கேளாங் சிராய் சமூக மன்றமும்

இணைந்து ஒரு பாராட்டுவிழாவுக்கு ஏற்பாடு செய்தது. அதில் கலந்துகொண்ட நாடாளுமன்ற உறுப்பினர் டாக்டர் பாத்திமா லத்தீப், 'அடுத்த ஆண்டு சிங்கப்பூர் உருவாகி 200 ஆண்டுகள் நிறைவடைவதை முன்னிட்டு, அரசு விரிவான விழாவுக்கு ஏற்பாடு செய்து வருகிறது. நாமும் அதன் நினைவாக 200 கிலோ மீட்டர் வேக நடைப்போட்டி ஒன்று நடத்தலாம்' என்றார். அதன்படி 2019இல் நடந்த பன்னாட்டவர் கலந்துகொண்ட போட்டியில் 9 வீரர்கள் பங்கெடுத்தார்கள். போட்டியை நிறைவு செய்தவர்கள் இருவர். அதில் சுப்பிரமணியம் முதலாவதாக வந்து பெருமை பெற்றார்.

முதல் நபர் என்பதிலே ஒரு பெருமையும் சிறப்பும் உண்டுதான். முதலில் அமெரிக்கர்கள் விண்கலம் அமைத்து, நீல் ஆம்ஸ்ட்ராங், எட்வின் ஆல்ரின் இருவரையும் சந்திர மண்டலத்திற்கு அனுப்பினார்கள். கலம் சந்திரனை அடைந்ததும், கதவு திறந்தது. தரையில் எப்படிக் குதிப்பது என்று எட்வின் ஆல்ரின் யோசித்துக்கொண்டு நின்றபோது, பின்னால் நின்றுகொண்டிருந்த நீல் ஆம்ஸ்ட்ராங் திடீரென்று குதித்துவிட்டார். நாசாவிலிருந்து ஊடகத்தில் பார்த்துக்கொண்டிருந்த விஞ் ஞானிகள் வியப்பு கலந்த மகிழ்ச்சியில் ஆம்ஸ்ட்ராங் பெயரைப் பரவசத்தில் உரக்க அறிவித்தனர். ஆக முதன்முதலில் சந்திரனில் இறங்கியவர் ஆம்ஸ்ட்ராங் என்று அவர் பெயரையே உலகம் உச்சரித்துக்கொண்டு வருகிறது. மயிரிழை வித்தியாசம் இருந்தாலும் ஓட்டப்பந்தயத்தில் முந்துபவரே முதல் பரிசினைப் பெற்றுப் பெருமைக்குரியவராகிறார்.

2019ஆம் ஆண்டு சீனாவின் சூஜாவ் நகரில் International Amature Atheletic Federation சார்பில் வேகநடைப் போட்டி ஒன்று நடந்தது. உலகப் புகழ்பெற்ற சாதனையாளர்கள் கலந்து கொண்டார்கள். இதில் கலந்துகொள்வதே ஒரு பெருமைக்குரிய செய்தியாகும். இப்போட்டியில் சுப்பிரமணியம், தமது 56ஆவது வயதில் கலந்துகொண்டு வெள்ளிப் பதக்கம் பெற்றார். இது சிங்கப்பூருக்கு மிகப்பெரிய சிறப்புச் சேர்த்த நிகழ்வாக அமைந்து விட்டது.

கொரோனா காலமாகிய 2020 பிப்ரவரி முதல் தேதியன்று சிங்கப்பூரைச் சுற்றியுள்ள 103.6 கி.மீ தூரத்தைப் பெருநடையில், ஏற்கனவே நிகழ்த்தியிருந்த 33 மணிநேரப் பதிவை முறியடித்து 18.47மணி நேரத்தில் நடந்து, சிங்கப்பூர் சாதனைப் புத்தகத்தின் Singapore Book Of Recordல் இடம்பிடித்த சாதனையாளர் ஆனார். அதே ஆண்டு ஆகஸ்டில் World Masters Atheletic Championship

போட்டி Virtual ஆக நடந்தது. 5, 10, 20கி.மீ தூரப் போட்டிகளில் 57 வயது சுப்பிரமணியம் கலந்துகொண்டு ஒரு வெள்ளி மற்றும் இரண்டு வெண்கலப் பதக்கங்களைப் பெற்றார். அதே ஆண்டு செப்டம்பரில் 10 நாளில் 501,370அடிகள் (steps) நடந்ததன் மூலம் 400கிமீ தூரத்தைக் கடந்தவர் என்று மீண்டும் சிங்கப்பூர் சாதனைப் புத்தகத்தில் இடம்பிடித்தார். அதே புக்கில் தீவைச் சுற்றிக் குழுவாக இணைந்து 100கி.மீ தூரத்தை ரிலே மூலம் வேகநடை நடந்து மற்றுமொரு பதிவையும் செய்தார்.

தமது 58ஆவது வயதில் சொத்து முகவராகவும் பணியாற்றிக் கொண்டே, 30 நாள்களில் 1200கி.மீ தூரத்தை நடந்து முடித்தார். மற்றும் 12 மணி நேரத்தில் 84 கி.மீ தூரத்தை நடந்துமுடித்து இன்னும் ஒரு பதிவாகச் சிங்கப்பூர் புக் ஆப் ரெக்கார்டில் இடம் பிடித்தார். ஆக மொத்தம் இதுவரை 5 சாதனைகளை அந்தப் புத்தகத்தில் பதிவு செய்துள்ளார்.

இவை தவிரப் போட்டியாளராக மட்டுமல்லாமல் பயிற்சியாளராக ரஷ்யா, இத்தாலி, சீனா போன்ற நாடுகளுக்குச் சென்றுள்ளார். இந்தத் துறையில் யாரேனும் உதவி கேட்டால் செய்துகொடுப்பதற்கும் தயாராக இருக்கிறார்.

கோவிட்19 கிருமித்தொற்றுச் சூழலிலும் இந்த வயதில் உடலுறுதியை நிலைநாட்டும் வகையில் தொடர்ந்து புதிய புதிய இலக்குகளை எட்டத் திட்டமிட்டுக்கொண்டே இருக்கும் இவரது கடப்பாடு, செயல் திறன், ஆர்வம், ஈடுபாடுகளை எண்ணும்போது நம்மைப் பிரமிக்க வைக்கிறது. சவால்கள் நிறைந்த நெடுந்தொலைவு நடையில் ஈடுபடுவதற்கு மனத்தைத் திடமாக வைத்துக்கொள்ளவேண்டும். 'பிறரை அஞ்சிடச் செய்யும் அளவுக்கு நெடுந்தொலைவை எளிதாகவும், விரைவாகவும் நடந்து கடப்பதிலேதான் தமக்கு விருப்பம் அதிகம்' என்கிறார்.

உலக வரலாற்றைப் பார்த்தால் சாதனையாளர்கள் யாருக்குமே வெற்றிக்கான களம் தானாக அமைந்ததில்லை.

இயேசுவும், நபிகளும் தொடக்கக் காலத்தில் ஆடுமாடு மேய்த்துக் கொண்டிருந்தவர்கள்தாம்.

ஷேக்ஸ்பியர் குதிரைக் கொட்டகையில் சாணம் அள்ளியவர்.

ஹிட்லர், தெருச் சுவர்களில் ஓவியம் வரைந்து வயிற்றைக் கழுவியவர்தான்.

உலகப் பெரும் பணக்காரர் ராக்பெல்லருக்குத் தொடக்கத்தில் ஒருநாள் சம்பளம் 6 டாலர்தான். பெர்னாட்ஷா ஒரு மளிகைக்கடை ஊழியர்.

இவர்கள் தங்கள் உழைப்பாலும், அறிவாலும், புத்திசாலித் தனத்தாலும், சந்தர்ப்பச் சூழல்களாலும், நல்ல வாய்ப்புகளினாலும் பெருவெற்றியை ஈட்டியவர்கள்தாம். அதைப்போல், தமது பெரு முயற்சியாலும், கடினப் பயிற்சியாலும், தன்னம்பிக்கையினாலும், மன உறுதியாலும் இன்று 'நெடுந்தொலைவு நடை' என்றால், 'வேகநடை' என்றால் சிங்கப்பூரில் திரு. சுப்பிரமணியம் நினைவு தான் நமக்கு வரும். அவருடைய சாதனைகளை எண்ணி நாம் பெருமிதம் கொள்கிறோம்' என்று சிங்கப்பூர்ச் சாதனைப் புத்தகத்தின் தலைவர் திரு. ஓங் எங் ஹுவாட் சொல்லி மகிழ்கிறார்.

கொலம்பஸ் செயலில் சாதனைகள் புரிந்திருந்தாலும், சொந்த வாழ்க்கையில் தோல்வியைச் சந்தித்தவர்தான். ஆனால், சுப்பிரமணியமோ, தமது அன்பு மனைவியுடனும், வேலைக்குச் செல்லும் வயதினராகிய கீர்த்தனா, வித்யா எனும் இரு மகள்களுடனும் இனிய, புகழ்பெற்ற வாழ்வை வாழ்ந்து வருகிறார்.

எனது எண்ணம்தான் என்னை வழிநடத்துகிறது. எனது நம்பிக்கைதான் என்னைச் செயல்பட வைக்கிறது. எல்லாம் என்னுள்தான் இருக்கிறது என்று எண்ணி வாழ்கிறார். வயதை நினைத்துச் சோர்வடையாமல் சாதனைகள் பலபடைத்த பெருநடை வீரர் சுப்பிரமணியத்திற்கு நமது வாழ்த்துகளும் பாராட்டுகளும்!

* * *

10

தன் சாதனையைத் தானே முறியடித்த சாதனையாளர் தமிழ்ப் பெண்மணி
ஷாமினி

விளம்பர மாடல், தொழிலதிபர், அரசியல்வாதி, இயக்குநர், மாநில ஆளுநர், இறுதியில் பிரபல ஹாலிவுட் நடிகராகி உலகப் புகழ்பெற்றவர் அர்னால்டு என்ற சாதனையாளர்.

சிலர்தான் மாறுகிறார்கள்; பலர் மாற்றத்தைப் பற்றிப் பேசிக்கொண்டே இருக்கிறார்கள்.

வழுக்கை விழுந்தபின் கிடைக்கும் சீப்புதான் அனுபவம்.

வாழ்க்கை என்பது நாம் நினைக்கிற இடத்தில் தொடங்கி நினைக்கிற இடத்தில் முடிவுறுவது அல்ல.

நான் ஒரு சாதனையாளனாக மாற என்ன செய்யவேண்டும்? என ஓர் இளைஞன் சாக்ரட்டீஸிடம் கேட்டான். மறுநாள் ஆற்றங்கரைக்கு வரச்சொல்லி, ஆற்று நீருக்குள் இளைஞனை அழுத்திப் பிடித்தாராம். திக்கு முக்காடி, தண்ணீரெல்லாம் குடித்து, முண்டியடித்து மேலே வர எத்தனித்து வந்தானாம்.

நீருக்குள் இருக்கும்போது, வேறு எதைப்பற்றியும் நினைக்காமல் உயிர்பிழைக்கவேண்டும் என்ற ஒரே சிந்தனையுடன் எப்படி மூச்சுவிட முழு முயற்சியையும் செய்தாயோ அதைப்போல் ஒரே சிந்தனை, ஒரே

குறிக்கோளுடன், எதில் உன் ஈடுபாடும் உழைப்பும் இருக்கிறதோ அதில் உன்னால் சாதனை செய்திட முடியும் என்று சாக்ரட்டிஸ் அறிவுறுத்தினாராம்.

அதனால் சாதனை செய்! அல்லது சாதனை செய்யும் நோக்கிலேயே உன் பயணத்தைத் தொடங்கு, என்பதற்கு ஒப்ப நம்மோடு வாழ்ந்துகொண்டிருக்கும் ஷாமினி தனலட்சுமி என்ற பெண்மணி இளம் வயதிலும் சாதனை செய்தார். ஐம்பது வயதுக்கு மேலாகியும் செய்த அரிய பெரிய சாதனைகளைப் பற்றித்தான் இக்கட்டுரையில் காண இருக்கிறோம்.

உலகப் புகழ்பெற்ற சிங்கப்பூர் காற்பந்தாட்ட வீரர் திரு. ‘ஜார்ஜ்’ சுப்பையா, திருமதி வாலம்மாள் ஆகியோருக்கு மகளாய் ஷாமினி 18.09.1967அன்று சிங்கப்பூரில் பிறந்தார். இவர் மேனாள் அதிபர் எஸ்.ஆர்.நாதன் அவர்களின் ஒன்றுவிட்ட தங்கை மகள். வசந்தம் தொலைக்காட்சிப் புகழ் ஜே.கே.சரவணனின் சித்தியுமாவார். மற்றொரு பார்வையில் சொன்னால், 1990களில் ‘அஜந்தா எண்டர்டைன்மெண்ட்’ எனும் அமைப்பின் சார்பில் சிங்கையில் ‘ஸ்டார் நைட்’டுகளை நடத்திப் புகழ்பெற்ற ஜமுனா கிருஷ்ணனுடைய ஒன்றுவிட்ட தங்கைதான் ஷாமினி என்று சொல்லி உங்களுடன் அவருடைய பாரம்பரியப் பெருமைகளைப் பகிர்ந்துகொள்வதில் மகிழ்ச்சியடைகிறேன்.

தொடக்கத்தில் தம்முடைய கல்வியை மெதடிஸ்ட் பெண்கள் பள்ளியிலும், பின்னர் ஆங்கிலோ சீனத் தொடக்கக் கல்லூரியிலும் பயின்ற பிறகு ஆஸ்திரேலியா சென்று மூன்று

ஆண்டுகள் Hospitality & Tourism எனும் பாடத்தில் பட்டப்படிப்பைப் படித்துவிட்டுத் தாயகம் திரும்பினார். இங்கு வந்தவுடன் Grand Hyatt HotelLல் Guest Services Officer ஆகத் தம் பணியைத் தொடங்கினார். ஐந்து ஆண்டுகள் பணிக்குப் பிறகு அப்பணியை விட்டு விட்டுச் சொந்தத்தொழிலில் ஈடுபடத் தொடங்கினார்.

பின் 1995இல் கணபதி கலேந்திரனை மணந்து இல்லற வாழ்வில் இடுபட்டார்.

Marriage is a relationship between man and woman in which Independence is equal; Dependance is mutual; Obligation is reciprocal - என்ற அந்த உணர்வின், அறிவின் புரிந்துணர்விலேயே திரு. கலேந்திரனைக் கைப்பிடித்து மனமொத்த வாழ்வை வாழ்ந்து வருகிறார்.

'அஜந்தா பியூட்டி பார்லர்', 'அஜந்தா திருமணச் சேவை' போன்ற நிறுவனங்களைத் தொடங்கித் தனது சகோதரி ஜமுனா கிருஷ்ணனுடன் இணைந்து செயல்படத் தொடங்கினார். இடையிடையே அதே அஜந்தா எண்டர்டைன்மென்ட் பெயரிலேயே புகழ்பெற்ற இந்தித் திரைப்பட நடிகர் பட்டாளத்தை வரவழைத்து 'நட்சத்திர இரவுகளை'ப் (Star Night) பெரும் பொருட் செலவில் சிங்கப்பூரில் நடத்தினார்கள். அகில உலகப் புகழ்பெற்ற ஷாருக் கானை முதன் முதலில் சிங்கப்பூருக்கு வரவழைத்தது மட்டுமன்றி மீண்டும் மீண்டும் நான்கு முறை மேடையேற்றியதால், இவர்களைச் சிங்கப்பூரே நிமிர்ந்து பார்த்தது. அதேபோல், சல்மான் கான், ஐஸ்வர்யாராய், கஜோல் போன்ற புகழ்பெற்ற நடிகர்களைக் கொண்டுவந்து பல நட்சத்திர இரவுகளை அரங்கேற்றிப் பேரும் புகழும் அடைந்தார்கள்.

இசைஞானி இளையராஜாவை இசை நிகழ்ச்சி நடத்த முதன் முதலில் இங்கு வரவழைத்தார்கள். அதைப்போன்ற நிகழ்ச்சிகளில் தமிழ்த் திரைப்பட நடிகர்கள் பலரை மேடையில் தோன்றச் செய்தனர். அந்தக் காலத்தில் சிங்கப்பூரில் வசிக்கும் செல்வச் செழிப்பான வட இந்தியர்கள் மத்தியில் மிகவும் பிரபல்யமடைந்தார்கள். அந்த நேரத்தில், அன்பும், அறிவும், திறமையும் கொண்ட ஷாமினி தன் சகோதரியின் எதிர்பாராத அகால மரணத்தால் நிலைகுலைந்துபோய் நின்றுவிட்டார்.

ஒருகதவு சாத்தப்பட்டால் இன்னொரு கதவு திறக்கப்படும் என்று சொல்வதுபோல், இந்த நூற்றாண்டின் தொடக்கத்திலேயே ஷாமினிக்கு ஒரு புது வாழ்க்கை துவங்கியது. ஆடம்பர 'ரிட்ஸ் கார்ல்டன் மிலேனியா ஹோட்டலில்' (Ritz - Carlton Millenia Hotel) இந்திய திருமண ஆலோசகராக (Indian Wedding Consultant) பொறுப்பேற்றார். பின்னர் இந்திய உணவுப் பிரிவுக்கு Assistant

Director (Catering) ஆகப் பணியுயர்வு அடைந்தார். அவ்வளவு மிகப் பெரிய 6 நட்சத்திர ஹோட்டலில் பெரும் பெரும் சீன விழாக்களும் நிகழ்ச்சிகளும் தொடர்ந்து நடைபெறும். இருந்தாலும் நமது இந்தியர்களைப்போல் அவர்களும் ஆடி மாதம், மார்கழி மாதம் போன்ற காலங்களில் நிகழ்ச்சிகள் செய்யாததால் ஹோட்டல் வணிகத்தில் ஒரு தொய்வு ஏற்பட்டு வந்தது. அதைச் சரிகட்ட எண்ணி இந்திய சமூகத்தின் பக்கம் கவனம் செலுத்த விரும்பியது விடுதி நிர்வாகம். அப்படிப்பட்ட நிகழ்வுகளை ஹோட்டல் பக்கம் திருப்ப படிப்பும், அறிவும், அனுபவமும் கொண்ட ஷாமினியைப் பணியில் அமர்த்தினார்கள்.

ரிட்ஸ் கார்ல்டன் மிலேனிய ஹோட்டலுக்குள் ஷாமினி நுழைந்த பிறகுதான், தன் அனுபவத்தாலும், ஏற்கனவே கொண்டிருந்த பல தொடர்புகளாலும் ஆடம்பரச் செல்வச் செழிப்பான பல இந்தியத் திருமணங்கள், பிறந்தநாள் விழாக்கள் போன்ற பல நிகழ்ச்சிகளைத் தேடிப்பிடித்துக் கொண்டுவந்தார்.

ஷாமினி, தொழிலில் கவனத்தையும், ஆர்வத்தையும் திறம்படச் செலுத்திச் சவால்கள் மிக்க பல திருமணங்களின் அனைத்துப் பொறுப்பகளையும் (Package) ஏற்று வெற்றிகரமாக நடத்திக் காட்டினார். எடுத்துக்காட்டாக 10 Million Dollar Fairy Tale Wedding என்று அழைக்கப்பட்ட, முற்றிலும் சைவ உணவு குஜராத்தி திருமணத்தை நடத்திக் காட்டியதால் அந்த ஹோட்டல் நிர்வாகமே ஷாமினியின் திறமையை வெகுவாகப் பாராட்டிச் சான்றிதழ் கொடுத்து மகிழ்ந்தார்கள். காரணம் அந்தக் குஜராத்தி திருமணத்தை நடத்தியோர் ஹோட்டலில் உள்ள 300 அறைகளை

மூன்று நாள்கள் வாடகைக்கு எடுத்துவிட்டனர். அவர்கள் வழக்கப்படி தினம் ஒரு அன்பளிப்பை ஒவ்வொரு அறைக்கும் விதவிதமாகக் கொடுக்கவேண்டுமாம். மூன்று வேளை அவர்களின் பாரம்பரிய உணவுகளைத் தயாரித்துக் கொடுத்துத் திருப்திப்படுத்தினார். அத்துடன் அவர்கள் கேட்ட அபூர்வமன White Horse Weddingயையும் நடத்திக் கொடுத்தார். இதையெல்லாம் கேள்விப்பட்டு 2006ஆம் ஆண்டு நமது பிரதமர் Lee Hsien Loong தனது தேசியநாள் உரையில் பாராட்டிப் பேசியதைத் தமது வாழ்நாளில் மறக்க முடியாத நினைவாகிவிட்டதாகச் சொல்லிச் சொல்லி மகிழ்கிறார்.

அப்போதைய அதிபர் எஸ். ஆர். நாதன் அவர்களின் 80ஆவது பிறந்தநாள் விழாவைக் குடும்ப விழாவாக ரிட்ஸ் கார்ல்டன் ஹோட்டலிலும், 90ஆவது பிறந்தநாள் விழாவை மாண்டரின் ஹோட்டலிலும் ஷாமினி முழுப் பொறுப்பெடுத்து நடத்திக்கொடுத்ததைப் பெருமையாகவும் அழிக்க முடியாத நினைவாகவும் கருதுகிறார்.

அந்த ஹோட்டலில் இந்திய விழாக்களுக்கு என்று ஷாமினி பணியமர்த்தப்பட்டிருந்தாலும், மற்ற எல்லா வகையான நிகழ்ச்சிகளுக்கும் இவருடைய பங்களிப்பு நிர்வாகத்திற்குத் தேவைப்பட்டது. இந்தியப் பிரதமர் வாஜ்பாயி, நிதியமைச்சர் ப. சிதம்பரம் போன்ற பெரும் தலைவர்களை வரவேற்று உபசரித்து, விருந்தோம்பலைச் சிறப்பாகச் செய்து, நிர்வாகத்திற்குப் பெருமை சேர்த்தார்.

“இதனை இதனால் இவன்முடிக்கும் என்றாய்ந்து

அதனை அவன்கண் விடல்"

என்ற வள்ளுவனின் வாக்கிற்கு ஒப்ப, இப்போதைய இந்தியப் பிரதமர் நரேந்திர மோடி வருகையின்போதுகூட ஒரு சந்திப்பு நிகழ்ச்சிக்கு, மேசையை அலங்கரிக்கும் பொறுப்பை ஷாமினியை வரவழைத்து, அவரிடம்தான் கொடுத்தார்களாம்.

ஹோட்டல் பணியில் மறக்க முடியாத ஓர் இனிய நிகழ்ச்சியை நம்முடன் பகிர்ந்து மகிழ்ந்தார். ஒருமுறை அமெரிக்க அதிபர் ஜார்ஜ் புஷ் சிங்கப்பூர் பயணத்தின்போது, அந்த ஹோட்டலுக்கு வந்து குறிப்பிட்ட சிலரை மட்டும் சந்தித்துப் படம் எடுக்கும் நிகழ்ச்சி நடந்தது. அந்த வரவேற்பு அறையின் கட்டுப்பாட்டை ஷாமினியின் பொறுப்பில் நிர்வாகம் ஒப்படைத்தது. முக்கியஸ்தர்கள் வருகையின்போது இதைப்போன்ற நிகழ்ச்சிகளில் தன்னை முன்னிலைப் படுத்திக்கொள்ளக்கூடாது. அதன் அடிப்படையில் ஒழுங்கு செய்து ஒவ்வொரு VIPகளையும் அதிபருடன் சந்தித்துப் படம் எடுத்துக்கொள்ளும் பணியைச் செய்துகொண்டிருந்தார். ஷாமினியின் சுறுசுறுப்பான நேர்த்தியான செயற்பாட்டைக் கண்ணுற்று வந்த அமெரிக்க அதிபரே இறுதியில் ஷாமினியை அருகில் அழைத்துத் தம்முடன் படம் எடுத்துக்கொண்டார். சிலநாள்கள் கழித்து வாஷிங்டன் வெள்ளை மாளிகையிலிருந்து ஷாமினிக்கு அந்தப் படம் வந்து சேர்ந்ததாம்.

மறைந்த முன்னாள் அதிபரின் ஆலோசனையின்படி ரிட்ஸ் கார்ல்டன் மிலேனிய ஹோட்டலின் தொடர்பு இன்றுவரை இருந்து வருகிறதாம். தேவைப்படும்போது சென்று உதவி செய்து வருகிறார். அத்துடன் 2011இல் "Shamini Inc Pte Ltd" என்ற பெயரில் சொந்த நிறுவனம் ஒன்றைத் தொடங்கித் திருமண பேக்கேஜ் சேவையைச் செய்து வருகிறார். இதுவரை 500க்கும் மேற்பட்ட திருமண விழா சேவைகளைச் சிறப்பாகச் செய்து கொடுத்துள்ளார்.

2008இல் சிங்கப்பூரில் ஆசியாவிலேயே முதன்முதலாக Formula 1 Grand Prix Car Race ஒன்றை மரினா பேயைச் சுற்றி நடத்த ஏற்பாடு செய்தார்கள். வெளிநாட்டிலிருந்து வரும் பங்கேற் பாளர்கள், வருகையாளர்கள், அலுவலர்கள், பணியாளர்கள் மொத்தம் சுமார் 4,500 பேருக்கு மூன்று நாள்கள் உணவு, உறை விடம், போக்குவரத்து போன்ற தேவையான உதவிகளைச் செய்திட வேண்டும். இதற்கு ஏற்ற ஒருவரைப் பணியமர்த்த பலரை நேர்காணல் செய்தும் அந்த அமைப்புக்கு மனநிறைவு ஏற்படும் அளவுக்கு யாரும் கிடைக்கவில்லை. இறுதியாக ஷாமினியின் பணித்திறமையை ஏற்கனவே அறிந்திருந்த

நிர்வாகம் நேர்காணலுக்கு அழைத்தார்கள். சிலரின் வற்புறுத்தல் காரணமாகப் பணியாற்றும் ரிட்ஸ் கார்ல்டன் அனுமதியோடு அங்கு சென்றார்.

ஷாமினியின் படிப்பு, அவரின் அனுபவம், சந்தித்த சவால்கள், சாதனைகளை ஆய்ந்தபின் 'ஷாமினியே இப்பொறுப்பிற்கு ஏற்றவர்' என்று தீர்மானித்து அழைப்பு விடுத்தார்கள்.

அந்த நேரத்தில் ஷாமினிக்கு என்ன முடிவு எடுப்பது என்ற குழப்பம் ஏற்பட்டுவிட்டது. எப்போதும் 'தந்தை சொல் மிக்க மந்திரம் இல்லை' என்று எண்ணுபவர். தந்தை சுப்பையா, "உனக்கு வாழ்வுகொடுத்த ரிட்ஸ் கார்ல்டன் ஹோட்டலைவிட்டுப் புதிய இடத்திற்குப் போவதைச் சிறிது யோசித்துப்பார். எனக்கு அவ்வளவாகச் சரியெனப்படவில்லை. எதற்கும் மைத்துனர் மேனாள் அதிபரைக் கலந்து முடிவு செய்துகொள்" என்று சொல்லிவிட்டார். அதிபரிடம் அணுகி ஆலோசனை கேட்ட போது, "கால மாற்றத்தின் கருத்தியல் அணுகுமுறையை மனத்திற் கொண்டு ஹோட்டலின் தொடர்பை வைத்துக்கொண்டே நீ புதிய பொறுப்பைத் துணிந்து ஏற்றுக்கொள்" என்று சொன்னதன் அடிப்படையில் புதிய பொறுப்பை ஏற்றுக்கொண்டார்.

Before you pray - Belive
Before you speak - Listen
Before you spend - Earn
Before you write - Think
Before you Quit - Try - என்ற சொற்றொடர்களுக்கு ஏற்பப் பலமுறை யோசித்துத்தான் இந்த முடிவை எடுத்தார்.

அவ்வமைப்பு எதிர்பார்த்ததைப்போலவே ஷாமினியும் அப்பெரும் பணியைத் திறம்பட நடத்திக்கொடுத்துப் பாராட்டுக் களையும் பெற்றார். சான்றிதழ், பரிசுகள் கொடுத்ததோடு மட்டுமல்லாமல் ஆண்டுதோறும் நடைபெறும் பார்முலா ஒன் கார் பந்தயத்திற்கு ஷாமினியே முழுப் பொறுப்பாளராய் இருந்து 2019 வரை நடத்திக்கொடுத்து வந்திருக்கிறார். அதன் பிறகு கோவிட்19 நோய்ப் பரவல் காரணமாகக் கடைசி ஆண்டுகளில் கார் பந்தயம் நடத்த முடியாமல் நின்று போயிருக்கிறது.

சிங்கப்பூர் வசந்தத்தின் 'பிரதான விழா' தொலைக்காட்சி அரங்கத்திற்கு உள்ளேயேதான் நடக்கும். முதன் முதலாக வெளியில் ரிட்ஸ் கார்ல்டன் ஹோட்டலில் முகமது அலியுடன் இணைந்து ஷாமினி நடத்திக்காட்டினார்.

இடையில் விடுதியில் பணியாற்றிக்கொண்டே புரவலனுடன் இணைந்து, தண்ட்ரா தயாரிப்பில், இந்தியத் திருமணங்களைப் பின்னணியாகக் கொண்டு 'டும் டும் டுமீல்' என்ற தொலைக்காட்சித் தொடரைப் படைப்பாளராய் இருந்து தயாரித்துக் கொடுத்தார். அத்தொடர் சிறந்த தொடராக மக்களால் பாராட்டப்பட்டு வரவேற்கப் பட்டதால் மீண்டும் 13 பாகங்களைத் தயாரித்துக் கொடுத்தார்.

ஸ்விஸ் நாட்டின் ஜூரிச் நகரில் திமிதிகி எனும் அமைப்பில் சேர்ந்து அதற்கென உள்ள பயிற்சியைக் கற்றுத் தேர்ந்தபின் ஆசியக் கண்டத்திலேயே முதன்முதலில் உலகக் காற்பந் தாட்டத்தின் நடுவராக நியமிக்கப்பட்டவர்தான் ஜார்ஜ் சுப்பையா. புலிக்குப் பிறந்தது பூனையாகிவிடுமா? அவருடைய மகள்தானே ஷாமினி

2013இல் வசந்தம் தொலைக்காட்சியில் கலைச்செல்வன் தயாரிப்பில் நடந்த 'சூப்பர் ஜோடி' போட்டிக்கு ஷாமினியும் ஒரு நடுவராகப் பணியாற்றி இருக்கிறார். இன்றும் தீவில் நடக்கும் எந்தப் பெரிய நிகழ்ச்சியாக இருந்தாலும் ஷாமினியிடம் பேட்டியெடுத்துக் கருத்துக் கேட்கும் அளவுக்குப் புத்திசாலித் தனமும் புகழும் பெற்றவராகத் திகழ்கிறார். இது தவிரச் சில நாடகங்களிலும் நடித்திருக்கிறார்.

54 வயதைக் கடந்துவிட்டோம், இனி எதைச் சாதிக்கப் போகிறோம் என்ற எந்தத் தாழ்வு மனப்பான்மையும் அவரிடம் இல்லை. தம்மால் முடியாது என்று சோர்வடையாமல் இப்போதும் முக்கியமான கதாபாத்திரம் ஏற்று 'அழகிய தமிழ் மகள் 2' எனும் வசந்தம் தொலைக்காட்சித் தொடரில் 44 (Episodes) பாகங்களில் நடித்துக்கொடுத்து எல்லோருடைய பாராட்டுகளையும் பெற்று வருகிறார்.

சிங்கையில் பெரிய திருமணங்கள், விசேஷங்கள் எங்கே நடந்தாலும் பெரும்பாலும் ஷாமினியின் ஆலோசனைகள் அங்கே தேவைப்படுமாம்.

படையெடுத்துச் சென்று வெற்றிபெற்ற நாட்டில் இருக்கும் போது, மாமன்னர் அலெக்ஸாந்தருக்குச் சுரம் கண்டது. அந்த ஊர் வைத்தியர் வந்து கொடுத்த மருந்தை உட்கொள்ளும்போது, தளபதி ஓடிவந்து, 'எதிரிநாட்டு வைத்தியன் கொடுத்த மருந்தில் நஞ்சு கலக்கப்பட்டிருக்கும். அதனால், அம்மருந்தைச் சாப்பிடாதீர்கள்' என்று தடுத்தானாம்.

'வந்தவுடன் வைத்தியன் பெயரைக் கேட்டேன். அவன் என் தந்தையின் பெயராகிய 'பிலிப்ஸ்' என்ற பெயரைச் சொன்னான். அதனால், அவன் நல்லவனாகத்தான் இருப்பான்' என்று சொல்லிவிட்டு மன்னர் மருந்தைச் சாப்பிட்டதாகச் சொல்வார்கள்.

அதேபோல் ஷாமினியும் தந்தைமீது பாசம்கொண்டவராகத் திகழ்கிறார். ஒவ்வொரு நாள் காலையிலும் வீட்டைவிட்டுப் புறப்படும்போது, மறைந்த தன் தந்தை திரு. ஜார்ஜ் சுப்பையா அவர்களின் படத்தின்முன் நின்று அவருடன் பேசிவிட்டுத்தான் ஷாமினி புறப்படுவாராம்.

நமது இந்தியத் தமிழ்ச் சமுதாயத்தில் ஒரு பெண்ணாக இருந்துகொண்டு ஆணுக்கு நிகராக இத்துணைச் சாதனைகளைச் செய்வதென்பதை ஒரு சாதாரண செய்தியாகப் பார்க்க முடியாது.

எந்த நேரத்திலும் தாழ்வு மனப்பான்மை கூடாது என்று சொல்கிறார். வருகிற வாய்ப்புகளைத் துணிவுடன் எதிர்கொள்ளும் மனப்பான்மை நமது தமிழ்ப் பெண்களுக்கு வரவேண்டும் என்று ஆசைப்படுகிறார். எந்தத் துறையை எடுத்தாலும் அதில் ஆர்வம் குன்றாமல் ஆழ்ந்த ஈடுபாட்டுடன் நமது திறமையையும் உழைப்பையும் காட்டிட வேண்டுமென்று பிறருக்கு அறிவுறுத்துகிறார்.

நேரத்தையும் சோம்பலையும் கட்டுப்படுத்தி நேரத்தைத் திட்டமிட்டு ஒதுக்கிச் செயல்பட்டிருந்தால் இன்னும் எவ்வளவோ சாதித்திருப்பேன் என்று கவியரசு கண்ணதாசன் சொன்னதை நினைவிலிறுத்தித் திட்டமிட்டுப் பல சாதனைகளைச் செய்து வருபவர் ஷாமினி.

வெற்றி என்பதைத் தனியாக உருவகப்படுத்திப் பார்க்க வேண்டியதில்லை. அது சிற்பி பாறையைச் செதுக்கிச் சிற்பத்தை உருவாக்குவது போன்றது. உண்மையில் சிற்பி சிலையை உருவாக்குவதில்லை என்பார்கள். அவன் செய்வதெல்லாம், ஒளிந்துகொண்டிருக்கும் சிலைக்குத் தேவையில்லாத பகுதிகளை உளிகொண்டு கழித்து நீக்குவதுதான். அதைப்போல் நம்மை வெற்றிபெறவிடாமல் எவையெல்லாம் தடுக்கின்றனவோ, அவற்றைப் புரிந்துகொண்டு நீக்குவதுதான் புத்திசாலித்தனம் என்கிறார் ஷாமினி.

ஒரே பாறையில் வெட்டியெடுக்கப்பட்ட ஒரு கல் படியாகிறது; இன்னொரு கல் கோவிலின் உள்ளே விக்கிரகமாகிவிடுகிறது.

பழமைக்குப் பழமையாகவும், புதுமைக்குப் புதுமையாகவும் சிந்தித்துச் செயலில் இறங்கிச் செயற்படுவதே ஷாமினியின் குணம். வெறும் பொருளீட்டுவது மட்டுமல்ல வாழ்க்கை;

சாதித்துப் புகழோடு வாழ்ந்து காட்டுவதுதான் வாழ்க்கை என்று நம் தமிழ்ப்பெண்ணாக இருந்து கூறுவது எவ்வளவு பெருமையாக இருக்கிறது. இந்திய நாட்டின் புகழ்பெற்ற மகாகவி பாரதியாருக்கே பாடம் புகட்டியவர் நிவேதிதா என்ற பெண்மணிதான்.

அடுத்தவர் சாதனையை முறியடித்தால் வெற்றியாளர். ஒவ்வொரு முறையும் தன் சாதனையைத் தானே முறியடித்தால் அவர்தான் சாதனையாளர். அப்படிப்பட்ட சாதனைகள் வலிமை யினாலோ, அதிர்ஷ்டத்தினாலோ மட்டும் கிட்டிவிடுவதில்லை; கிடைக்கும் வாய்ப்பைச் சரியாகப் பயன்படுத்தித் தன் அறிவையும் திறமையையும் உழைப்பையும் முழு ஈடுபாட்டுடன் செலுத்தினால் சாதிப்பது எளிதுதான் என்பதே ஷாமினியின் திடமான நம்பிக்கை.

வாழ்க்கையில் சாதிக்க வேண்டும் எனத் துடிக்கும் தமிழ்ப் பெண்களுக்கு ஓர் எடுத்துக்காட்டாக, முன்னோடியாக விளங்கும் ஷாமினியைப் பெருமை பொங்க தலைநிமிர்ந்து வாழ்த்துகிறோம்.

* * *

The Ritz-Carlton Millenia Singapore 22nd June 2003

புதுமைத்தேனீ மா. அன்பழகன்

11

தடம் பார்த்து நடப்பவர் மனிதர் எனில், நடப்பதையே தடமாக்கியவர்
க.சந்திரசேகரன்.

மாவீரன் அலெக்ஸாந்தர் உலகத்தை வென்றுவரப் புறப்படுமுன், தன் சொத்துக்களை நண்பர்களுக்கு எழுதிவைத்தானாம்.

'உனக்கு?' என்று கேட்டவர்களுக்கு அவன் சொன்ன பதில், 'நம்பிக்கை' என்பதாம்.

தொழிலில் நலிவுற்ற முதலாளி ஒருவர் கவலையுடன் ஒரு தோட்டத்து இருக்கையில் அமர்ந்திருந்தார். அவரை அணுகிய பெரியவர் ஒருவர் விவரத்தைக் கேட்டுவிட்டுத் தம் பையிலிருந்து ஒரு காசோலைப் புத்தகத்தை எடுத்து ஒரு காசோலையில் இரண்டு மில்லியன் தொகையை எழுதிக்கொடுத்துவிட்டு, 'இத்தொகையை எப்போது முடியுமோ அப்போது திருப்பித் தாருங்கள்' என்று சொல்லிக்கொடுத்தார்.

மறுநாள் தம் அனைத்துச் சகாக்களையும் அழைத்த முதலாளி 'பணம் வந்துவிட்டது. கவலைப்படவேண்டாம். தவிர்க்க முடியாத நேரத்தில் பணம் எடுத்துக்கொள்ளலாம். நம் தொழிலில் ஆர்வத்துடன் முழுத் திறமையையும் காட்டிப் பணியாற்றுவோம்' என்றார். எல்லோரும் உற்சாகத்துடன் உழைத்தனர். ஓராண்டில் தொழில்

◆ ஐம்பதிலும் வாழ்க்கை வரும் ◆

மறுமலர்ச்சியுற்று வளம்பெற்றுவிட்டது. மறு ஆண்டு பெரியவரைத் தேடி முதலாளி, தோட்டத்திற்குச் சென்றார்.

அதே பெரியவரை ஒரு பெண்மணி கைத்தாங்கலாக அழைத்துக்கொண்டு வந்தார். இந்த முதலாளி அப்பெண்மணியை நெருங்கி 'பெரியவரைத் தேடித்தான் வந்தேன். என் நெருக்கடியைக் கேட்டுச் சென்ற ஆண்டு இதே இடத்தில் என்மீது இரக்கப்பட்டு எனக்குக் கொடுத்த காசோலையை நன்றியுடன் திரும்பக் கொடுத்துவிட்டுச் செல்ல வந்தேன்' என்றார். அதற்கு அப்பெண் சொன்னாள், 'இவர் என் தந்தை. தொழிலில் பலரால் ஏமாற்றப்பட்டதால் நினைவில் தடுமாற்றம் ஏற்பட்டுவிட்டது. அதனால், யாரைப் பார்த்தாலும் இப்படித்தான் காசோலை எழுதிக் கொடுத்துவிடுவார். பணம் வங்கியில் இல்லாததால் பலருக்குப் பிரச்சினைகள் ஏற்பட்டுவிட்டன. உங்களுக்கு ஒன்றும் ஆகவில்லையே?' என்று கேட்டார். வியப்பிலும் அதிர்ச்சியிலும் மூழ்கிய முதலாளி, 'நான் அந்தக் காசோலையைப் பயன்படுத்தவே இல்லை' என்று சொன்னாராம்.

இதிலிருந்து என்ன தெரிகிறது? பணம் கையிலிருக்கிறது என்ற 'நம்பிக்கை' ஒன்றே அவருக்குத் தைரியத்தையும், மன வலிமையையும், ஊக்கத்தையும் கொடுத்து முன்னேற வழிகாட்டியிருக்கிறது.

'தன்னம்பிக்கை'யுடன் நேர்மறைச் சிந்தனையைக் கொண்டிருந்தால் உடலும் உள்ளமும் செழித்தோங்கும் என்ற கொள்கைப் பிடிப்பு கொண்ட சிலரில் நமக்குத் தெரிந்த ஒரு நண்பர் சிங்கப்பூரில் வசிக்கிறார்.

'நான் நலமாக இருக்கிறேன்'

'எல்லோரும் நல்லவர்களே!'

'கவலை எனும் பொய்'

'செய்வன திருந்தச் செய்'

'தாம்பத்தியமும் அன்பின் பெருக்கமும்'

இவையெல்லாம் அவரால் உருப்பெற்று நண்பர்களிடையே உலா வந்த நலம் தரும் ஒரு பக்கச் செய்திகள்.

நடப்பது, ஓடுவது, பயிற்சிகள் செய்வது, உண்பதில் ஒழுங்கு முறைகளைப் பின்பற்றுவது என்பனவற்றை வாழ்வியலாகக் கொண்டு பழகுகிறார்.

ஆப்பிரிக்காவில் உள்ள விக்டோரியா அருவி விழும் ஒலி 40 கி.மீ. தூரம் கேட்பதைப்போல், 63 தீவுகளைக் கொண்ட 728 ச.கி. மீட்டர் பரப்பளவுள்ள சிங்கப்பூர் நாடு முழுதும், ஓரளவு அறிமுகமானவராக விளங்குகிறார் நம் கட்டுரை நாயகன் க.சந்திரசேகரன்.

நாட்டரசன்கோட்டையில், கண்ணப்பன் நாகம்மை இணையருக்கு 4.1.1947இல் சந்திரசேகரன் மூத்த மகனாய்ப் பிறந்தார். காரைக்குடி அழகப்பா, சிதம்பரம் அண்ணாமலைப் பல்கலைக் கழகங்களில் பொறியியற்துறையில் படித்து முதுகலைப் பட்டம் பெற்றார். 1971இல் மனோன்மணியைக் கரம் பிடித்தார். அவருடைய ஒரே மகன் அருண்குமார், தற்போது கனடா நாட்டில் ஒரு வங்கியின் தகவல் தொழில்நுட்பப் பிரிவில் பணிபுரிந்துகொண்டிருக்கிறார்.

1972 முதல் 92 வரை, 20 ஆண்டுகள் திருச்சி திருவெறும்பூர் பாரத் ஹெவி எலெக்டிரிக்கல் நிறுவனத்தில் பணிபுரிந்து வந்தார். பிற்பாடு வேலையிடத்தில் பொறுப்பு மாற்றங்கள் மற்றும் யதார்த்த நடைமுறைகள் விளைவித்த வருத்தங்கள் அவரை வேறு வேலை தேடத் தூண்டியது. நம் சிங்கப்பூரின் வளமும் வாழ்க்கை வசதிகளும் அவரை ஈர்த்தன. அறிவுக்கும், திறமைக்கும், அனுபவத்துக்கும் முன்னுரிமை தரக்கூடிய நாடு என்று தெரியாமலே சிங்கப்பூருக்கு 1992ல் மனைவி மனோன்மணியுடன் புலம்பெயர்ந்தார்.

ஜூரோங் எஞ்சினியரிங் நிறுவனத்தில் மூன்று ஆண்டுகளும், ஜப்பான் நாட்டு நிறுவனமான எபாரா கார்ப்பரேஷனில் (EBARA COPORATION) 3 ஆண்டுகளும் பணியாற்றினார். பின்னர் 2000இல் எக்ஸான்மொபில் (EXXON MOBIL) எனும் பெட்ரோ கெமிக்கல்ஸ் நிறுவனத்தில் ஒப்பந்தப் பொறியாளராகச் சேர்ந்து இன்றுவரை தொடர்ந்து பணியாற்றிக்கொண்டிருக்கிறார்.

ஆரோக்கியத்திற்கு உடற்பயிற்சி மிகவும் தேவை என்று நமக்குத் தெரியும். ஒவ்வொருவரும் உடற்பயிற்சி செய்யவே விரும்புவோம். ஆனால், செய்ய மாட்டோம். பயிற்சியைத் தொடங்க நாள்கூடக் குறித்துவிடுவோம். தொடங்கும்போது சோம்பல் வந்துவிடும். ஆனால், சந்திரசேகரன் நம்மிலிருந்து மாறுபட்டவர். ஏற்புடைய ஒரு சந்தர்ப்பத்தில் பயிற்சிகளைச் செய்யத் தொடங்கினார். அதனால், நலம்பெற்று வளம்பெற்று வெற்றி பல கண்டு, இன்று நம் முன்னர் 74 வயது (2021ல்) இளைஞனாய் உயர்ந்து திகழ்கிறார்.

சந்திரசேகரன், ஜூரோங் நிறுவனத்தில் பணியாற்றும்போது வேலை தொடங்கும் நேரம் காலை மணி எட்டு. பின்னர் பணிமாறும்போது, அடுத்த நிறுவனமான எபாராவில் 9.30 மணிக்குப் பணி தொடங்கிவிடும். ஏற்கனவே சீக்கிரம் புறப்பட்டுப் பழகி வந்த அவருக்கு இப்படியாகக் காலையில் ஒன்றரை மணிநேரம் அதிகப்படியாகக் கிடைத்தது. அந்த நேரத்தைப் பயன்படுத்திப் புது நிறுவனத்தை ஓட்டமும் நடையுமாகச் சென்றடைவார். அப்போது, சிறிய அளவில் நெஞ்சு வலிப்பதை உணர்ந்து மருத்துவரை அணுகினார். அந்த மருத்துவர் ‘உனக்குத் தசை வலியாக இருக்கும். பயமின்றி உன் பயணத்தைத் தொடரலாம்’ என்று ஊக்கமூட்டினார். சிறிது காலத்திற்குப் பிறகு, நெஞ்சு வலியைக் காணோம். ஆனால், பின்னர் அவரது இரு முழங்கால் முட்டிகளும் வீக்கத்துடன் வலிக்கத் தொடங்கின. இன்னொரு மருத்துவரோ ஓடுகிற பயிற்சியைத் தவிர்க்க அறிவுறுத்தினார். அதனால், அவருடைய ஆர்வம் தொய்வுறவே உடற்பயிற்சி தடைப்பட்டுவிட்டது.

சரியாக அவருடைய 50ஆவது வயதில், அவரை ஆஞ்சியோகிராம் செய்துகொள்ளுமாறு அறிவுறுத்திய மருத்துவரின் பரிந்துரையையும், மருந்து மாத்திரைகளையும் தன்னம்பிக்கையுடன் தவிர்த்துவிட்டார்.

இலவச மருத்துவ முகாம் ஒன்றில் இவருக்கு இரத்த அழுத்தம் சற்றுக் கூடுதலாக இருந்ததைக் கண்டு,

உடற்பயிற்சிக்கான தேவையை மருத்துவர் அழுத்தமாக எடுத்துரைத்தார். அதாவது 54 ஆம் அகவைக்குப் பின் அவரிடம் உடற்பயிற்சி மீண்டும் உயிர்த்தெழுந்தது. வீட்டிலேயே இருந்து பயிற்சி செய்ய 'எக்ஸெர்சைஸ் சைக்கிள்' ஒன்றை வாங்கி வந்து பயிற்சி செய்தார். வியர்வையையும் பலனையும் கண்டு மகிழ்ந்தார்.

அந்த சைக்கிள் பழுதுபட்டுவிட்டது. எதிலும் ஒழுங்குமுறை, சுயக்கட்டுப்பாடு, விடாமுயற்சிக்கு இலக்கணமாகத் திகழ விருப்பம் கொண்டவர் சந்திரசேகரன். சைக்கிள் பயிற்சிக்கு மாற்று யோசனையாக ஓட்டப் பயிற்சிக்கான விதை மீண்டும் ஊன்றப்பட்டது.

தினம் 3, 4 கிலோமீட்டர் தூரம் மெதுவோட்டம் ஓடினார். கால் முட்டிகள் ஏதும் தொந்தரவு தரவில்லை. பழுதுபார்த்த சைக்கிள் திரும்ப வந்தது. ஓடுவது, மிதிவண்டி ஓட்டுவது என மாறிமாறி பயிற்சி செய்தார். இருந்தாலும் மிதிவண்டி ஓட்டுவதைவிடவும் ஓடுவது பிடித்திருந்தது.

பரந்த வெளி, ரம்மியமான காட்சிகள், நல்ல காற்றோட்டம், யாருக்குத்தான் பிடிக்காது. ஐந்தில் வளைவது ஐம்பதில் வளையுமா? - என்ற பழமொழியைப் பொய்யாக்கி நடைப் பயிற்சியுடன் கூடிய ஓட்டத்திலேயே அதிகக் கவனம் செலுத்தத் தொடங்கினார்.

பொதுவாக ஓய்வுக் காலத்தை நெருங்கும் 60 வயதுவரை உள்ள இந்த இடைவெளி ஆண்டுகள்தாம் சந்திரசேகரனின் பயிற்சிகளுக்கு உச்ச காலம் எனலாம்.

தொடர்ந்து சைக்கிள் மிதிக்க ஆரம்பித்தார். கம்யூனிட்டி சென்டர் ஸ்போர்ட்ஸ் கமிட்டியுடன் சேர்ந்து வாரம்தோறும் நடைப்பயிற்சி மேற்கொண்டார். இடையிடையே 10,15 கி.மீ தூரம் குழுவாக ஹைக்கிங் எனும் ஏற்ற இறக்கமுள்ள கரடுமுரடான காட்டுவழிப் பாதையில் அந்த வயதில், நடைப்பயணம் மேற்கொண்டார். முதல் பெருநடையைக் (Big Walk) காளாங் ஸ்டேடியத்தில் நடந்தார்.

தொடர்ந்து, 'துவாஸ் செகண்ட் லிங்க்' (Tuas 2nd Link Running Event) எனும் 10 கி.மீ. தூர ஓட்டம், சாப்ஃரா, நியூ பாலன்ஸ் முதலியவை நடத்திய ஓட்ட நிகழ்ச்சிகள், 42.5 கி. மீ. Army Half மராத்தான், ஆர்மி ஷியரஸ் பிரிட்ஜ், ஸ்டாண்டர்ட் சார்டட் (Standard Charted Singapore Marathon Event), ஓசிம் சன் டௌன் நைட் ரன் (Sun Down Marathon Race), ஸ்ட்ரெய்ட்ஸ் டைம்ஸ் முதலிய

அரை மராத்தான்கள், மற்றும் ஸ்விஸ் ஹோட்டல் வெர்டிகல் மராத்தான் போன்றவற்றில் கலந்துகொண்டு தூள் கிளப்பிய அந்த நிகழ்வுகளைகளையெல்லாம் சந்திரசேகரன் இப்போது மிகவும் ரசித்துச் சுவைத்து நம்முடன் பகிர்ந்துகொள்கிறார். இளமை மீண்டு வருவதாக உணர்ந்து புத்துணர்ச்சியுடன் கூறுகிறார். வயது பாராமல் நடையும் ஓட்டமுமான அவருடைய பழக்கமும் ஆர்வமும், வாழ்க்கையில் புதுப் பாதையை வெளிச்சம் போட்டுக் காட்டின.

அந்த 59ஆவது வயதில், மற்றொரு சிறப்பும் உண்டு. கிம் மோ கம்யூனிட்டி சென்டருக்கு மாடிப்படிகள் ஏறுகிற போட்டி (வெர்டிகல் மராத்தான்) ஒன்றினை வேடிக்கை பார்க்கச் சென்றிருந்தார். போட்டி நடத்தியவரின் உந்துசக்தி உரை இவர் காதில் தேனாய் இனித்தது. இவ்வளவு எளிய, பயனுள்ள பயிற்சியை எங்ஙனம் இதுவரை தவறவிட்டோம் என்று தமக்குள் வியந்து எண்ணிக்கொண்டார். அடுத்த தினமே மாடிப்படிகள் ஏறுகிற பயிற்சியை ஆரம்பித்துவிட்டார். எனினும் அவர் முதன் முதலாகக் கலந்துகொண்ட ஸ்விஸ் ஹோட்டல் 73 மாடிகள் ஏறுகிற நிகழ்ச்சி 5 வருடங்கள் தாமதமாக 64ஆவது வயதில்தான் நடந்தது என்பதனை வருத்தத்துடன் தெரிவிக்கிறார்.

துணவியாருக்குச் சில மாதங்களாகக் காலில் வலி ஏற்பட்ட நேரத்தில் சுற்றுலா போகும் எண்ணம் உதித்தது. இருவரும் துணிவுடன் கிளம்பி ஹாங்காங் சென்றனர். பகலில் நகரை நடந்தே சுற்றினார்கள். இரவில் ஒத்தடம் கொடுத்துக் களிம்பு தடவுவதை மனைவிக்குச் செய்தார். ஒருமுறை வலிசிரமத்துடன், மெல்ல மெல்ல 268 படிகள் ஏறி உயர்ந்த இடத்திலுள்ள தியான் தான் புத்தரையும் தரிசித்தனர். சுற்றுலாவை முடித்துக்கொண்டு சிங்கப்பூர் திரும்பிய அடுத்த சில தினங்களில் மனைவியின் முட்டிக்கால் வீக்கத்தைக் காணோம். ஹாங்காங் நடையும், படி ஏறுதலும் செய்த விந்தை இது என்று ஒரு புது அனுபவத்தை உணர்ந்தறிந்தார். அன்று உதித்ததுதான் சந்திரசேகரனின் 60ஆவது வயதில், துணைவியாருடன் இணைந்து சனிக்கிழமைதோறும் தூரத்திலுள்ள கோயில்களுக்குக் குறிப்பிட்ட தூரம் நடந்தே செல்லும் பழக்கத்தை மேற்கொண்டார்.

அவர் முதன்முதலாக தமது 69ஆவது வயதில் முழு மராத்தான் (42.2 கி.மீ) நிகழ்ச்சியில் கலந்துகொண்டு நிறைவு செய்தார். தொடர்ந்து வருடத்திற்கு ஒரு மராத்தான் ஓடுகிறார். எல்லாவற்றிற்கும் ஓர் அட்டவணை தயாரித்து அதன்படி மாறிமாறிப் பின்பற்றுகிறார். அதிகாலைப் பயிற்சியின்

அவசியத்தை உணர்கிறார். சில நாட்களில் பின்னிரவு தொடங்கி விடியற்காலையில் முடிக்கிற அனுபவமும் அவருக்குண்டு. இவ்வாறு செய்தபின் இரவு தூக்கம் நன்கு வருகிறது என்கிறார். மறுநாள் மனமும், உடலும் தெம்பாக இருக்குமாம். அன்றாடப் பகல் வேலைகளை விரைவாகவும், சிறப்பாகவும் செய்யலாமாம்.

நகரின் வெவ்வேறு புது இடங்களுக்குப் பொதுப்போக்கு வரத்தில் சென்று, அங்கு இவர் தனது ஓட்டத்தையும் நடையையும் வைத்துக் கொள்ளும் பழக்கமும் உண்டு. நிகழ்ச்சிகளில் ஓடும்போது தன்னை வருத்திக்கொள்வதில்லை. கடிகாரம் பார்ப்பதில்லை. பயிற்சியாளர் ஆலோசனை கிடைத்திருந்தால் இன்னும் சிறப்பாகச் செய்திருக்கக்கூடும் என்றும் ஆதங்கமாகக் கூறுகிறார். போட்டிக்காக அல்லது பரிசுக்காக இவர் எந்த நிகழ்ச்சிகளிலும் பங்கெடுக்காததால் உடல் இலகுவாகவும், மனம் உளைச்சலில்லாமலும் இனிமையாக உள்ளதாக உணர்கிறார்.

முன்னர், அவருடைய ஈமெயில் முகப்பு வாசகங்கள் 'இலகு மனம், இலகு உடல், என்றும் இனிமை இனிமை' என்பதாம். அவருடைய நட்பு வட்டத்தில் 'ஈமெயில் சந்திரசேகரன்' என்று அறியப்பட்டவராக விளங்கினார். இவர் உடற்பயிற்சிகள் ஆரம்பித்த வேளையில் "எல்லோரும் பயிற்சி செய்ய வேண்டும், எல்லோரும் உடல் ஆரோக்கியம் பேண வேண்டும்" என்று தான் பெற்ற இன்பத்தை இவ்வுலகமும் பெறவேண்டுமென ஆசைப்பட்டார்.

நம் முன்னோர்களின் பழக்கவழக்கங்களையும், இயற்கை சார்ந்த வாழ்வியலையும், அதன் விழுமியங்கள் மற்றும் நன்மைகளை மக்களுக்கு எடுத்துரைக்கும் திரு 'ஹீலர் பாஸ்கர்' அவர்களின் சொல்முறைகளை வாசிக்க, கேட்க, அவருடன் தொடர்புகொள்ள நம் சந்திரசேகரனுக்குத் தனது 65ஆவது வயதில் வாய்ப்பு கிடைத்து. மலச்சிக்கல், தூரப்பார்வைக் கண்ணாடி நீக்கம், தும்மல் முதலியன அறவே நீங்கியனவாம். இரத்த அழுத்தம் பற்றிய புரிதல் கிடைத்ததாம். ஜீரணத்தில் பிரச்சனை இல்லை. பொதுவாக மருத்துவமனை செல்வது வெகுவாகக் குறைந்துவிட்டதாம்.

தினம் 30 நிமிடம் நடந்தால் நல்ல மன நிறைவை உணர வைக்கும் எண்டோபின்கள் உடலிலிருந்து வெளிப்படுகிறதாம்.

நடப்பதால் மன உளைச்சல் குறைகிறது; பதற்றம் நீங்குகிறது. எலும்பு, தசை முதலியன வலிமை பெறுகின்றன;

மூட்டுவலி வருவதைத் தடுக்கிறது. இதயநோய் வரும் வாய்ப்பைக் குறைக்கிறது; ரத்த ஓட்டம் தாராளமாகிறது.

150 கலோரி எரிக்கப்படுகிறது என்றெல்லாம் லாப நட்டக் கணக்குப் போட்டுப் பார்க்கிறார் இந்த இயந்திரப் பொறியாளர் சந்திரசேகர்.

ஓட்டப் பந்தயம் அல்லது நடைப்போட்டியில் கலந்துகொள்ள வேண்டும்; புகழ் பெறவேண்டும் என்றெல்லாம் எந்தவித ஆசைகளும் திட்டங்களும் இல்லாமல் பங்கெடுப்பதையே குறிக்கோளாகக் கொண்டிருக்கிறார்.

சந்திரசேகரனின் 66ஆம் வயதில் அவரைப் பேட்டியெடுத்துப் பெரிய செய்தியாக வெளியிட்டதையும், அவருடைய 69ஆம் வயதில் நேர்காணல் செய்து 96.8 வானொலி ஒலிபரப்பியதையும் 73ஆம் வயதில் மீண்டும் சைக்கிளுடன் உள்ள படத்துடன் பேட்டியெடுத்துத் தமிழ்முரசு நாளிதழில் வெளியிட்டதையும், அதேபோல் மகிழ்வோடு நினைவுகூர்கிறார்.

2020 செப்டம்பர் மாதத்தில் Straits Times இதழில் 17.5 கி.மீ - 175 கி.மீ ஆகிய இரண்டு ஓட்டங்களை நடத்துவதாக அறிவிப்பு செய்திருந்தார்கள். பல நாள்கள் எடுத்துக்கொண்டு ஓடி முடிக்கலாம் என்கிற விதியை அரிய வாய்ப்பாக எடுத்துக்கொண்டு ஓடினார். 'எட்டே நாள்களில் 175 கி.மீ தூரத்தை நிறைவு செய்த மூத்த குடிமகன்' எனப் பாராட்டியும் நேர்காணல் செய்தும் அதே ஆங்கில நாளிதழ் அதன் விளையாட்டுப் (Sports) பகுதியில் வெளியிட்டுச் சிறப்பித்தது.

2021 (NDP) தேசிய நாள் பேரணி விழாவில் நமது கதாநாயகன் சந்திரசேகரன் ஓடுகிற காட்சி காணொளியாக மேடைத் திரையில் காண்பிக்கப்பட்டது. 'சமூகத்திற்குப் பங்காற்றி வரும் அல்லது குறிப்பிடத்தக்க சாதனை செய்ததற்காக அவ்வாண்டு சிறப்பிக்கப்பட்ட' ஒன்பது பேரில் ஒருவராக இவரை அறிமுகம் செய்தார்கள். அதைச் சுட்டிக்காட்டி ஆகஸ்ட் மாதம் வசந்தம் தமிழ்த் தொலைக்காட்சியில் நேர்காணல் செய்து ஒளிபரப்பினார்கள்.

இப்போதெல்லாம் மக்கள் ஆரோக்கிய வாழ்க்கையில் நல்ல விழிப்புணர்வு கொண்டவர்களாக இருக்கிறார்கள் என்று முகமலர்ந்து கூறுகிறார்.

வாழ்நாள் முழுதும் பொருளீட்டி வங்கியில் சேமித்து வைத்துவிட்டுச் சென்றுவிடுவது வீண் என்று நினைக்கிறார். அதனால், தான் உயிரோடு இருக்கும் காலத்தில் தான் பிறந்த

ஊர்ப்பகுதியில் ஒரு சாய்பாபா கோயிலைக் கட்டவேண்டும்; மக்கள் அங்கு சென்று வழிபடுவதைவிட அந்த இடத்திற்கு வந்து, யோகா, தியானம் மூலம் அமைதியும் மகிழ்ச்சியும் அடையுமாறு செய்ய வேண்டுமெனும் கனவுத் திட்டம் ஒன்றை வைத்திருக்கிறார்.

ஓய்வெடுக்கலாம் என்று பலரும் எண்ணும் அகவையில், இருக்கும்வரை உடல் நலத்தோடு வாழவேண்டும் என்று எண்ணிச் செயல்படுகிறார்.

ஆரோக்கியமான வாழ்வுக்கும் வயதுக்கும் தொடர்பில்லை என்கிறார். அதே நேரத்தில், 'நேரமில்லை' என்று சொல்வோரைப் பார்த்து ஏளனமாகச் சிரிக்கிறார். அவர்கள் பிறரை ஏமாற்றவில்லை; மாறாகத் தங்களையே ஏமாற்றிக்கொள்கிறார்கள் என்கிறார்.

வாழ்க்கையில் தன்னையே படித்தார். நம் உடம்பை, மனத்தைப் பற்றி நமக்குத் தெரியாததை மருத்துவரால் எப்படி உணரமுடியும்? என்று யோசித்தார். தமது தாத்தா எடை தூக்குதல், யோகா, ஓட்டம், உடற்பயிற்சிகளில் ஊருக்கே முன்னோடியாக இருந்து, மற்றவர்களுக்கு ஒரு 'சாண்டோ'வாகத் திகழ்ந்ததை எண்ணிப்பார்த்தார். தம் உடம்பில் அந்த மரபணுதானே இருக்கவேண்டும்? என்ற கேள்வியைத் தமக்குள் எழுப்பிக்கொண்டார்.

56 வயதில் தீவிர உடற்பயிற்சியில் ஈடுபடத் தொடங்கியவர் தற்போது 74 வயதானாலும் இன்னும் பல உடற்பயிற்சி சார்ந்த நிகழ்ச்சிகளில் பங்கெடுக்க ஆர்வமாக உள்ளார்.

லாப நோக்கமில்லாது, பொதுநிகழ்ச்சிகளைப் புகைப்படம் எடுப்பதையும், அதை ஆல்பமாகப்போட்டுக் கொடுப்பதையும் சந்திரசேகரன் பொழுதுபோக்காகக் கொண்டுள்ளார்.

மகன் இனிப்பை நிறையச் சாப்பிடுகிறான்; அவனுக்கு நல்லுரை வழங்கவேண்டும் எனத் தன்னிடம் கேட்டு வந்த ஒரு தாயிடம், பிறருக்குப் போதனைகளைச் சொல்லுமுன் தன்னை முதலில் திருத்திக்கொண்ட நபிகள் நாயகம்போல் சந்திரசேகரனும் உடற்பயிற்சி, நடைப்பயிற்சிகளைச் செய்து பலன் கண்டபின் பிறருக்கு அறிவுரைகூற முன்வந்ததை நினைவிற்கொள்ள வேண்டும்.

வட்டம்போட்டு அதற்குள் வாழ்வது தவறில்லை. ஆனால், அந்த வட்டத்திற்குள்ளேயே தம் வாழ்க்கையை முடித்துக்கொள்வது தவறு என்கிறார்.

அகம் தூய்மையுடன் இருக்கவேண்டுமெனில் எண்ணம் என்கிற சிந்தனை முதலில் தூய்மையாக இருக்க வேண்டும். அதைப்போல் புறமும் தூய்மையாக இருக்க வேண்டுமெனில் அழுக்குப் போகக் குளிப்பது மட்டுமல்ல, தசை, நார், எலும்பு, தோல்களுக்குக் கொடுக்கும் பயிற்சிகள்மூலம் உடலை உறுதியாகவும், இளமையாகவும் வைத்துக்கொள்ள வேண்டும் என்கிறார்.

மனத்தின் அபார சக்தியால் திடப்பொருளின் மீதுகூட ஒரு தாக்கத்தை ஏற்படுத்த முடியும் என்றார் யூரி கெல்லர். அதைப்போல் தீர்க்கமான எண்ணமும் இறுக்கமான முடிவும் சக்தி மிகுந்தவை என நம்புகிறவர் சந்திரசேகரன்.

All truly great thoughts are conceived by walking என்று சொன்ன Friendrich யை ஒத்துப்போகிறார். நடந்தால் நற்சிந்தனை மலரும் என்கிறார் நலம்பேணும் இந்த நடராஜா. அவர் நூறாண்டுகள் நலத்தோடு வாழ்ந்து நமக்கு ஒரு முன்னோடியாகத் திகழவேண்டுமென வாழ்த்துவோம்.

* * *

12

அன்னையைவிடச் சிறந்த அம்பாளில்லை!
மோகன் - மனோகரன்

முடக்குவாதத்தினால் பாதிக்கப்பட்டுள்ள 73 வயது மோகன், தன் 95 வயது தாயை, ஒரு குழந்தையைப்போல் பராமரித்து வருகிறார்.

அவருடைய நண்பரும் நோயாளியுமான 66 வயது மனோகரன், பார்வையையும் நினைவாற்றலையும் இழந்த 90 வயது தாயை, கவனித்து வருகிறார். அதற்காகவே தான் திருமணம் செய்துகொள்ளாமலேயே வாழ்ந்து வருகிறார்.

"மங்கையராய்ப் பிறப்பதற்கே நல்ல மாதவம் செய்திட வேண்டுமம்மா.." - கவிமணி.

உயிரியல் அல்லது சமூக நோக்கில் ஒரு குழந்தையைச் சந்ததி பெருக்கும் நோக்குடன் ஈன்றெடுக்கும் ஒரு பெண் தாய் என அழைக்கப்படுகிறாள். மனித இனத்தைப்போன்ற பாலூட்டிகளில் கரு உண்டாவதில் இருந்து அது வளர்ச்சியடையும்வரை தன் கருப்பையில் தாங்கி, உடல், மனத்தளவில் பல இன்னல்களை ஏற்று, ஆயிரம் கனவுகளை ஏந்தி, வரப்போகும் விடியலுக்காகக்

காத்திருந்து தாய்மை அடையப்போகிறோம் என்று பூரித்து நிற்பவள்தான் அந்தத் தாய்.

1993ல், காஞ்சிப் பெரியவர் சங்கராச்சாரியாரை பெங்களூரிலிருந்து ஹரி என்பவர் தரிசிக்க வந்திருந்தார். அவரைப் பார்த்தவுடன் "ஈச்சங்குடி (பெரியவர் பிறந்த ஊர்) கச்சப்புரீஸ்வரர் ஆலயத்தைப் புதுப்பிக்க நினைக்கிறாய். போய் நன்றாகச் செய்'' என்று பெரியவர் சொன்னதும், தான் நினைத்து வந்ததைப் பெரியவர் பிரதிபலித்ததை எண்ணி ஹரி நெகிழ்ந்துபோய்விட்டார்.

ஓராண்டு கழித்து, கும்பகோணத்தை அடுத்த ஈச்சங்குடியில் கோயிலைப் புதுப்பித்துவிட்டு வந்திருந்த ஹரியிடம் "கோவிலுக்கு அருகில் என் தாய் வாழ்ந்த வீடு இருந்தது. அதில் எப்போதும் வேத மந்திரங்கள் ஒலித்துக்கொண்டே இருக்க வேண்டும் என ஆசைப்படுகிறேன். அதில் ஒரு வேதபாடசாலை அமைக்க முடியுமா?'' என்று பெரியவர் கேட்டார். "என் பாக்யம்'' என்று சொல்லிவிட்டுச் சென்றுவிட்டார். அதன்படியே ஏற்பாடுகளனைத்தையும் செய்து முடித்துவிட்டு 8.1.1994ஆம் தேதியன்று வேதபாடசாலையில் குருபூஜை நடத்துவதற்கான அழைப்பிதழுடன் ஹரி, பெரியவரைப் பார்க்க வந்திருந்தார்.

அன்று ஹரி அவர்களுக்கு மட்டும் பெரியவர் கண்திறந்து தரிசனம் கொடுத்துவிட்டு அழைப்பிதழை வாங்கி, அதிலிருந்த தம் தாயார் படத்தைக் கண்களில் ஒற்றிக்கொண்டார். பின்னர்த் தம் பாதுகைகளைக் கழற்றிக்கொடுத்து, கொண்டுபோய் அந்தப் பாடசாலையில் வைக்கச் சொன்னார். அன்று தம் தாய் நினைவிலேயே இருந்த பெரியவரின் உயிர் அந்தப் பூத உடலைவிட்டுப் பிரிந்தது.

துறவியாக இருந்தாலும், உலகுக்கே உபதேசம் செய்யக் கூடியவராக இருந்தாலும், உறவு, பற்று, பாசத்திற்கு அப்பாற் பட்டவராக இருக்க வேண்டும் என்கிற விதி இருந்தாலும், 'தாய்' என்றவுடன் நெகிழ்ந்து போய், தன் பாதுகைகளைக் கொண்டுபோய் தன் தாய் வாழ்ந்த இடத்தில் வைக்கச் சொன்ன அன்றிரவே மறைந்துபோன செய்தியை இக்கட்டுரையில் சொல்வது ஒருவகையில் சாலப் பொருத்தமாக இருக்கும்.

தஞ்சாவூரில் புகழ்பெற்ற சுதந்திரப்போராட்டத் தியாகியும், பிரபல மருத்துவருமான டாக்டர் கோபாலகிருஷ்ணன் (கோபு) அவர்களின் தம்பியான கல்யாணசுந்தரம், இராஜலட்சுமி ஆகியோருக்கு மகனாக திரு. மோகன் இராமசாமி 1949ல் பிறந்தார். இவருக்கு ஒரு தமக்கையும், ஒரு தம்பியும் உண்டு. இவருடைய

6வது வயதில் தாயுடன் சேர்ந்து, தந்தை புலம்பெயர்ந்து தொழில் செய்துவந்த சிங்கப்பூருக்குக் குடிபெயர்ந்தார். இங்கேயே பள்ளியில் படித்தார். பின்னர்த் தேசிய சேவையை முடித்து Lab Tech ஆகச் சேர்ந்து பணியாற்றிக்கொண்டே Accountancy

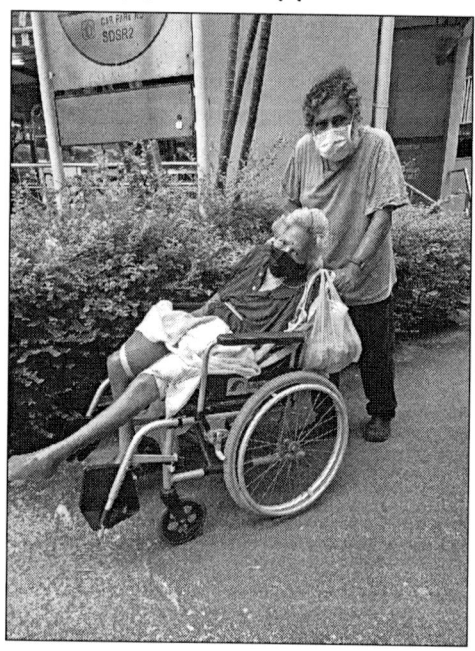

படித்தார். இறுதியாண்டு மட்டும் லண்டனுக்கு நேரில் சென்று படித்து முடித்து ICMA பட்டம் பெற்றார். பின்னர் பல இடங்களில் I T வேலையும், கணக்கியல் பணியும் செய்தார். வேறு சில இடங்களில் இவர் படித்த படிப்புக்கும் செய்த வேலைக்கும் சம்பந்தம் இல்லாமல் போய்விட்டன என்று சிரித்துக்கொண்டே கூறுகிறார்.

மோகனின் தந்தை கல்யாணசுந்தரம் Union Carbide இல் மேலாளராகப் பணியாற்றியவர். தொழிலாளர் யூனியனின் பொதுச்செயலாளராகவும் தொண்டாற்றியவர். ஆங்கில மொழியறிவில் திறமைமிக்கவராக விளங்கியவர். முன்னாள் அதிபர் தேவன் நாயர் அவர்களுக்கு நண்பர். தேசத் தந்தை திரு. லீ குவான் யூ அவர்களின் பேச்சைக் குறிப்பெடுப்பதோடு, எங்கு சென்றாலும் உடன் செல்பவரும், செயலாளராகவும் பணியாற்றி நாட்டுக்கு நல்ல அறிமுகமான திரு. சங்கரன் அவர்கள், மோகனுடைய தந்தைக்கு நெருங்கிய நண்பராகவும் விளங்கியவர். ஏதேனும் ஆங்கிலத்தில் எழுதவேண்டியதிருந்தால்

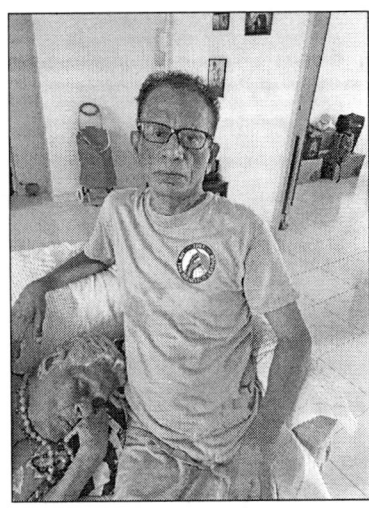

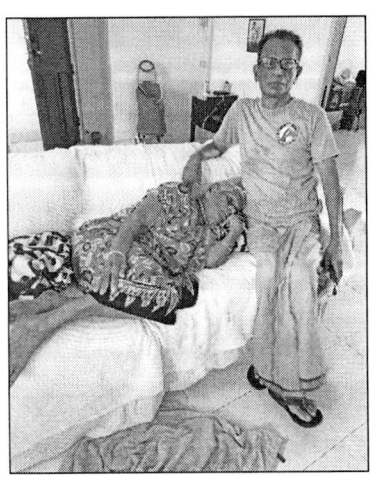

இவருடைய உதவியைத்தான் பலரும் நாடுவார்களாம். 2004ல் காலமாகிவிட்டார்.

கும்பகோணத்தைச் சேர்ந்தவரும், 'ரைட் ஹானரபிள்', 'சில்வர் டங்' என்றெல்லாம் அகில இந்தியாவுக்கும் நன்கு அறிமுகமான சீனிவாச சாஸ்திரி குடும்பத்தைச் சேர்ந்தவரும், பட்டதாரியாகி, ஒரு பள்ளியில் தலைமை ஆசிரியராகப் பணியாற்றிக் கொண்டிருந்தவருமான இலட்சுமி என்பவரை 1978இல் மோகன் திருமணம் செய்துகொண்டு இங்கு அழைத்து வந்தார். அந்தப் படிப்பெல்லாம் சிங்கையில் அங்கீகரிக்கப்படாததால் இங்கு 'ஏ' லெவல் 'ஓ' லெவல் படித்து, சில மாதங்கள் தமிழ்முரசிலும்

பணியாற்றியவர். இத்தம்பதியருக்குக் குழந்தைகள் இல்லை. சிலிகி சாலையில் வசித்துவரும் மோகன் 'ஹரே கிருஷ்ணா' அமைப்பில் ஈடுபாட்டுடன் சேவையாற்றுபவர்.

அதே ஹரே கிருஷ்ணா அமைப்பில் ஈடுபாடுடைய திரு மனோகரன் ரத்தினம் என்பவர் மோகனுக்கு நண்பரானார்.

ரத்தினம் பெருமாயா தம்பதியருக்குக் கடைக்குட்டியாக 1955இல் சிங்கப்பூரில் பிறந்து தற்போது சிராங்கூன் அவென்யூ ஒன்றில் வசித்து வருகிறார் மனோ. பி.காம் வரை படித்துவிட்டுப் பல நிறுவனங்களில் உள்கணக்காளராகப் பணியாற்றி ஓய்வுபெற்றுள்ளார். இறைநெறி ஈடுபாட்டாலும், துறவியாகிவிடலாம் என்ற எண்ணம் இருந்ததாலும், அண்ணன், தமக்கைகள் திருமணம் செய்துகொண்டு போய்விட்டதால் தாயைக் கவனித்துக்கொள்ள வேண்டிய பொறுப்புத் தன்மீது சுமத்தப்பட்டதாலும் மணம் செய்துகொள்ளாமலேயே தன் வாழ்க்கையை அன்னைக்காக அர்ப்பணித்து வாழ்ந்து வருகிறார். ஆங்கில மொழியையும், மலாய் மொழியையும் படித்த மனோவிற்குத் தாய்தான் தமிழைப் படிப்பித்தாராம்.

ஆக மோகனும் மனோகரனும் பல வகைகளில் ஒத்த குணமுடையவர்களாக விளங்கித் தத்தம் தாயை அவர்களுடைய தள்ளாத நிலையிலும் பாசப்பிணைப்போடு பராமரித்துவருவதை விளக்குவதே இக்கட்டுரையின் நோக்கமாகும். பழுத்து உதிரவிருக்கும் இலைகளைக்கொண்ட செடியானாலும் அதற்கு எப்படி உரமிட்டு, நீர்விட்டு, வேலிபோட்டு அர்ப்பணிப்பு மனப்பான்மையில் பராமரித்து வருகிறார்கள் என்பதை விளக்குவதே இக்கட்டுரை. இதைப் படிக்கும் உங்களுக்கும் எதிர்காலத்தில் ஒரு படிப்பினையை ஏற்படுத்திக் கொடுத்தால் கட்டுரையின் நோக்கம் நிறைவேறியதாகிவிடும்.

சுவாமி விவேகானந்தர் ஒரு கத்தியை ஒருவரிடம் கொடுக்கும்போது, வழக்கத்திற்கு மாறாகக் கூர்ப்பகுதியைத் தாம் பிடித்துக்கொண்டு, பிடியுள்ள பகுதியை நீட்டியிருக்கிறார். மற்றவர்களுக்கு ஒரு சிறு இன்னல்கூட நேர்ந்திடக் கூடாது என்கிற நற்பண்பிலே மகனின் கவனம் திரும்பியதைத் தாயார் கவனித்துவிட்டார். அதன்பிறகுதான் மகனின் நீண்ட நாளைய வேண்டுகோளான 'துறவியாவதற்கு' தாய் அனுமதி கொடுத்ததாகச் சொல்வார்கள். ஆனால், மனோகரனின் தாயார் இறுதிவரை துறவி ஆவதற்கு மகனை அனுமதிக்கவே இல்லை.

பெண்களென்றும் பாராது எதிரி நாட்டு மக்கள் எல்லோரையும் கொன்று குவித்து வெற்றி நாயகனாய் விளங்கியவன் நெப்போலியன். அவன் தன் தாயார் மட்டும் உயிரோடு வாழ்ந்திடவேண்டுமென விரும்பினான். பல வெற்றிகளைப்

பெற்ற பின்னர் அன்னையைச் சென்று பார்த்துக் கட்டித் தழுவி, "அம்மா... நீ உன் உடம்பைக் கவனித்துக்கொள்! நீ இறந்துவிட்டால் என்னைக் கட்டுப்படுத்த யாரும் இல்லாமற் போய்விடுவர்" என்று சொன்னான்.

மோகன் புகைப்பது போன்ற தீய பழக்கங்களால் வழிதவறிப் போவதை அறிந்த அவரது தாய் ஒருநாள் கிருஷ்ணன் படத்தின் முன் நிறுத்தி, இன்றுமுதல் புகைக்கும் பழக்கத்தை நிறுத்திவிடவேண்டுமென ஆணை பிறப்பித்தார். நெப்போலியன் போன்றே அன்னையின் ஆணைக்குக் கட்டுப்பட்டு வாக்கு மீறாமல் இன்றுவரை மோகன் நெறிபிறழாத வாழ்க்கையை வாழ்ந்து வருகிறார்.

தாயாருக்கு மூன்று குழந்தைகள் இருந்தாலும் மோகன் மீதுதான் அதிக பற்றும் பாசமும் கொண்டிருந்தார். அதேபோல் இவரும் தாய்மீது மிகுந்த பற்றுடையவராய்த் திகழ்கிறார். தந்தையின் மறைவுக்குப்பின் தாயைக் கண்ணும் கருத்துமாகக் காத்துவருகிறார். தாய் மிகவும் சுறுசுறுப்பாக விளங்கியவர். எல்லா இடங்களுக்கும் தனியாகவே சென்று வருபவர். ஒரு முறை வீட்டின் மின்தூக்கியருகே காத்திருந்தபோது, திருடன் ஒருவன் கழுத்துச் சங்கிலியைப் பறித்துக்கொண்டு ஓடியதோடு, பிடித்துத் தள்ளிவிட்டு ஓடிவிட்டான். விழுந்த வலியையும் அதன் பக்க விளைவுகளையும் ஏற்றுக்கொள்ளும் அளவிற்கு 85 வயது தாயால் அப்போது முடியவில்லை. அதுமுதல் வெளிப்புழக்கம் குறைந்துவிட்டது. நான்கு ஆண்டுகளுக்குமுன் 91 வயது தாயை அழைத்துக்கொண்டு Tan Tock Seng மருத்துவமனைக்குச் சென்றிருந்தபோது அங்கேயே முடக்குவாதம் ஏற்பட்டுவிட்டது. சிறிது நாளில் Dementia எனும் மறதி நோயும் வந்துவிட்டது.

அதேபோல் மனோகரனின் தாயார் தம் கணவனை 1964இல் இழந்துவிட்டவர். படிப்பறிவு இல்லாததால் சாதாரண வேலைகளைச் செய்து பொருளீட்டித் தம் பிள்ளைகளைப் படிக்க வைத்தார். அத்துடன் நல்லொழுக்கம், தமிழ்ப் பண்பாடு, கலாசாரம், பாரம்பரிய நெறிகளைப் பின்பற்றி ஒழுகி வாழவேண்டும் என எப்போதும் அறிவுறுத்தி வந்தார்.

மனோவின் தாய் பெருமாயா அவர்களுக்கு 2011வாக்கில் கண்களில் நோய் ஏற்பட்டு, மருத்துவம் பலனளிக்காமல் பார்வையை முற்றிலும் இழந்துவிட்டார். மற்றும் ரத்த அழுத்த நோய், தைராய்டு குறைபாடு, மிகுந்த தோல் ஒவ்வாமை (Heavy Skin Allergy) இருந்ததோடு ஐந்து ஆண்டுகளுக்குமுன் Dementia நோய் வந்து, முற்றிலும் நடமாட்டமோ, பேச்சோ, நினைவோ அற்றவராகிவிட்டார்.

மனோ தமது 57 - 63 வயது வரையிலுள்ள அந்த ஆறு ஆண்டுகள் தாயை மிகவும் சிரமப்பட்டுக் கவனித்துக்கொண்டார். தாயைக் குளிப்பாட்டுவது, கழிவறைக்கு அழைத்துச் செல்வது, உடுத்திவிடுவது, சந்தைக்குச் செல்வது, சமைப்பது, மருத்துவ மனைக்கு அழைத்துச் செல்வது போன்ற வேலைகளைச் செய்யும்போது அளவிட முடியாத உடல், மனரீதியில் மிகவும் பாதிக்கப்பட்டாலும், தம் கடமையைச் செய்ததிலே ஒரு வகையில் மன நிறைவையும் பெற்றார். குறிப்பிட்டுச் சொல்ல வேண்டுமென்றால், மனோவும் மோகனைப் போலவே ஒரு நோயாளி. ரத்த அழுத்தநோய், கொலஸ்டிரால், செவிப்புலன் குறை, எலும்புறுதி பலவீனநோய் (Try Calciven) ஆகியவற்றால் பாதிக்கப்பட்டவர். இருந்தும் தாயைக் கவனித்துக்கொள்ளும் கடமையிலிருந்து எள்ளளவும் பின்வாங்கவில்லை.

மோகன் அவர்களுக்கும் மாரடைப்பு நோய் வந்து இரத்தக் குழாயில் Stent வைக்கப்பட்டுச் சிகிச்சை பெற்று வருகிறார். நீரழிவு நோய் இருப்பதால் முடக்குவாத நோயும் வந்து தேறிவருகிறார். ஊன்றுகோலுடன் நடமாடும் மோகனால் தாய்க்குப் பக்கத்திலிருந்து சேவை செய்ய மனமிருந்தும் மருத்துவர்களின் ஆலோசனையின் பேரில் சிராங்கூன் சாலையில் உள்ள Kwong Wai Shiu முதியோர் பராமரிப்பு நிலையத்தில் சேர்த்தார்.

மோகன் தினந்தோறும் அந்த முதியோர் இல்லத்திற்குக் காலையில் சென்றால் இரவுவரை தாயுடனிருந்து எல்லா உதவி களையும் செய்வதோடு, தாயைத் தேவையான உடற்பயிற்சிகளையும் செய்யவைத்தார்.

2000 ஆண்டுகளுக்குமுன் அந்தக் கிரேக்கத் தத்துவஞானி அரிஸ்டாட்டில் சொல்லியவை இன்றும் நமக்குச் சான்றாய் விளங்குகின்றன.

குணமுள்ள பெண் ஒருவனின் அறிவை ஒளிவீசச் செய்வாள்!

புத்திசாலியான பெண் ஆடவனின் மனத்தைக் கவர்ந்து விடுவாள்!

அழகான பெண் ஓர் ஆணை மயக்கிவிடுவாள்!

பாசமும் பரிவும் அன்பும் உள்ள ஒரு பெண் அந்த ஆண்மகனைத் தனக்கே உரிமையுடைவராக ஆக்கிக்கொள்கிறாள்!

மோகனுக்கு உதவியாக அவருடைய மனைவி, இல்லப் பணிகளுடன் மருத்துவமனைக்கும் இவருடன் சென்று உதவியதன்மூலம் என்னை முழுமையாகக் கவர்ந்து என்னையே தனக்கு உரிமையுடையராக ஆக்கிக்கொண்டார் என்கிறார். மாமியார் மருமகள் உலகியல் வாழ்வியலுக்கு எதிராக மனைவி

லட்சுமி நடந்துகொண்ட அனுசரணையை எண்ணி எண்ணிப் பூரிப்படைகிறார். இப்படியாக மூன்று ஆண்டுகள் ஓடின. இப்போது மோகனுக்கு வயது 72.

மோகனுக்கே உதவிட ஒரு ஆள் தேவைப்படுகிறது. கொரோனா தொற்றுக் காரணத்தால் வெளியாட்களை முதியோர் இல்லம் அனுமதிக்காததால் தன் தாயைப் பார்க்காமல், தினந்தோறும் பணிவிடை செய்ய முடியாமல்போக மனம் உடைந்து போனார். அங்குள்ள மருத்துவர்கள் எவ்வளவோ எடுத்துச் சொல்லியும் கேட்காமல் வீட்டுக்கு அன்னையை அழைத்து வந்துவிட்டார். தாயைத் தூக்க அரசு சலுகை விலையில் கொடுத்த இயந்திரத்தின் (சிறிய கிரேன் போன்ற) உதவியால் படுக்கையிலிருந்து தூக்கவும், சக்கர நாற்காலியில் உட்கார வைக்கவும், வெளியில் அழைத்துச் செல்லவும், தினந்தோறும் தாய்க்கு Physiotherapy செய்வதுமாக இருக்கிறார்.

மோகன் இரவுநேரப் பாதுகாவலராக (Security) பணி செய்கிறார். தன்னைப்போல் தன் நண்பரான மனோகரனையும் பகுதிநேரப் பாதுகாவலராக Part Time security வேலையில் சேர்த்துவிட்டுள்ளார்.

வீட்டுக்குப் பெயர் 'அன்னை இல்லம்',

அன்னை இருப்பதோ முதியோர் இல்லம்' என்று ஒரு கவிஞன் எழுதியதுபோல்தான் இன்றைய மனித மனோபாவம் இருக்கின்றது. அதற்குப் பெரும்பாலும் மூல காரணமாக விளங்குவது மருமகள் நடத்தும் ஒத்துழையாமை இயக்கம்தான்.

72 வயதுடைய நோயாளியான மோகன் தன் மனைவியின் ஒத்துழைப்புடன், 95வயதுடைய தாயைக் கவனித்து வருவதையும், மனோ தன் 66 வயதில், 90 வயதுடைய பார்வையற்ற தாய்க்குத் தேவையான அனைத்து வேலைகளையும் செய்து பராமரித்துவருவதையும் பாராட்டாமல் இருக்க முடியாது.

மோகனும் மனோகரனும் தங்களுக்கு உதவ வேறு ஒருவர் தேவை என்ற இக்கட்டான நிலையில் இருப்பவர்கள். மோகன் நடமாடவோ, பேசவோ, வாயால் சாப்பிடவோ இயலாத நிலையிலுள்ள தாயை வீட்டில் கொண்டுவந்து வைத்துக்கொண்டு பராமரிப்பது என்பதைக் கொஞ்சம் கற்பனை செய்து பார்த்தால்தான், மோகன், மனோ இருவரும் தாய்மீது காட்டிவரும் அந்த அன்பின் ஆழத்தை, பாசத்தின் உயர்வை, கடமையின் சிறப்பை நம்மால் உணர்ந்து அவர்களைப் பாராட்ட முடியும்.

நம்மில் எத்தனை பேர் இதைப்போல் அன்னையைக் கவனித்துக்கொள்வதில் அக்கறை காட்டுகிறோம்; காட்டப்போகிறோம்? நாம் சிறு பிள்ளையாக இருந்தபோது, இருந்த

கொஞ்ச உணவை நமக்கு ஊட்டிவிட்டுவிட்டுத் தாய் பட்டினியாக இருந்ததை அறிவோமா? வழிந்துகிடந்தபோது துடைத்துவிட்டு, கழிந்து கிடந்தபோது அலசிவிட்டு, மண்ணில் துழாவிக் கிடந்தபோது தாயானவள் நம்மைத் தூக்கி வாரியணைத்துக் கொஞ்சிக் குலாவியதை எண்ணிப் பார்க்கவேண்டாமா? இது கைம்மாறு என்று கணக்குப் பார்க்கும் அவல புத்தியைவிட, நமது கடமை என்ற உணர்வை மனசாட்சியோடு எண்ணிப்பார்க்க வேண்டும்.

நமக்கு 50 வயதுக்கு மேலாகிவிட்டதென்று எண்ணி நம்மில் நலமாக இருக்கும் பலர், வயதான தாயை முதியோர் இல்லத்தில் சேர்த்துவிட்டுக் கட்டணம் செலுத்துகிறோம். அல்லது வசதியிருந்தால் ஒரு செவிலியரை அமைத்துக் கவனிக்கச் செய்கிறோம். அல்லது ஒரு பணிப்பெண்ணை வேலைக்கமர்த்திக் கண்காணிக்கச் செய்கிறோம். ஆனால், மோகனும் மனோவும் தங்களருகே வைத்துத் தங்களையும் கவனித்துக்கொள்வதோடு தாயையும் கவனிக்கும் உயர்ந்த பாங்கிற்கு என்ன விருது கொடுத்தும் பாராட்டலாம்.

'என் தாய், அடிப்படையில் ஜாதி மதம் பாராமல் அனைவரிடத்தும் அன்பாகப் பழகுவதோடு, எல்லோருக்கும் உணவளித்து விருந்தோம்பல் செய்யும் தாராள குணம் படைத்தவர். அவரைப் பின்பற்றி என்னையும் மத, இன ஏற்றத் தாழ்வு பாராத அந்த நல்லிணக்கக் கொள்கைகளைப் பின்பற்றச் செய்தார் என்கிறார் மோகன். அதேபோல் மனோவின் தாய் மற்ற உயிரினங்களுடனும், குழந்தைகளுடனும் மிகவும் அன்பாகப் பழகக்கூடியவர். பிறர்படும் அல்லலைத் தம் துயரமாக எண்ணி இரக்கப்படும் குணமுடையவர்.

வாரியார், தன்னுடைய சிறு வயதில் மண்ணில் அமரும்போது கட்டியிருந்த வேட்டியை மழித்துக்கொண்டு உட்காருவதைப் பார்த்த அவரது தாய், "நிலம் அழுக்காக இருக்கிறது; அதனால் உன் உடை அழுக்காகிவிடக்கூடாது என்பதற்காகத்தானே அவ்வாறு தரையில் அமரக் கூச்சமடைகிறாய்? அதேபோல் ஆசாபாசங்கள், காமகொடூர எண்ணங்கள், பொறாமை, கீழறுப்பு, பொல்லாங்கு, தீய செயல்கள், போன்ற அழுக்குகள் உன் உள்ளத்திலே இருந்தால், அந்த அழுக்குப் படிந்த உள்ளத்திலே இறைவன் வந்து உட்காரக் கூசுவான்" என்று கிருபானந்தவாரியாருக்குப் புத்திமதி சொன்னாராம். அதை நினைவிற்கொண்டு தங்கள் தாய் சொன்ன அறிவுரைகளையும் நற்பண்புகளையும் மோகனும், மனோவும் தங்கள் வாழ்நாள் முழுதும் இந்த வயதுகளிலும், இந்த இயலாத நிலைகளிலும் கடைப்பிடித்து வருகிறார்கள் என்பதால் பாராட்டிப் போற்றுதற்குரியவர்கள் ஆகிறார்கள்.

தாயின் தியாகம் எத்தன்மையுடையது என்பதற்கான எடுத்துக்காட்டாக ஒன்றைச் சொல்லியாகவேண்டும்.

சோழ மன்னன் சுபதேவனின் மனைவி கமலதேவியின் மகப்பேற்றுக் காலத்தின் இறுதி நேரத்தின்போது, "இன்னும் ஒரு நாழிகை தள்ளிப் பிறந்தால், பிறக்கப்போகும் இளவரசன் மூவுலகையும் ஆளும் பாக்கியம் பெறுவான்" என ஆரூடக்காரன் சொன்னான். ''உயிருடன் விளையாடாதே'' என்று அரசன் தடுத்தும், அரசி, ''என்னைத் தலைகீழாகக் கட்டித் தொங்கவிட்டு, ஒரு நாழிகை கழித்து இறக்கி விடுங்கள். என் உயிர் போனாலும் பரவாயில்லை, என் மகன் இப்பூவுலகை ஆளவேண்டும்'' என்று சொல்லி, செயலில் இறங்கி மாண்டுபோனாள். அதன்படியே பிறந்து பின்னாளில் சிறந்த மன்னனாகப் போற்றப்பட்டவன்தான் சோழன் கோச்செங்கணான்.

அப்படித்தான் தாயும் என்னை ஒரு மருத்துவராக்கிப் பார்க்க வேண்டுமென்று ஆசைப்பட்டார். ஆனால், நானோ பொறியாளர் படிப்பில் சேர்ந்து அதையும் ஒழுங்காக முடிக்காமல் திசைமாறிப் போய்விட்டேன் என்று மோகன் தம்மையே இப்போது நொந்துகொள்கிறார். அதேபோல் 'திருமணம் செய்துகொள்' என்று சொல்லியும் கேட்காமல் இருந்துவிட்டேனே என்று மனோகரனும் மனம் வருந்துகிறார்.

அதனால், அந்தத் தாய்களின் இறுதி மூச்சுவரை தங்களருகேயே வைத்துப் பராமரிக்க வேண்டும் என்று இருவரும் விரும்புகிறார்கள். அப்படியான பணிசெய்து கவனிக்கக் கிடைத்த வாய்ப்பை எண்ணி எண்ணி மோகனும் மனோவும் பூரிப்படைகிறார்கள்.

"மறுபிறவி இருந்தால் நான் செருப்பாகப் பிறக்கவேண்டும்; என் அம்மா காலில் மிதிபட அல்ல, என்னைச் சுமந்திருந்தபோது தாயடைந்த அந்த வலியை நானும் அடையவேண்டும் என்பதற்காக" என்ற பொருளில் ஒரு கவிஞன் பாடினான்

இதைப் படிக்கும் ஒவ்வொருவருக்கும் இக்கட்டுரை ஒரு பாடமாக, ஒரு (Inspiration) உந்துசக்தியாக / உள்ளத்தூண்டுதலாக இருக்க வேண்டும்.

* * *

13

பன்மொழிப் படிப்பாளி; சிங்கைத் தமிழ்ப் போராளி
முத்தழகு மெய்யப்பன்

ஒருவன் ஒரு கழுதையை மைதானத்தில் வைத்து, அதற்குத் தன் மொழியைக் கற்றுக்கொடுக்க முயற்சி செய்தான். கழுதை கற்றுக்கொண்டபாடில்லை. மீண்டும் மீண்டும் முயல்வதைப் பார்த்துக்கொண்டிருந்த வழிப்போக்கன் இவனைப் பார்த்து "ஏம்பா... நீ கற்றுக்கொடுக்கிற உன் மொழியைக் கழுதையினால்தான் கற்றுக்கொள்ள முடியவில்லை; அந்தக் கழுதை காப்பாற்றி வருகிற 'மௌனமொழியை' நீ அதனிடமிருந்து கற்றுக்கொள்ளக்கூடாதா?" என்று கேட்டானாம். தொணதொணவென்று பேசுபவர்கள் இந்த மௌனமொழியைக் கற்றுக்கொள்ளுதல் நல்லது. மௌனத்தில் எத்தனை பார்வைகள், எத்தனை விழுமியங்கள் பொதிந்துகிடக்கின்றன.

பாகிஸ்தானின் ஆட்சிமொழியாக உருதுவுடன் தங்கள் தாய்மொழியான வங்க மொழியையும் ஏற்க வேண்டுமென அன்றைய கிழக்குப் பாகிஸ்தான் மாணவர்கள் 1952, பிப்ரவரி 21ஆம் நாளில் போராட்டம் செய்தனர். டாக்கா நீதிமன்ற வளாகம் முன்பு துப்பாக்கிச்சூடு நடந்து பலர் பலியானார்கள். அந்த நாளைத்தான் 'உலகத் தாய்மொழி நாள்' என

யுனெஸ்கோ 17.11.1999ல் அறிவித்து 2000ஆம் ஆண்டு முதல் அது நடைமுறைக்கு வந்தது.

இந்தியா, பங்களாதேஷ் ஆகிய இரு நாடுகளுக்குமான நாட்டுப்பண்கள், இலக்கியத்தில் நோபல் பரிசு பெற்ற வங்கக் கவிஞன் ரவீந்திரநாத் தாகூர் அவர்களால் ஒரே மொழியாகிய வங்கமொழியில் எழுதப்பட்டது என்பது ஒரு சிறப்புக்குரிய செய்தியாகும்.

உலகத்தில் 6,500 மொழிகளுக்குமேல் உள்ளன என்றும், இந்தியாவில் மட்டும் 447 மொழிகளுக்குமேல் பேசப்படுகின்றன எனவும் சொல்கிறது ஒரு குறிப்பு. மொழிதான் ஒருவனை அடையாளப்படுத்துகிறது. உள்ளக் கிடக்கையைப் பிறரிடம் வெளிப் படுத்த உதவுகிறது. இந்திமொழி எதிர்ப்புப் போராட்டத்தினால்தான் தமிழகத்தில் ஆட்சிமாற்றம் (1967) நிகழ்ந்ததென்பர்.

ஒரு வட்டம்போட்டு அதற்குள் வாழ்வது தவறில்லை. ஆனால், அந்த வட்டத்திற்குள்தான் வாழ்க்கை என முடித்துக்கொள்வதுதான் தவறு. அதைப்போல்தான், தன் பெண்டு, பிள்ளையென வாழும் வாழ்க்கை எல்லையைத் தாண்டி வெளியே வரவேண்டும். நம்மைச் சுற்றி மனிதர்கள் எத்தனையோ பிரச்னைகளுடன் வாழ்பவர்கள் இருக்கிறார்கள். இந்தச் சமுதாயத்தில் தீர்க்கப்படவேண்டியவற்றில் கவனம் செலுத்தவேண்டிய கடமை ஒவ்வொருக்கும் உண்டு. இப்படிப்பட்ட

கொள்கையுடன், யாருடைய பின்புலமும் இல்லாமல் தன் சொந்த முயற்சியால், உழைப்பால், நற்சிந்தனையால் முன்னுக்கு வந்துள்ள ஒரு மொழிப்பற்றாளரைப் பற்றித்தான் இக்கட்டுரையில் காணப்போகிறோம்.

காரைக்குடியில் முத்தழகு - நாச்சியம்மை தம்பதியருக்குத் தலைமகனாய் 19.01.1949இல் மெய்யப்பன் பிறந்தார். அங்குள்ள அழகப்பா பல்கலைக்கழகத்தில் இளங்கலைப் பட்டப் படிப்பை முடித்தவுடன் இந்தியாவின் தலைநகரமான டெல்லிக்குச் சென்று தட்டெழுத்து உதவியாளராய்ப் பணியில் சேர்ந்தார். டெல்லியில் இருந்ததால் அங்கு இந்தி மொழியைக் கற்றுக்கொண்டார். பின்னர்க் கத்தார் நாட்டுக்குச் சென்று ஒரு ஜப்பானிய நிறுவனத்தில் பணியிலமர்ந்ததால் அங்கு ஜப்பானிய மொழியைக் கற்றறிந்தார்.

அவருடைய 27ஆவது வயதில், சிங்கப்பூர் வழியாக அமெரிக்கா செல்வதற்காக இங்கு வந்தார். அந்தக் காலத்தில் அதிகமான ஜப்பான் நிறுவனங்கள் சிங்கையில் முதலீடு செய்து தொழில்துறையில் வளர்ந்துகொண்டிருந்தன. அதனால், வந்த

இடத்தில் அவருடைய நண்பர்கள், ஒரு ஜப்பானிய நிறுவனத்தில் மேலாளர் பணியில் சேர்த்துவிட்டனர். ஏற்கனவே மெய்யப்பனுக்கு ஜப்பானிய மொழி தெரிந்திருந்ததால் படிப்படியாகப் பதவி உயர்வு பெற்றார். அத்துடன் அந்நாட்டவர் விரும்பி விளையாடும் உலகத்தின் பணக்கார விளையாட்டான கோல்ஃப்பையும் கற்றுக்கொண்டார்.

சிங்கப்பூர் வந்தபின் சீனமொழியையும், மலாய் மொழியையும் எளிதாகப் பயின்றுகொண்டதால் இவருக்குப் பிற மொழிகள்மீது ஈடுபாடு ஏற்பட்டுப் பலமொழிகளைக் கற்றிட வேண்டுமெனும் மோகம் பிறந்தது. ஒரு மொழியைக் கற்பதால் அந்த மொழிசார்ந்த நாட்டின் வரலாறு, பண்பாடு, நாகரிகம், இலக்கிய வளங்களைத் தெரிந்துகொள்வதில் அவருக்கு ஆர்வம் ஏற்பட்டது.

சொந்தமாக 'மேயர் மல்டி சர்வீஸஸ்' எனும் நிறுவனத்தை 1987இல் சிங்கையில் தொடங்கினார். இதன்மூலம் ஜப்பானிய பயணிகளை வரவேற்பது, ஒருங்கிணைப்பது, விடுதி அறைகள் உறுதிசெய்து கொடுப்பது, போக்குவரத்தை ஏற்படுத்திக்கொடுப்பது, ஏற்ற உணவுக் கூடங்களுக்கு அழைத்துச் செல்வது... போன்ற பலவித உதவிகள் புரிந்து அதிகாரத்துவ வழிகாட்டியாகச் செயல்பட்டார்.

சிங்கப்பூரில் 4 மொழி தெரிந்த வழிகாட்டி இவரே. குறிப்பாக ஜப்பான் மொழிக்கான வழிகாட்டித் தேர்வுக்கு (Tour Guide) 150 பேர் சென்றதில் 10 பேர்தான் தேர்வானார்கள். அவர்களில் முதலாவதாகத் தேர்வானவர் நமது முத்தழகு மெய்யப்பன் என்று கேள்விப்படுவதே நமக்குப் பெருமையாக இருக்கிறது. பின்னர்

கோல்ஃப் விளையாடக் கற்றுக்கொடுப்பதையே வருமானம் ஈட்டும் முக்கியத் தொழிலாகக்கொண்டு தம் பொருளாதார நிலையை வளப்படுத்திக்கொண்டார்.

மெய்யப்பன் கைம்மாறு கருதாது பிறருக்கு உதவி செய்யும் குணாளர். பிரதிபலன் பாராது பிறருக்கு நாம் உதவி செய்தால் பின்னர் அதன் பலன் ஏதோ ஒருவகையில் தானாக நமக்கு வந்துசேரும் என்பார்கள். முற்பகல் செய்யின் பிற்பகல் விளையும் என்பதற்கு ஓர் எடுத்துக்காட்டை இவ்விடத்தில் குறிப்பிடுவது பொருத்தமாக இருக்கும். மெய்யப்பனால் ஏதோ ஒரு நேரத்தில் யாரோ ஒருவருக்கு ஓர் உதவி செய்திருக்கிறார். அப்படிப் பலன் பெற்றவர்களே முன்னின்று முத்தழகு மெய்யப்பனுக்கு, 1983இல் யசோதா என்ற குணவதியை மணமுடித்து வைத்தார்கள். இவர்கள் அமுதா, கவிதா எனும் இரு பெண்பிள்ளைகளைப் பெற்றெடுத்து, இன்று பேரப்பிள்ளைகளுடன் தாத்தா முத்தழகு மெய்யப்பன் ஓடியாடிக் கொஞ்சி மகிழ்ந்து வருகிறார். தன் இல்லதரசியின் ஒத்துழைப்பால், தமிழர்களின் சிறப்புப் பண்பாடாகிய விருந்தோம்பல் செய்வதில் மகிழ்ச்சியடைந்து வருகிறார். அவரது மனத்தில் உள்ள பாரத்தை நண்பர்களிடம், தந்தையிடம், தாயிடம், உடன்பிறப்புகளிடம் பகிர்ந்துகொண்டு அதற்கொரு ஏற்புடைய தீர்வை எதிர்பார்ப்பதைவிட மனைவி யசோதாவிடம் சொன்னால் மட்டுமே எந்தச் சூழலிலும் உடனிருந்து ஆறுதலும், தேறுதலும் சொல்லி ஆசுவாசப்படுத்துவார் என்பது அவருடைய நம்பிக்கை.

தமிழ், ஆங்கிலம், இந்தி, உருது, ஜப்பான், கொரியா, மேண்டரின்(சீனம்), மலாய், மலையாளம், கன்னடம், தெலுங்கு, தாய்(லாந்து), பர்மிஸ், சிங்களம், பாஷா இந்தோனீசியா என்று இதுவரை 15 மொழிகளைக் கற்று, இப்போதும் 16ஆவது மொழியாக ரஷ்ய மொழியை மெய்யப்பன் பயின்று வருகிறார். இந்த மொழிகளைப் படிக்க, எழுத, பேச முடிந்தவராக தம்மை ஆக்கிக்கொண்டார்.

வெளிநாடுகளுக்குச் சுற்றுலாப் பயணியாகச் செல்லும்போது அந்த நாட்டின் விவரங்களை அறிந்துகொள்ளும் புத்தகத்தைப் படித்து ஆங்கிலம் வழியாக அந்த மொழியைச் சிறிது புரிந்துகொள்ளவும், ஓரிரு வார்த்தைகளைப் பேசிச் சமாளித்துக்கொள்ளவும் முடிந்தது என்கிறார், இப்படியாகத்தான் ஐரோப்பிய மொழிகளான பிரெஞ்சு, ஜெர்மன், ஸ்பானிஷ், இத்தாலி ஆகிய மொழிகளை அறிந்து வைத்திருக்கிறார். ஐ.நா சபையில் பணி புரிந்தவரும், 31 மொழிகளில் சரளமாகப் பேசத்

தெரிந்திருந்தவருமான ஜார்ஜ் ஹென்றி ஸ்கிமிட் என்பவரையோ அல்லது 30 மொழிகளைத் தெரிந்த மகாபண்டிட் ராகுல் சங்கிரிட்யாயன் அவர்களை முந்திடத் திட்டம் வைத்திருக்கிறாரோ? என்று எண்ணத் தோன்றுகிறது.

“பிறமொழி வாசகம் மண்டையிலேறும், தாய்மொழி வாசகம்தான் இதயத்திலேறும்'' என்றார், தம் வாழ்நாளின் பெரும்பகுதியைச் சிறையிலேயே கழித்த தியாகப் போர் வீரர் நெல்ஸன் மண்டேலா அவர்கள்.

சிறு வயது முதல் தாய்மொழியாம் தமிழ் மீதும், அதிலுள்ள இலக்கண இலக்கியங்களின்மீதும் ஈடுபாடும், பற்றும் மிகக் கொண்டவர். வேறொரு மொழியைக் கற்பதன்மூலம் அம்மொழியில் இருக்கும் சொல்வளம், கருத்துவளம், கவித்துவத்தை, மொழிவளத்தை அறிந்துகொண்டு சுவைப்பதில் கவனம் எடுத்துக்கொண்டார். அந்தந்த மொழி வாயிலாக அந்த நாட்டின் வரலாறு, பண்பாடு, நாகரிகத்தை அறிவதால் மகிழ்ச்சி ஏற்படுவதை நன்கு உணரத் தலைப்பட்டார். அதனால்தான் பொதுவாகப் பிற மொழிகளைக் கற்பதில் ஆர்வம் ஏற்பட்டது என்கிறார்.

எந்தப் பொது அறிவுப்புப் பலகைகளிலும், சிங்கப்பூரின் அதிகாரத்துவ மொழிகள் நான்கிலும் அறிவிப்பு இருக்கவேண்டும்

என்பது அரசின் விதி. நாமாக இருந்தால், பார்க்கும் அறிவிப்பில் தமிழ் எழுத்துப் பிழைகள் இருந்தால் படித்துச் சிரித்துவிட்டு எதேனும் விமர்சனம் (Comments) சொல்லிவிட்டுப் போய்விடுவோம். ஆனால், மெய்யப்பன் அவர்கள் தவறாக / பிழையாக எழுதப்பட்ட அறிவிப்புப் பலகையைப் பார்த்துவிட்டால் அல்லது நம் மொழி வாசகம் விடுபட்டிருந்தால் அந்த இடத்தில் நக்கீரனாகிவிடுவார். அந்த விளம்பரம் வேண்டுமென்றே செய்தார்களா? அல்லது மொழி தெரியாமல் தவறுதலாகச் செய்துவிட்டார்களா? என்பதை அவர் தெரிந்துகொண்டு அதற்கு ஏற்றார்போல் பக்குவமாக, அதற்கான பொறுப்பாளர்களை அணுகுவார். முதல் சுற்றிலேயே பெரும்பாலும் தொடர்புடையவர்கள் திருத்திக்கொள்வர். அப்படித் திருத்திக்கொள்ளாதவர்கள் திருந்தும்வரை பிரச்சினையைக் கைவிடாது செயல்பட்டு அதனைத் திருத்திக்கொள்ளச் செய்வார்.

அப்படித்தான் முதன் முதலில் ஒரு கட்டுமானத் தளத்தில் சிங்கையின் மற்ற மூன்று மொழிகளுடன் தமிழ்மொழி வாசகத்தை ‘அபாயம் அருகிலாதீர்கள்’ என்ற எழுத்துப்பிழையுடன் சிவப்பு நிற எழுத்தில் எழுதித் தொங்கவிட்டிருந்ததை மெய்யப்பன் பார்த்தார். உடனே தலைமைப் பொறுப்பாளரை அணுகிப் பிழையான எழுத்துக்களைச் சுட்டிக்காட்டி ‘அருகில் வராதீர்கள்’ என்று சரிசெய்ய வேண்டினார். அதற்கவர் ‘‘பரவாயில்லை, இதைப்போல் எங்கள் வேலை நடக்கும் இன்னும் இருபது இடங்களில் வைத்துள்ளோம். எல்லாவற்றையும் சரிசெய்து மாற்றுவதென்றால் தேவையற்ற வேலயாகவும் செலவாகவும் இருக்கும். அதனால், அப்படியே இருக்கட்டும்’’ என்று முடிவாகச் சொல்லிவிட்டார்.

‘சரி. என் செலவில் பிழை நீக்கி அச்சிட்டுத் தந்தால் எல்லாப் பலகைகளையும் மாற்றிவிடுவீர்களா?’ என்ற மெய்யப்பனின் கேள்விக்குத் தயக்கமாக இணங்கினார். பின்னர் அவர் மூலமாகவே பலகைத் தயாரிப்பாளரின் முகவரியைக் கேட்டு மெய்யப்பன் தம் சொந்தச் செலவில் பிழையின்றி எழுதப்பட்ட பலகையைத் தயார் செய்து எல்லா இடங்களிலும் மாற்றச் செய்தார். இதுதான் சிங்கையில் அவரது தமிழ்ப் பணியின் தொடக்கம் என்று சொல்லலாம்.

இப்படியாகப் பின்னர்ப் பல்வேறு அறிவிப்புப் பலகைகளில் உள்ள குறைகளை இன்றுவரை சரி செய்துகொண்டு வருகிறார். இதில் இவர் எடுக்கும் அக்கறையைப் பலரும் தெரிந்துகொண்டுவிட்டார்கள். எங்கேயாவது பிழையான அறிவிப்புப் பலகைகளைப் பார்த்துவிட்டால் அல்லது நம்

தமிழ்மொழி வாசகம் விடுபட்டிருந்தால் உடனே 'இந்தப் பிரச்சினையை மெய்யப்பனிடம் விட்டுவிடுவோம்; அவர்தான் சிங்கப்பூரில் தமிழ்ப் போராளி, இப்பிரச்சினையைத் தீர்த்து வைப்பதில் வல்லவர், என உணர்ந்து பிழையைப் படமெடுத்து எல்லோரும் அவருக்கு அனுப்பிவிடுகிறார்கள். அவரும் சிரமம் பாராமல், அதையொரு கடமையாக எண்ணி, குறைகண்ட இடத்திற்கே சென்று நேரில் பார்த்து, உடனடி நடவடிக்கை எடுப்பதன்வழி ஏதோ ஒரு வகையில் தமிழுக்குத் தொண்டு செய்வதாக உணர்ந்து மகிழ்கிறார்.

மெய்யப்பன் இவ்வாறு சரி செய்தவை எண்ணிலடங்கா. அவற்றுள் குறிப்பாகக் 'கிராஞ்சி காமன்வெல்த் போர் நினைவு இடுகாடு அறிவிப்புப் பலகை', 'கெய்ர்ன் ஹில் பெயர்ப்பலகை', 'சிங்கப்பூர் ராட்டின (Singapore Flyer) அறிவிப்புப் பலகைகளைச் எடுத்துக்காட்டாகச் சொல்லலாம். இவற்றில் ஒரு சுவையான நிகழ்வைக் குறிப்பிட்டாக வேண்டும்.

சாங்கி விமான நிலைய முனையங்களில் வைக்கப்பட்டிருந்த, ஆங்கிலம், மலாய், சீனம், ஜப்பான் மொழியுடன்கூடிய அறிவிப்புப் பலகைகளில் தமிழைக் காணாது மெய்யப்பன் அதிர்ச்சியுற்றார். விமான நிலைய அதிகாரியுடன் தொடர்புகொண்டபோது, பெயர்ப் பலகை வைக்கும் பொறுப்பு தனியார் மேலாண்மைக்கு உட்பட்டதால் தங்களால் ஒன்றும் செய்ய முடியாது என்று கைவிரித்துவிட்டார்கள். விடுவாரா, முத்தழகு மெய்யப்பன்?

சரி செய்யத் தொடர்ந்து வலியுறுத்தினார். அதற்கு, 'ஜப்பானியர்களை ஒப்பிடும்போது இந்தியர்கள் ஆங்கிலம் தெரிந்தவர்கள். அதனால், தங்கள் மொழியறிவிப்பு இல்லாவிட்டாலும் சமாளித்துக்கொள்வார்கள். மற்றும் சிங்கப்பூருக்கு வரும் இந்தியர்களைவிட ஜப்பானியப் பயணிகள் எண்ணிக்கையில் அதிகம் என்பதனால்தான் தமிழை விட்டுவிட்டோம்' என்று விளக்கம் சொல்லியுள்ளார்கள்.

உங்கள் தகவல்கள் தவறானவை என்று மெய்யப்பன் வாதாடியும் பயனில்லாமல் போய்விட்டது. உடனே பயணத்துறை, பதிவு செய்துள்ள வருகையாளர்களின் புள்ளிவிவரத்தைப் பெற்று, ஜப்பனியர்களைவிட இந்தியர்களின் வருகைதான் அதிகம் என்பதன் ஆதாரத்தைக் கொண்டுபோய்க் காட்டினார். நீங்கள் எங்களுக்குச் சொல்லியதுபோல் ஜப்பானியர்களும் சீன மொழி அறிவிப்பைப் புரிந்துகொள்ள முடியும் என்றெல்லாம் எடுத்துரைத்ததுடன் தொடர்ந்து விடாமல் அனுப்பிய ஐந்து

மின்னஞ்சல்களுக்குப் பின்னர் ஒப்புக்கொண்டு தமிழையும் இணைத்தார்களாம்.

50 வயதைத் தாண்டியவுடன் நம்மில் பலர் இனி நம்மால் எதுவும் முடியாதென்றும், அது இனித் தேவையில்லையென்றும் புது முயற்சிகளில் ஈடுபடத் தயங்குவார்கள். ஆனால், நமது இக்கட்டுரையின் நாயகன் மெய்யப்பன் கணினி உலகத்தின் மற்றொரு பரிமாண வளர்ச்சியாக, தாய்மொழி தமிழுக்குச் செய்யும் அருந்தொண்டாகக் கீழ்க்கண்ட ஒரு புதுத் திட்டத்தில் ஈடுபட்டதை எண்ணி நாம் பெருமைப்படவேண்டும்.

சிங்கப்பூரில் ஏஸ்டார் (Agency for the Science Technology And Research) எனும் முதல் ஆய்வு அமைப்பில், Human Language Technology Department மூலம், "இன்ஸ்டண்ட் வாய்ஸ் டிரான்ஸ்லேஷன் டிவைஸ்" என்கிற செயல்முறைத் திட்டத்தை இயக்கத் தொடங்கினார்கள். ஒருமொழியில் பேசினால் தானாகவே அவர்கள் கேட்கும் இன்னொரு மொழிக்கு ஒலி / எழுத்துவழி மொழிமாற்றம் செய்துகொடுக்கும் ஏற்பாடுதான் அது. இந்த மொழிக் கூட்டத்தில், உலகப் புகழ்வாய்ந்ததோடு தொன்மை மொழியான 'தமிழ்' இடம்பெறவில்லை என்பதை மெய்யப்பன் அறிந்தார். அவர்களை அணுகி உரிமையுடன் விவாதம் புரிந்து பத்தாவது மொழியாகத் தமிழையும் போராடி ஏற்க வைத்தார்.

'யாமறிந்த மொழிகளிலே தமிழ்மொழி போல் இனிதாவது எங்கும் காணோம்' என்று பாட்டுக்கொரு புலவன் பாடியதுபோல் பன்மொழிகளை அறிந்த மெய்யப்பனும் அதே கருத்தை வழிமொழிவதோடு அப்படிப்பட்ட தாய்மொழியாகிய தமிழ் மொழிமீது அளவு கடந்த காதல் கொண்டுள்ளதால் தமிழுக்கான அப்பொறுப்பை ஏற்றுக்கொண்டார்.

முதலில் மாறுபட்ட 6 தமிழ் அகராதிகளின் சொற்களை மிகவும் சிரமப்பட்டு அச்சேற்றினார். அத்துடன் சிங்கப்பூரில் சுமார் 1000 தமிழர்களைத் தேர்ந்தெடுத்தார். அவர்கள் பேசுவதற்கான பேச்சுக்களை நூற்றுக்கணக்கான எழுத்தாளர்களிடம் எழுதி வாங்கினார். நேரிடையாக ஒலிப்பதிவு செய்யும் கூடத்திற்கு அத்தனை பேர்களையும் தனித்தனியாக வரவழைத்தார்.

'சொற்கள்தான் ஒருவனுடைய உடைகள்; அவற்றைக் கிழிசல்களாகவும் அழுக்காகவும் உடுத்த வேண்டாமே' என்று தத்துவ ஞானி செஸ்டர் பீல்டு சொல்வார். அதைப் பின்பற்றி அவர்களுக்கு உச்சரிப்பில் தேவைப்படும் மாற்றத்தைச் சொல்லிக்கொடுப்பார். பலமுறை பயிற்சி கொடுத்துப் பார்த்துப்

பிழையறப் பேசவைத்து அதைப் பதிவு செய்துவிடுவார். இப்படியாக 'உடனடி மொழிபெயர்ப்பு' சாதனத்திற்கு வேண்டியவற்றைத் தயார்செய்து கொடுத்துவிட்டார். தமிழ்கூறும் நல்லுலகத்திற்கு முதன் முதலில் தாம் செய்த சாதனையை எண்ணிப் பூரித்து நிற்கிறார்.

ஆர்வத்துடனும், ஈடுபாட்டுடனும், அதற்கான ஒழுங்கு முறையுடனும் மெய்யப்பன் அத்திட்டத்தைச் செய்துகொடுத்தார். ஒலி எழுத்து மின்னிலக்க ஆய்வுக்காக இப்படிப் பல மொழிக்காரர்கள் உருவாக்கியவற்றில் மெய்யப்பனே உலக அளவில் முதல் விருதாளராய் 2015ஆம் ஆண்டு தேர்ந்தெடுக்கப்பட்டார்.

முத்தழகு மெய்யப்பன், தமிழுக்காகவும் தமிழருக்காகவும் பல சேவைகள் செய்துகொண்டே இருந்தாலும், அவரது 62ஆவது வயதில் மேற்கொண்ட அந்தச் செயல் திட்டம் மூலம்தான் அவரைச் சிங்கைத் தமிழுலகம் அறிந்துகொண்டது. அதன் பிறகுதான் அனைத்துத் தமிழ் அமைப்புகளும் "யார் இவர்?" என்று திரும்பிப் பார்த்தன. அவருடைய செயல்களைக் கேட்டுப் புரிந்துகொண்டு மதிக்கவும், அழைத்து மரியாதை செய்யவும், மேலும் உற்சாகப்படுத்தவும், அவருடைய செயலுக்கு உரிய அங்கீகாரம் கொடுக்கவும் முன்வந்தன.

இந்தியர்களுக்குள் மொழிவாயிலாக நல்லிணக்கம் ஏற்படுத்தும் நிமித்தம் ஆங்கிலம் மூலம் தமிழ், மலையாளம், தெலுங்கு, கன்னடம், இந்தி ஆகிய ஐந்து மொழிகளை யூடியூப் மூலமாகக் கற்றுக்கொடுத்து வருகிறார். இன்னொரு சிறப்பான செயல் என்னவென்றால், ஜப்பானியர்களுக்குத் தமிழ் மொழியைக் கற்றுக்கொடுக்கிறார். தமிழகத்தில், தான் பிறந்த ஊருக்கருகில் பள்ளி ஒன்றைத் தத்தெடுத்து, அப்பள்ளியின் வளர்ச்சிக்குப் பலவகைகளில் பெரும் பங்காற்றி வருகிறார்.

ஔவையாரின் ஆத்திசூடியை ஆங்கிலம், மலாய் மொழிகளில் மெய்யப்பனே மொழிபெயர்த்தார். வாழ்வியல் அறநெறிகளைச் சிங்கையில் பயிலும் அனைத்து மொழி மாணவர்களுக்கும் அச்சிட்ட அந்த மொழிபெயர்ப்புக் கையேடுகளைக் கொண்டுபோய்ச் சேர்த்தார். பின்னர்க் கொன்றைவேந்தனை ஜப்பானிய, கொரிய மொழிகளில் மொழிமாற்றம் செய்து அந்நாட்டவர்க்குக் கொடுக்கத் திட்டம் உள்ளதென்கிறார் இந்த 72 அகவை இளைஞர்.

நோய்வாய்ப்பட்டு மருத்துவமனையில் அன்னை தெரசா இருந்தபோது, "நான் இறந்த பிறகும் நரகத்திற்குப் போக

விரும்புகிறேன். அங்குத்தான் துன்பத்தில் எத்தனையோ மக்கள் மூழ்கிக் கிடப்பார்கள். அவர்களுக்கு யார் உதவி செய்வார்கள்? அதனால், அங்கே சென்று என் பணியைத் தொடர விரும்புகிறேன்" என்றாராம்.

மொழி எனும் வளையத்தைத் தாண்டிச் சமுதாயப் பணிகளையும் மனமுவந்து முத்தழகின் மைந்தன் மெய்யப்பன் செய்து வருகிறார். தம்முடைய முக்கியத் தொழிலான கோல்ஃப் விளையாட்டுமூலம் போட்டிகளை நடத்தி அதன் மூலம் நிதி சேகரித்து, கோவில்கள், முதியோர் இல்லங்கள், அரிமா சங்கம் போன்ற அமைப்புகளுக்கு இதுவரை சுமார் 30 முறை உதவி இருக்கிறார். அது தவிரத் தனிப்பட்ட முறையில் படிப்பு, மருத்துவம், திருமணம் தொடர்பில் இயலாதவர்களுக்கு நிதியுதவி செய்து வருகிறார். மியன்மாரிலுள்ள யங்கூன் மாணவர் ஒருவரின் கல்விக்கும் அடிப்படைத் தேவைக்கும் உதவி வருகிறார்.

சிங்கப்பூரை அழகு மிகுந்த சிங்கார நாடாக ஆக்க வேண்டுமெனும் நல்நோக்கத்தில் 'தூய்மை சிங்கப்பூர்' என்ற சொந்த அமைப்பை மெய்யப்பன் தன் 70ஆவது வயதில் நிறுவி, எம்.ஆர்.டி நிலையங்கள், வாகனம் நிறுத்துமிடங்கள், பூங்காக்கள் போன்ற 191 இடங்களில் தூய்மைப் பணிகளில் இதுவரை ஈடுபட்டுள்ளார்.

"ஒன்றில் மூன்று" (Three in One) என்ற திட்டத்தில் காலையில் நடைப்பயிற்சி செல்லும்போதே குப்பை சேகரிக்கும் பையுடன்தான் செல்வார். செவி ஒலி கேட்பான்மூலம் புது மொழி ஒன்றைக் கற்றுக்கொண்டே நடக்கிறார்.

மெய்யப்பனின் 66ஆவது வயதில் நடைபெற்ற உலகத் தமிழ் இணைய மாநாட்டில் (2015) இவர் எழுதியளித்த 'உடனடி ஒலி தமிழ் மொழிபெயர்ப்பு ஆராய்ச்சிக் கட்டுரைக்கு', மாநாட்டுக்கு வந்திருந்த 76 கட்டுரைகளில் முதலாவது சிறந்த கட்டுரை எனத் தேர்ந்தெடுக்கப்பட்டு "பேரா.எம்.அனந்தகிருஷ்ணன் விருது" கொடுக்கப்பட்டது.

அவருடைய 67ஆவது வயதில், தமிழுக்குத் தொண்டாற்றி வருவதை அங்கீகரிக்கும் வண்ணம், சிங்கப்பூர்த் தமிழ்மொழி பண்பாட்டுக் கழகம் "திருவள்ளுவர் விருது" கொடுத்துச் சிறப்பித்தது.

சிங்கப்பூர்த் தமிழ் எழுத்தாளர் கழகம் தமிழை எந்த இடத்திலும் விட்டுக்கொடுக்காத இயல்புக்கு மெய்யப்பனுடைய 70ஆவது வயதில் அவருக்குப் பாராட்டிதழ் கொடுத்து

ஊக்கப்படுத்தியது. அதே ஆண்டு புதுச்சேரி இரத்தினவேலு வேங்கடேசன் அறக்கட்டளையும் 'பேரா. அறவாணன் தமிழ் விருதினை' அவருக்குக் கொடுத்துப் பாராட்டியது. கவிமாலை அமைப்பும் அவருடைய 71ஆம் வயதில் அவரைத் 'தமிழ்மொழிக் காவலர்' என்று அழைத்து அவருடைய தமிழ்ச் சேவையைப் பாராட்டியது.

ஒருமுறை சிங்கையில் ஜப்பானியர்கள் அல்லாதோருக்கான ஜப்பான் மொழியில் பேச்சுப்போட்டி நடந்தது. அதில் 237 பேர் கலந்துகொண்டார்கள். மெய்யப்பன் தம் ஐம்பதாவது வயதில் கலந்துகொண்டு முதற்பரிசினைப் பெற்றார். தாம் மட்டுமல்லாமல், தம் மகளையும் ஜப்பானிய மொழி படிக்க வைத்தார். மகளும் பல போட்டிகளில் கலந்துகொண்டு மூன்று முறை முதற்பரிசைப் பெற்றுள்ளது தமிழர்க்குப் பெருமை சேர்ப்பதாக உள்ளது.

இவர் சமூக மன்ற அடித்தள உறுப்பினராகவும், அரிமா சங்கத் தலைவராகவும் பொறுப்பெடுத்து, மக்களுக்குச் சேவைசெய்வதில் மனநிறைவு பெறுகிறார். நமது தமிழ் இனத்தில் பன்மொழிகற்ற அரிய மனிதரைப் பற்றி முனைவர் இரா. அருள்ராஜ் அவர்கள் 'பன்மொழித் தமிழன் முத்தழகு மெய்யப்பன்' என்ற பெயரில் ஒரு நூல் எழுதி வெளியிட்டுள்ளதை இங்குக் குறிப்பிடுவதில் பெருமைகொள்கிறோம்.

ஜப்பானியர்கள் மிகவும் அன்பானவர்கள்; பண்பானவர்கள்; பணிவானவர்கள்; நேர்மையானவர்கள்; தேசப்பற்று மிகுந்தவர்கள் என்பதை அனுபவ ரீதியாக அறிந்து, இன்றும் ஒரு மாணவனாய்த்தான் அவர்களிடம் மட்டுமல்ல பிறரிடம் கிடைக்கும் நல்ல கருத்துகளை, புதியனவற்றைக் கற்று வருகிறேன் என்கிறார்.

விவேகானந்தர் காலில் செருப்பு இல்லாமல் ஓடினாராம். ஏன் எனக் கேட்டபோது, "நான் இறந்துவிட்டேன். என்னைக் கொன்றவனைக் காண விரைகிறேன்" என்றாராம். விவேகானந்தரின் சிந்தையிலிருந்த "நான்" என்கிற அகம்பாவத்தை இராமகிருஷ்ண பரமஹம்சர் தம் செயலாலும், அருளுரையாலும் அழித்துவிட்டார். அந்த மகானைக் கண்டு தரிசிக்கத்தான் போகிறேன் என்றாராம். அதைப்போல் மெய்யப்பனும் கொஞ்சம்கூடக் கௌரவம் பார்க்காமல் எந்த வித ஆணவமும் இல்லாமல் களத்தில் இறங்கி வேலை செய்யும் பண்புடையவர்.

ஒரு நிகழ்ச்சியில் இந்தியாமீது நல்லெண்ணம் இல்லாத ஸ்காட்லாந்து இயற்கை ஆர்வலர் ஒருவர், இந்தியாவின்

தரத்தைத் தாழ்த்திப் பேச நினைத்து ‘‘எங்கள் நாட்டில் நாங்கள் மரங்களை நேசிக்கிறோம்’’ என்று பெருமை பொங்கக் கூறியமர்ந்தார். அவரைத் தொடர்ந்து பேச எழுந்த ரசிகமணி டி.கே.சி ‘‘நாங்கள் மரங்களை நேசிப்பதில்லை...’’ என்று சொல்லி நிறுத்தியவர், தொடர்ந்து, ‘‘நாங்கள் அதற்குப் பதில் மரங்களைத் தெய்வங்களாக வழிபடுகிறோம்’’ என்றாராம்.

சிங்கை மட்டுமல்ல, இந்த உலகத்தின் சுற்றுச்சூழலே பாதிக்கப்பட்டு வருவதை நாமறிவோம். எந்திரங்கள், வாகனங்கள் முதலியவற்றின் புகையாலும், வெப்பத்தாலும், மரங்கள் வெட்டப்பட்டுக் காடுகள் அழிக்கப்படுவதாலும், விவசாய நிலங்கள் வீட்டு மனைகளாக்கப்படுவதாலும் வான மண்டலம் வெப்ப மண்டலமாகி ஓசோன் ஓட்டை பெரிதாகிக்கொண்டே வருகிறது. இதை உணர்ந்த மெய்யப்பனும் தான் வாழும் இடத்தில் மரஞ்செடிகொடி வளர்ப்பதைப் பொழுதுபோக்காகவும், மகிழ்ச்சியாகவும், கடமையாகவும் செய்கிறார்.

மென்று மெதுவாகச் சாப்பிடும் மனிதர் இவர். எதையும் எண்ணிக் கணக்கிட்டுச் செய்பவர். இன்னும் சொல்லப்போனால் ஊரோடு ஒத்துப்போகும் ஒரு யதார்த்த மனிதர் எனலாம்.

காலத்திற்குப் பேசத் தெரியாது; ஆனால் அந்தக் காலம்தான் அனைத்திற்கும் பதில் சொல்லும் என்பதிலே நம்பிக்கை கொண்டவர். ‘நீருக்குள் மூழ்கிவிட்டவன் எப்படி மூச்சு விடவேண்டும் என்ற ஒரே நோக்கத்தில் மேலே வருகிறானோ அதேபோல் வேறு எதைப் பற்றியும் சிந்திக்காமல் உன் குறிக்கோள் ஒன்றினை நோக்கியே சென்றால் சாதனை உன் கைக்குள்’ என்று சொன்ன சாக்கரட்டீஸைப் பின்பற்றி மெய்யப்பன் எடுத்துக்கொள்ளும் எச்செயலிலும் கருமமே கண்ணாக இருப்பவர்.

நாம் வாழும் இந்தத் தலைமுறையிலிருந்து 78 தலைமுறை யினர்களாகிய நம் முன்னோர்களைக் கொடிபிடித்துப் பார்க்கப் போனால், நாடு, சமயம், மொழி, இனங்களைக் கடந்து நாம் அனைவரும் உறவினர்களாகத்தான் இருப்போம் என்கிறார் ஜகத் கஸ்பர். அப்படிப் பார்த்தால் இத்தனை சாதனைகளுக்குச் சொந்தக்காரராகிய மெய்யப்பனும் நாமும் ஏதோ ஒருவகையில் உறவினர்கள்தாம் என்ற பெருமையோடு, உரிமையோடு, அந்த உறவோடு அவரை வாழ்த்துவோம். அவரைப் பின்பற்ற வயது பாராமல் நாமும் முயல்வோம்!

* * *

14

நிலவுக்குக் கலைப்படைப்பை அனுப்பப்போகும் சிங்கப்பூர் கலைஞர்

லட்சுமி

ஏப்ரல் 12, 1961ஆம் தேதியன்று ரஷ்யாவைச் சேர்ந்த 'யூரி ககாரின்' என்பவரே விண்வெளிக்குச் சென்ற முதல் மனிதர் ஆனார். இது விண்வெளித்துறையில் ஆதிக்கத்தைச் செலுத்தும் போட்டியில் அமெரிக்கா வுடனான சோவியத்தின் வெற்றியாகும்.

ஆனால் அமெரிக்காதான், முதன் முதலில் ஜூலை 20, 1969இல் விண்கலம் மூலம் இரு மனிதர்களைச் சந்திரனுக்கு அனுப்பியது. கலம் சந்திரனை அடைந்ததும், கதவு திறக்கப்பட்டது. எப்படி இறங்குவது என்று 'எட்வின் ஆல்ரின்' யோசித்துக் கொண்டிருந்தபோதே, 'நீல் ஆம்ஸ்ட்ராங்' திடீரென்று ஹிஜிசி 2.56 மணிக்கு நிலவின் தரையில் குதித்துவிட்டார். இங்கிருந்து ஊடகத்தில் பார்த்துக்கொண்டிருந்த நாசா விஞ்ஞானிகள் பரவசப்பட்டு 'ஆம்ஸ்ட்ராங்' பெயரை அறிவித்தனர். முந்திக்கொண்டதால் ஆம்ஸ்ட்ராங்தான் முதலில் நிலவில் கால்பதித்தவர் என்ற செய்தி உலகெங்கும் பரவியது. அப்படித்தான் லட்சுமி ஒரு சிங்கப்பூரராக முதன் முதலில் நிலவுக்குத் தன் கலைப்படைப்பை அனுப்பிப் புகழ் பெறப்போகிறார்.

யார் அந்த லட்சுமி? திரு.கே.கே.மோகன்பாபு, திருமதி ஆஷாலதா ஆகியோருக்கு மூன்றாவது மகளாக 1968ஆம் ஆண்டு திருவனந்தபுரத்தில் பிறந்தார்.

இவரது தாய் கேரளப் பல்கலைக் கழகத்தில் முதல் மாணவி; ஐ.நா சபையின் ஆப்கானிஸ்தான் மகளிர் பிரிவின் தலைவி. லட்சுமியின் பாட்டி பாரதி அவர்கள், சாகித்ய அகாடமி விருது பெற்ற எழுத்தாளர். மற்றும் இந்திய நாடாளுமன்ற முன்னாள் உறுப்பினர். தாத்தாவும் சாகித்ய அகாடமி விருதாளர். கேரள காங்கிரஸ் இயக்கத்தின் தலைவராகப் பணியாற்றியவர். லட்சுமியுடைய தந்தை மோகன்பாபு ஐக்கிய நாடுகள் அமைப்பில் கூட்டுறவு வளர்ச்சித் திட்டத் தலைமை ஆலோசகராகக் காபூலில் செயல்பட்டார். அப்போது சோவியத் யூனியனின் ஆக்கிரமிப்பில் இருந்தது ஆப்கானிஸ்தான்.

கிரேக்க இளவரசன் அலெக்ஸாந்தர் சிறுவனாக இருந்தபோது, நீதிமன்றத்திற்குச் சென்று அந்த நீதிபதியே எதிர்பார்க்காத, நீதிபதிக்கே புலப்படாத, நாட்டுநலன் கருதிய, ஒரு தீர்ப்பை வழங்கினான். எல்லோரும் வியந்து பாராட்டும் அளவிற்குப் புத்திசாலித்தனமாக அந்தத் தீர்ப்பு இருந்ததாம். புலிக்குப் பிறந்தது பூனையாகுமா? அதேபோல் லட்சுமியின் குருதியிலும் முன்னோர்களின் மரபணு இருந்துகொண்டு செயல்படத்தானே செய்யும்!

பள்ளிப் படிப்பை முடித்தபின், 1986 முதல் 1991 வரை கர்நாடகத்தின் மணிப்பால் தொழில்நுட்பக் கல்வி நிலையத்தில் கட்டட வடிவமைப்புக் கலையில் பொறியியல் (Architect) பட்டம் பெற்றார். அதன்பின் 1995இல் டெல்லி NIFT(National Institute Of Fashion Technology)யில் Fashion Designer பட்டம் பெற்றார். அதனால், லட்சுமியின் வரைபடங்களில் கட்டடக் கலைக்குரிய கோடுகளின் பாணி, சரியான அளவு முறையில் அமைந்திருக்கின்றது. அங்கேதான் நிலவுக்கு அனுப்பவிருக்கும் கலைப் பொருளுக்கான வடிவமைப்பு உதயமானதாகத் தெரிவித்தார்.

அத்துடன் அவருடன் மணிப்பாலில் பயின்ற Gurtaj Padda என்ற பஞ்சாபியை விரும்பித் திருமணம் செய்துகொண்டார். கணவர் இங்குத் தொலைத்தொடர்புத் தொழில்நுட்பப் பொறியாளராகப் பணிபுரிந்து வருகிறார். லட்சுமியின் எல்லா வடிவமைப்பு நுட்பத்திலும் கணவருக்கும் ஆர்வம் இருப்பதால் அவரும் உதவிகரமாக விளங்கி, பிள்ளைகள் இல்லாவிட்டாலும் ஓர் இணக்கமான தம்பதிகளாக வாழ்ந்து வருகிறார்கள்.

தாயாரால் பாதுகாப்பாக லட்சுமி வளர்க்கப்பட்டாலும், இளம் வயதிலேயே, போர் மேகம் சூழப்பட்டு, குண்டுமழை பொழிந்து, சுற்றிலும் வன்முறைகளையும், சண்டை சச்சரவுகளையும்,

வறுமையின் ஓலங்களையும் கேட்கவும் பார்க்கவும் அவருக்கு நேரிட்டன. ஆனால், லட்சுமி எந்தப் பாதிப்புக்கும் ஆளாகாமல் எல்லா நாட்டவருக்கும் மத்தியில் மதிப்பாகவும் மரியாதையாகவும் பாதுகாப்பாகவும்தான் வாழ்ந்து வளர்ந்திருக்கிறார்.

தமது வாழ்க்கை எந்த நேரத்திலும் முடிவுறலாம். அல்லது கைகால், கண்களை இழக்கக்கூடிய எத்தகைய நிலையும் ஏற்படலாம். அந்த நேரங்களில் எந்த மாற்றத்தையும் எந்தச் சூழலையும் சமாளிக்கும் எதிர்கொள்ளும் தெளிவு மனநிலையைத் தயார் நிலையில் லட்சுமி வைத்துக்கொண்டார்.

உலகப்போர், மற்றும் உள்நாட்டுப் போர்களினால் ஸ்பானிஷ் 'போர்னிகா' நகரத்திற்கு ஏற்பட்ட அழிவுகள், சேதாரங்களைப் 'பிகாசோ' எண்ணி வேதனை அடைந்தார்; எரிச்சலும் கோபமும் கொண்டார். சகித்துக்கொள்ள முடியாத பிகாசோ தன் சினத்தைக் காட்டிக்கொள்ளத் தீட்டியதுதான் உலகப் புகழ்பெற்ற 'போர்னிகா ஓவியம்'.

உலகப் புகழ்பெற்ற ஓவியம் என்றால் எல்லோருக்கும் தெரிந்த ஓவியம் 'மோனலிசா'. ஆனால், அந்த ஓவியமே அவ்வளவு அழகு என்றால் அந்த ஓவியத்திற்கு மூலமாக இருந்து காட்சி கொடுத்த பெண் "லிசா கொர்டின்" எவ்வளவு

அழகாக இருந்திருப்பாள்? லட்சுமியும் அடிப்படையில் ஒரு நவீன ஓவியர். தம் வரைவுத் திறமையால் ஒரு பிகாசோ போல், ஒரு டாவின்சியைப் போல் ஆகவேண்டும் என்ற விருப்பங்கொண்டவர். வீட்டுக்குள் நுழைந்தால் எங்குப் பார்த்தாலும் பொருள் பொதிந்த வண்ணமயத்தில் வரைந்த ஓவியங்கள் சுவர்களை அலங்கரிக்கின்றன. ஒவ்வொன்றினுக்குள்ளும் ஒளிந்து கிடக்கும் விழுமியங்களை அவர் விவரிக்கும்போது, அவற்றைப் புரிந்துகொள்ளும் அளவிற்கு நமக்குப் போதிய அறிவில்லையே என்ற வெட்கம் நம்மை ஆட்கொண்டுவிடுகிறது.

நெதர்லாந்தில் தளம்கொண்டுள்ள ஓர் அறநிறுவனம் நூறு கலைப் படைப்புகளைப் பல்வேறு நாடுகளிலிருந்து சேகரித்து வருகிறது. அவற்றை நிலவுக்கு அடுத்த ஆண்டு அனுப்பி அங்கே ஒரு கலைக்கூடத்தை (கேலரி) நிறுவிட, ஏற்பாடு செய்து வருகிறது. அதற்குப் பல்வேறு துறைகளிலிருந்து கலைப்படைப்புகளை வரவேற்கிறது.

அந்த நூற்றில் இரண்டை நமது சிங்கப்பூர்க் கலைஞர் 53 வயதுடைய லட்சுமி மோகன்பாபு, சிங்கப்பூர் நன்யாங் தொழில் நுட்பப் பல்கலைக்கழகத்தில் (Nanyang Technological University) நுணுக்கமாக மிகச் சிறியதாய் (Miniature) வடிவமைத்திருக்கிறார். அவருடைய முப்பரிமாண கனசதுரச் சிங்கப்பூர்க் கலைப்படைப்பும் நிலவின் காலரியில் இடம்பெறவிருக்கிறது என்பதை அறியும்போது மகிழ்ச்சி மேலிடுகிறது. அதுவும் இந்திய வம்சாவளியினர் என்றறியும்போது அந்த மகிழ்ச்சி இரட்டிப்பாகிறது.

அந்தத் திட்டத்தில் எப்படி இணைந்தீர்கள் என்று வினவியபோது, ‘எனது கலைப்படைப்புகளை அறிந்த, ஆர்வம் மிகக்கொண்ட யாரோ சிலர் பரிந்துரைத்து ஹாலந்திலிருந்து அந்த அழைப்பு வந்ததாகச் சொல்கிறார்.

உலகில் முதன்முதலில், கிரேக்க அறிஞரான பிளாட்டோவின் நூல் ‘குடியரசு’தான் உருவானது என்பர். மிகவும் புகழ்பெற்ற அந்நூல் அச்சுத்தாள் கண்டுபிடிக்காத காலத்தில் 15 அடி நீளமுள்ள மரச்சுருளில்தான் எழுதப்பட்டதாம்.

அது என்ன முப்பரிமாண கனசதுரம்? அதை ஆங்கிலத்தில் ஸ்டிரக்சர் அண்ட் ரிஃப்ளெக்டன்ஸ் (Structure & Reflectance) என்று சொல்வார்கள். அது கனசதுர வடிவில் ஒரு பகடைக்காயைவிட அளவில் சிறியதாக இருப்பதைப் பார்த்து வியந்துபோனேன். கனசதுரத்தின் ஒவ்வொரு பக்கமும் சுமார் 0.98 செ.மீ. நீளமுடையதாக இருக்கும். அவை வெவ்வேறு படிகங்களில்

துரு பிடிக்காத எஃகு உலோகத்தில் உருவாக்கப்பட்டவை. இன்னொரு சிறப்பு என்னவென்றால், அந்தக் கனசதுரத்தை வெவ்வேறு கோணங்களிலிருந்து பார்க்கும்போது, வேறு வேறு நிறங்களில் தோற்றம் அளிக்கும். அதனால், என்ன பயன் என்று கேட்டபோது, இவை நூறும் எதிர்காலத்தில் சந்திரன் பற்றிய ஆய்வாளர்களுக்குப் பேருதவியாய் இருக்கும் என்கிறார். இன்னும் 100, அல்லது 1000ஆண்டுகளுக்குப் பிறகு மனிதர்கள் அங்குக் குடியேறினால், அல்லது அந்த மண்டலத்தில் நம்மைப்போல் ஏதாவது மனிதகுலம் இருந்து, அவர்கள் ஆய்வு செய்தால் இந்த காலரியைப் பார்த்துப் பூமியில் வாழும் மனித இனம் அனுப்பியவை என்று தற்போதைய 'கீழடி'யைப் போல் அப்போது ஆய்வு செய்வார்களாம்.

லட்சுமியின் கனசதுரத்தின் நான்கு பக்கங்களில், ஒவ்வொன்றிலும் தனித்தன்மையான வடிவங்கள் உள்ளன.

◆ புதுமைத்தேனீ மா. அன்பழகன் ◆

நன்யாங் தொழில்நுட்பப் பல்கலைக்கழகத்தைச் சேர்ந்த இணைப் பேராசிரியர் ‘மெட்டியோ செய்ட்டா’வுடன் இணைந்து லட்சுமி இதை உருவாக்கியுள்ளார். இவர்களுடைய படைப்புகளை 10X10 சென்டிமீட்டர் நீள அகலத்தோடு ஒரு சென்டிமீட்டர் உயரமுடைய சிறிய பேழைக்குள் லட்சுமியின் இந்தச் சிறிய கலைப்படைப்புகள் வைக்கப்பட்டு, 2022ஆம் ஆண்டு பிப்ரவரியில் என்ஜி 17 என்ற விண்கலம் பூமியிலிருந்து விண்வெளிக்கு (International Space Station) அனுப்பப்படவிருக்கிறது. அதன் பிறகு 2025இல் சந்திர மண்டலத்திற்கு (Moon) அனுப்பவிருக்கிறார்கள்.

“நாமெல்லாம் இதுவரை அறிவியலின் விருந்தைச் சுவைத்தவர்களே தவிர சமைத்தவர்களல்லர்” என்று தமிழக முன்னாள் முதல்வர் பேரறிஞர் அண்ணா அவர்கள் சொல்லியது எவ்வளவு உண்மை என்பதை லட்சுமி தன் அனுபவரீதியாக நிலவுக்குத் தூது அனுப்புவதிலிருந்து நன்கு உணர்ந்தறிந்திருக்கிறார்.

பூர்வீகக்குடியான தமிழர்கள் நிலவில் வசித்துக் கொண்டிருந்தால், பூமியிலும் தமிழர்கள் வாழ்கிறார்கள் என்பதை அறிந்துகொள்ளட்டும் என்பதற்காக விண்வெளிக்குப்போன முதல் கலத்திலிருந்து சந்திரனின் வெளிப்பரப்பில் தூவப்படுவதற்காகத் தமிழிலும் அச்சடித்து அனுப்பினார்களாம். அது போய்ச் சேருகிறதோ இல்லையோ நிச்சயம் நமது லட்சுமியின் கலைப் படைப்பான கனசதுரம் போய்ச் சேரப்போகிறது. நமது கொள்ளுப் பேரப்பிள்ளைகள் ஒருகால் சந்திர மண்டலத்தில் குடியேறுகிறபோது லட்சுமியின் கட்டடக்கலை, இந்தியக் கலாசாரம் தெரிய வரும்.

ஆப்கானிஸ்தானின் ஐக்கிய நாடுகள் சபை அலுவலகத்தில் பல்வேறு இன, நாடுகளைச் சேர்ந்தவர்கள் பணிபுரிந்ததால், சிங்கப்பூரின் நல்லிணக்க மகத்துவத்தை அங்கேயே அப்போதே தன்னால் புரிந்துணர முடிந்ததாக நம்மிடம் பகிர்ந்துகொள்கிறார். உலகில் மக்கள் வேறுபட்டவர்களாக இருந்தாலும், அனைவரையும் ஒன்றிணைக்கும் விழுமியத்தைக் கொண்டதுதான் தாம் உருவாக்கிய படிமம் என்கிறார்.

இந்த வடிவம் ஆறு பக்கங்களைக் கொண்டிருந்தாலும், உண்மையிலேயே இது தொடங்கிய இடத்திற்கே சுற்றி வந்து முடியக்கூடிய ஒருவகையான வட்டம் என்கிறார் லட்சுமி. இந்தியக் கலாசாரங்களில் இடம்பெறும் மண்டல ஓவியங்கள் ஒவ்வொன்றும் பிரபஞ்சங்களைப் பிதிபலிப்பதாக நேர்மறையும் எதிர்மறையும் இணைந்திருக்கும். அதைப்போல்தான் தமது ஓவியமும் அமைந்திருக்கின்றது என்கிறார்.

இந்து, கிறித்துவ, இஸ்லாமிய வழிபாட்டு நிலையங்களின் வடிவமைப்புகள் (Geometric Design) அவரவர் கலாசாரத்தின்பாற்பட்டதே. ஆனால், தம்முடைய முப்பரிமாணம் பல்வேறு கலாசாரங்களின் கலவைகளே. இல்லத்தின் சுவரில் வைக்கப்பட்டிருந்த படிமங்களில் ஒன்றைத் தொட்டுப்பார்க்க அழைத்தார்கள். நானும் எழுந்து சென்று தொடுவதற்கு என் விரலைக் கொண்டுசென்றால் தொடுதல் இடர்படாமல் விரல் ஆழமாகச் சென்றுகொண்டிருந்ததை உணர்ந்து வியந்தேன். அண்ணா சொன்னதுதான் எனக்கு நினைவுக்கு

வந்தது. நாம் சுவைக்கத் தெரிந்தவர்கள் மட்டுமே; சமைக்கத் தெரியாதவர்கள்தான்

ஏற்கனவே உள்ளதைக் கண்டுபிடித்தால் அதை Discovery என்பர். எடுத்துக்காட்டு விண்மீன். புதிதாக உருவாக்கிய கண்டுபிடிப்புகளை Invention என்பர். எடுத்துக்காட்டு தொலைக்காட்சி, வானொலி போன்றவை. ஆனால், லட்சுமியின் முப்பரிமாணப் பிம்பமும் Inventionயைச் சேர்ந்தது என்று எண்ணினாலும், அவற்றைப் பார்த்தபின் வகைப்படுத்தும் அறிவிற்கு அப்பாற்பட்டவனாகத்தான் நான் உள்ளேன்.

‘சின்ன வயதில் வேகமாக வளரவேண்டுமென அவசரப் படுகிறோம்; வளர்ந்தபின் இழந்த அந்தச் சின்ன வயது திரும்பி வராதா என்று ஏங்குகிறோம்.

பணம் ஈட்ட உடலை வருத்திக்கொள்கிறோம்; ஈட்டியபின் அந்தப் பணம் முழுவதையும் உடல்நலம் காக்கச் செலவிடுகிறோம்.

எப்பொழுதும் நமது எதிர்காலத்தைப் பற்றியே யோசித்து, நிகழ்கால இன்பத்தையே துறந்துவிடுகிறோம்.

ஆக நமக்கு நிகழ்காலமும் தெரியாது; எதிர்காலமும் புரியாது.

வாழும்போது ஒருக்காலும் சாகப்போவதில்லை என்பதுபோல் வாழ்கிறோம்; சாகும் தறுவாயில் ஒருநாளும் வாழாது இருந்து விட்டதுபோல எண்ணிச் செத்துப்போகிறோம்’

என்று மனிதர்களின் இந்த முரண்பட்ட குணாதிசயங்களை பிரேஸில் நாட்டில் பிறந்து போர்ச்சுகீசிய மொழியில் சாதனைகள் புரிந்த அற்புதமான சிந்தனையாளர் Paulo Koelho எனும் எழுத்தாளர் குறிப்பிடுகிறார்.

அதனால்தான் நமது லட்சுமி அவர்களும் சிந்தித்து, பின்னர் வருத்தப்படக்கூடாதென்று எண்ணி, வாழும் காலத்திலேயே இந்த 53 வயதில் இதைப்போன்ற சாதனையை, வேறு யாரும் இவ்வாறு சிந்திப்பதற்குமுன், தான் முந்திக்கொள்ளவேண்டும் என அதைச் செய்துகாட்டிச் சிங்கைக்கும் இந்திய வம்சாவளிக்கும் பெருமை சேர்த்திருக்கிறார்.

இந்தத் திட்டத்திற்காக இதுவரை தேர்ந்தெடுக்கப்பட்ட சிங்கப்பூரர் ஒருவரின் முதல் கலைப்படைப்பு திருமதி லட்சுமியினுடையது என்று ஒரு சிங்கப்பூரராக உணர்ந்து நாம் அறியும்போது பெருமையாகவும், மகிழ்வாகவும் இருக்கின்றன. அதனால்தான் தங்களைச் சந்தித்து என் 36ஆவது நூலில்

தங்களைப் பற்றி எழுத வந்துள்ளேன் என்று அவரிடமே சொன்னேன்.

அதற்கு 'நான் ஒன்றும் அவ்வளவு பெரிய புள்ளி இல்லை? பெரிய சாதனை ஒன்றும் செய்திடவில்லையே' என்று அடக்கமாகச் சொன்னார். இதைச் சொன்னவுடன் எனக்கு எங்கேயோ படித்த ஒன்று நினைவுக்கு வந்தது. அதை லட்சுமியும் படித்திருப்பாரோ, அதனால்தான் இப்படி அடக்கமாகச் சொல்கிறார் என்று எண்ணத் தோன்றியது.

ஒரு நாட்டில் 'பெரிய புள்ளி' என அழைக்கப்பட்ட மிகவும் புகழ்பெற்ற பாதிரியார் ஒருவர் சொர்க்கலோகத்தின் வாசலைப் போய்த் தட்டினார். மிகப் பெரிய கதவு. நீண்ட சாளரம். கதவிடுக்கின் வழியே கண்ணைப் பதித்துக் குரல் கொடுத்தார். உள்ளிருந்து ஈனக்குரலில் "யார்? எங்கிருந்து வருகிறாய்?" என்று கேட்டது.

"நான் பூமியிலிருந்து வருகிறேன்"

"எந்தப் பூமியிலிருந்து வருகிறாய்?"

சூரியனைச் சுற்றிப் பூமி, சந்திரன், செவ்வாய் என்றெல்லாம் கிரகங்கள் சுற்றுகின்றனவே, அந்தப் பூமியிலிருந்து"

"எந்தச் சூரியன்? எத்தனையோ சூரியன்கள். எத்தனையோ உலகங்கள் இருக்கின்றன" என்று பதில் வந்தபின் பாதிரியார் உணர்ந்தாராம், 'பிரபஞ்சம் எவ்வளவு பெரியது. அதில் பூமி ஒரு புள்ளிதான். அந்தப் பூமியில், ஒரு நாட்டில் அதுவும் ஒரு குறிப்பிட்ட ஒரு பகுதியில் என்னைப் போய் 'பெரும் புள்ளி' என்கிறார்களே' என்றெண்ணி வெட்கித் தலை குனிந்தாராம்.

நம்மிடம் உள்ள அகந்தை மறைய வேண்டும் என்பதற்காகப் புனையப்பட்ட ஒரு கற்பனைக் கதை இது. அப்படிப்பட்ட கர்வம் இல்லாமல் லட்சுமி அடக்கத்தோடும், பணிவோடும் இருக்கிறார்.

லட்சுமி தன் வடிவங்களை ஓவியமாகவும், சிற்பங்களாகவும் மட்டும் வெளிப்படுத்தாமல் கம்பளிகள், தரைவிரிப்புகள், மேசைகள், நாற்காலிகள், ஆபரணங்கள் எனப் பலவகையான பொருள்களுக்கான வடிவமைப்புகளில் உருவாக்க முனைந்துள்ளர்.

தொலைத்தொடர்புத் துறையில் பணியாற்றும் தம் கணவருடன் 2001இல் சிங்கப்பூருக்கு வந்து, 2005இல் குடியுரிமை பெற்றுள்ள லட்சுமி, தாம் அதிக ஆண்டுகள் வாழ்ந்த நாடு சிங்கைதான் என்கிறார். பல்லினச் சமுதாயங்களை இணக்கமாகக் கொண்ட சிங்கப்பூரிலிருந்து என் படைப்புகள் பாதுகாப்பாகவும் சிறந்தவையாகவும் உருவாகி நிலவுக்குச் செல்வது சாலப் பொருத்தமாக இருக்கும். அத்துடன் என்னை சிங்கப்பூர் ஓவியர் என அடையாளப்படுத்திக்கொள்வதிலே பெருமையாக இருக்கிறதெனச் சிரித்துக்கொண்டே சொல்கிறார்.

எழுத்து, பேச்சு, நாடகம், திரைப்படம், இசை, நடனம், சிற்பம் போன்ற கலைகள் போல் ஓவியக்கலை பொதுமக்களிடையே அவ்வளவாக மதிக்கப்படுவதில்லை. அரசின் ஆதரவு இருந்தாலும் சில முயற்சிகளில், திட்டங்களில் சொந்தக்கால்தான் பயன்படுகிறது. வெளியாகும் ஒவ்வொரு பொருளுக்கும், ஒவ்வொரு வடிவத்திற்கும், ஒவ்வொரு விளம்பரத்திற்கும் மூலமாக இருப்பது ஓவியம் என்பதைப் பலரும் அறியார் என்கிறார் லட்சுமி.

சந்திரனுக்குச் செல்லவிருக்கும் தான் உருவாக்கிய வடிவங்கள், உலகின் பல்வேறு நாடுகளிலும், நகர்ப்புறங்களிலும் சிற்பங்களாகவும், கட்டட ஓவியங்களாகவும் பூத்து மலரவேண்டும் என்று கனவு காண்கிறார்.

000 ஆண்டுகளுக்கும் மேலான வரலாற்றை உடைய தமிழினத்து மக்களிடம் பொறியியலும் அதன் பிரிவாகிய கட்டடக்கலை பற்றிய அறிவும், திறனும், நுட்பமும் இருந்திருக்கின்றன. இதனைச் சிந்துவெளி நாகரிக நகரங்களான மொஹஞ்சதாரோவும் ஹரப்பாவும் திராவிடக் கலையின்பாற்பட்டதே என சர் ஜான் மார்ஷலும், ஈராஸ் பாதிரியாரும் வரையறுத்துள்ளார்கள். அண்மையில் தமிழகத்தின் கீழடி அகழராய்வால் அம்முடிவு மேலும் உறுதியாகிறது.

ஒரு மலையின்மீது நின்று, பெரிய நிலைக்கண்ணாடியின் ஒளிக்கற்றையைக் கொண்டு ரோமானியக் கப்பல் ஒன்றை எரித்தார் ஒரு விஞ்ஞானி. அந்நாட்டு மன்னரிடம் 'எனக்கு உலகத்துக்கு வெளியே நிற்பதற்கு ஓர் இடம் கொடுங்கள்; அங்கே நின்று ஒரு நெம்புகோல் மூலம் இந்த உலகத்தையே அசைத்துக் காட்டுகிறேன்' என்றவரும் அவரே. குளிக்கும் நீர்த்தொட்டியில் மூழ்கும்போது அவருடைய எடையளவு தண்ணீர் வெளியேறியதை அறிந்து ''இயற்பியல் தத்துவதைக் கண்டுபிடித்துவிட்டேன்'' என்று உடம்பில் ஆடை இல்லையென்பதைக்கூட உணராமல் மகிழ்ச்சியில் வெளியில் கத்திக்கொண்டு ஓடிவந்ததாகக் கூறப்படும், விஞ்ஞானி ஆர்கிமிடிஸே அவர்.

நமது ஓவியர் லட்சுமியைப் போல் அமெரிக்காவில் ஓவியர் சாமுவேல் மோர்ஸி என்பவர் இருந்தார். அவர் உலகப் புகழ்பெற்றவர். வெளியூரில் இருந்தபோது தன் மனைவி இறந்து 25 நாள்கள் கழித்துத்தான் செய்தி கிடைத்ததாம். வேதனை அடைந்த அவர் வேகமாக அனுப்பும் தந்தி முறையை (Single wire Telegraph System) 1840இல் கடற்பயணத்தின்போதே சிந்தனை செய்து கண்டுபிடித்தார். அந்த ஓவியர் ஒரு கட்டாயத்தின் பேரில் அந்தத் தந்தியைக் கண்டுபிடித்தார். ஆனால், பேஷன் டிசையின் (Fashion Design) என்ற பெயரில் கண்டுபிடித்த லட்சுமியை, விஞ்ஞானி என்பதா? டிசைனர் என்பதா? பொறியாளர் என்பதா? ஓவியர் என்பதா? எதிர்காலத்தில் நடக்கப்போவதைக் கணித்துச் செயல்படும் தொலைநோக்குப் பார்வை உடைய வீராங்கனை என்பதா? வியப்பைத் தவிர வேறொன்றும் தெரியவில்லை. அடுப்பூதும் பெண்களின் பட்டியலில் லட்சுமியும் இருந்திருந்தால் இன்று இந்தச் சாதனை நிகழ்ந்திருக்குமா? இப்போது பெண்களும் ஆண்களுக்கு நிகரானவர்களாகத்தான் முன்னேறிக்கொண்டிருக்கிறார்கள்.

எழுதப் படிக்கத் தெரியாத ஆன்ட்ரூ ஜாக்ஸன் என்பவருக்குக் கல்வியறிவைக் கற்றுக்கொடுத்து, மேதையாக்கி அமெரிக்க அதிபர் தேர்தலில் நிற்கவைத்து வெற்றிபெற வைத்தவர் ஒரு பெண்தான் (மனைவி) என்பர்.

வின்ஸ்டன் சர்ச்சில் தமக்கு அதிர்ச்சியான நிகழ்வுகள் நேரிடும்போது, மனைவியிடம் சென்று அறிவுரை கேட்டுப் பின்பு புதுத்தெம்புடன் வெளியே வந்து பணியைத் தொடங்குவாராம்.

மகாகவி பாரதிக்குப் பெண் சமத்துவம், பெண் விடுதலை பற்றிப் பாடம் புகட்டியவர் நிவேதிதா என்பார்கள்.

மண் விடுதலைக்குப் பாடிய பாரதி அதன்பின்தான் பெண் விடுதலைக்கும் பாடினாராம்.

'நாம் நமது பெண்களைப் பிள்ளை பெற்றுக்கொள்ளும் எந்திரமாகவும், வீட்டு வேலைக்காரியாகவுமே பார்க்கிறோம்' என்று சொன்னார் பகுத்தறிவுப் பகலவன் தந்தை பெரியார். ஒரு கவிஞர் இந்தச் சமுதாயப் போக்கைக் கிண்டல் செய்தார். அதுதான் "ஓயாத வீட்டு வேலை; உயர்ந்த பட்டம் 'இல்லத்தரசி'!" என்றார்.

தற்போது 50 வயதைத் தாண்டிய வாழ்வானாலும், தாம் ஒரு பெண் என்ற எந்தவிதமான தாழ்வு மனப்பான்மையும் இல்லாமல், வடிவமைப்பில் தீவிரமாக ஈடுபட்டு வருகிறார். அவ்வகையான வடிவமைப்புகளின் உரிமை (@Copyright) இருப்பதால் அதற்கான வருமானம் வந்துகொண்டிருப்பதாகச் சொல்கிறார். தாய்லாந்து, ஜப்பான், வியட்நாம் கொரியா போன்ற நாடுகள் லட்சுமியின் வடிவமைப்பைப் பெற்றுத் தங்கள் வணிகத்தை உருவாக்கிப் பெருக்கி வருகின்றன. தனக்கு யாரும் வழிகாட்டி இல்லை என்று சிரித்துக்கொண்டே சொல்கிறார். லட்சுமிதான் பலருக்கு வழிகாட்டியாக விளங்குகிறாராம்.

அமெரிக்காவின் சிகாகோவில் அனைத்துலக சர்வ சமய மாநாடு 1893ல் நடைபெற்றது. பொதுவாக எல்லோரும் Ladies & Gentleman என்று மேடையில் முகமன் கூறி விளித்துப் பேசுவார்கள். அப்படி அழைப்பதுதான் அப்போதும் இப்போதும் பெரும்பாலோரின் பழக்கம். விவேகானந்தர் தனது முப்பதாவது வயதில் அம்மாநாட்டில் கலந்துகொண்டு ஆன்மீகச் சொற்பொழிவைத் துவங்கும்போது முதன் முதலில், 'அமெரிக்காவாழ் சகோதரி சகோதரர்களே!' (Sisters & Brothers) என்று விளித்து, உலகப் புகழ்பெற்றார். லட்சுமி சந்திர மண்டலம் செல்லாமல் புகழ் பெறவிருப்பதோடு, வரலாற்றிலும் இடம்பெறப்போகிறார்.

ஏதாவதொரு புது முயற்சியில் இறங்குங்கள். அது வெற்றி பெறுகிறதோ இல்லையோ கவலைப்படவேண்டாம். தவறான முடிவுகளிலிருந்து பல அனுபவம் கிடைக்கும். அவையே உன் முதலீடாகும் என்கிறார் பில்கேட்ஸ். யாரும் செய்யாத புது முயற்சியை நாம் செய்தால் பேரும் புகழும் கிடைக்கும். அந்த விதத்தில் லட்சுமியின் முயற்சி நம்மில் யாரும் எடுக்காத புது முயற்சி. அம்முயற்சி வெற்றிபெற வாழ்த்துகிறோம்.

வெற்றி பெற விரும்பும் மேதைகள் அதற்கான சூழல்களை அவர்களாக உருவாக்கிக்கொள்வார்கள். பனித்துளிக்கும் வைரக் கல்லுக்கும் உள்ள வேறுபாடு, வைரம் உறுதி மிக்கது என்பதுதான். அதேபோல் மன உறுதியும் திறமையும் உடைய சாதாரணமான லட்சுமி தமக்குக் கிடைத்த வாய்ப்பைப் பயன்படுத்திக்கொண்டார்.

காலம் ஒருவனை அறிவாளியாக மாற்றும். அறிவு, முயற்சி, திறமை, சீரிய சிந்தனை, துணித்தாயும் திறன், உயர் பண்பு முதலியவற்றை ஒருங்கே பெற்ற ஆய்வாளராகிய லட்சுமி எதிர்காலத்தில் சிறந்த வெற்றியாளாராக மாறிச் சிங்கப்பூருக்குப் புகழையும் பெருமையையும் ஈட்டிக்கொடுப்பார் என்பதில் எள்ளளவும் ஐயமில்லை.

* * *

15

இணையம்வழித் தமிழ் போதிப்பதில் இமயமாய்த் திகழும் திருமாறன்

தொல்காப்பியம், கம்பகாவியம் போன்ற தமிழ் இலக்கிய நூல்கள் ஒருகால் கிடைக்காமலே போய்விட்டால் கவலைப்பட வேண்டாம். தமிழகத்தின் பழைய தஞ்சை மாவட்டத்தில் வாழ்ந்த கோபால் ஐயர் எனும் பேராசிரியர் அவ்விலக்கியங்களை மீண்டும் எழுதிவிடுவார் என்று அவர் வாழ்ந்த காலத்தில் எல்லோரும் கூறுவார்கள். அந்த அளவுக்கு அவர் நினைவாற்றல் மிகுந்த தமிழறிஞராய்த் திகழ்ந்தாராம்.

ஒருமுறை ஜப்பான் நாட்டைச் சேர்ந்த பேராசிரியர் ஒருவர் சென்னைக்கு வந்திருந்தபோது, இந்தியாவின் முன்னணி இதழ் ஒன்றுக்குப் பேட்டி கொடுத்தார். 'என்னுடைய 70 தலைமுறையினரைப் பற்றி என்னால் சொல்ல முடியும். எங்கள் நாட்டில் வாழும் சாதாரண மக்கள்கூடத் தங்களுடைய 30, 40 முன்னோர்களைச் சொல்வார்கள்' என்றாராம். இது எப்படிச் சாத்தியம் என்று தெரியவில்லை. இன்றைய இளையர்களால் பலருக்குத் தாத்தா பெயரைச் சொல்லிவிட முடியும். ஆனால், தாத்தாவின் தந்தை பெயரைச் சொல்லப் பெரும்பாலோர் விழிக்கும் நிலையில்தான் உள்ளனர்.

அமெரிக்க தாவர இயல் அறிஞர் ஆசா கிரே என்பவர் 25 ஆயிரம் செடிகொடிகளின் பெயர்களைச் சொல்வாராம். ஜூலியஸ் சீசர் தம் படையில் உள்ளவர்களில் ஆயிரக்கணக்கான சிப்பாய்களைப் பெயர்சொல்லி அழைப்பாராம்.

இவர்களால் எவ்வாறு அந்த அளவுக்கு நினைவாற்றலைக் கொண்டிருக்க முடிந்தது?

அத்தனை பேரிடமும் தாம் கொண்டிருந்த குறிக்கோளில் அல்லது எடுத்துக்கொண்ட செயலில் முழு ஆர்வம் (Passion) இருந்திருக்கவேண்டும். அத்துடன், அதிலே தம்மை முற்றிலும் ஈடுபடுத்திக்கொண்டதனால்தான் (Involvement) முடிந்தது.

பழைய தமிழறிஞர் தெ.பொ.மீனாட்சிசுந்தரத்திற்கு உடல்நிலை சரியில்லையென்றால் யாரையாவது அருகில் அமரச் செய்து, கம்பனின் சுந்தரகாண்டத்தைப் படிக்கச் செய்வார். அதைக் கேட்டுக் குணமடைந்துவிடுவாராம். அப்பர் அடிகளார் தம்முடைய 'கூற்றாயினவாறு...' என்று தொடங்கும் பாடலைப் பாடி, தமக்கு வந்திருந்த சூலைநோயைக் குணமாக்கிக்கொண்டாராம். இப்படியாகத் தமிழிலக்கியங்களுக்கு உள்ள பெருமைகளையும் சிறப்புக் குணங்களையும் அறியலாம். இலக்கியம் என்பது யாப்பு, அழகியல், உவமை, கற்பனை, அறநெறி என்பனவற்றின் கூட்டு மட்டுமல்ல; வரலாறு, வாழ்வியல், நாகரிகம், பண்பாடு முதலியவற்றின் வெளிப்பாடும் உள்ளடக்கமும் சேர்ந்தது.

ஏன் இவ்வளவு பீடிகைகளைக் குறிப்பிடுகிறோம் என்றால் நினைவாற்றல் திறனால், தமிழ் இலக்கியக் கடலில் மூழ்கி மீண்டெழ முடியாமல் மகிழ்ச்சியில் திளைத்துக்கொண்டிருக்கும் ஒருவரைப் பற்றித்தான் இக்கட்டுரையில் பேசப்போகிறோம்.

◆ புதுமைத்தேனீ மா. அன்பழகன் ◆

1951ஆம் ஆண்டு டிசம்பர் ஆறாம் நாள் கிருஷ்ணமூர்த்தி, சரஸ்வதி இணையருக்கு, காவிரி கொள்ளிடத்தின் கடைமடைப் பகுதியில் அமைந்துள்ள 'குமடிமூலை' என்னும் கிராமத்தில் வேளாண்குடியில் இக்கட்டுரையின் நாயகன் திருமாறன் மூத்த மகனாய்ப் பிறந்தார்.

"நீ ஆங்கிலம் படித்தால் இவ்வுலகில் நன்னாயிருக்கலாம்; சமஸ்கிருதம் படித்தால் மேலோகத்தில் நன்னாயிருக்கலாம். இப்போ சொல்? நீ எதைப் படிக்கப் போகிறாய்?" என்று தந்தை கேட்டபோது, "இரண்டு உலகத்திலும் நன்னாயிருக்க நான் தமிழ் படிக்கப் போகிறேன்" என்று சொன்ன தமிழ்த் தாத்தா உ.வே.சா. போல் திருமாறனும் தமிழ் இலக்கியம் படிக்க முடிவெடுத்தார்.

காரைக்குடி அழகப்பா பல்கலைக் கழகத்தில் சேர்ந்து தமிழ் இளங்கலைப் பட்டம் பெற்று, அண்ணாமலைப் பல்கலைக் கழகத்தில் M.O.L எனும் முதுகலைப் பட்டத்தைப் படித்து முடித்தார். அதன்பின் 'காப்பியங்களில் கற்பனை வளர்ச்சி' என்னும் தலைப்பில் முனைவர் பட்ட ஆய்வு மாணவராகச் சேர்ந்து ஆய்வு மேற்கொண்டார்.

அப்போது அண்ணாமலையில் தமிழ்த் துறைத் தலைவராயிருந்த முதுபெரும் தமிழறிஞர் வ. சுப. மாணிக்கம் அவர்களின் அறிவுரையின் பேரில், மேலச்சிவபுரி கணேசர் செந்தமிழ்க் கல்லூரியில் 1976இல் உதவிப் பேராசிரியராகப் பணியில் சேர்ந்தார். ஈராண்டு பணிக்குப்பின் மறுபடியும் அண்ணாமலைப் பல்கலைக் கழகத்தில் முதுகலை மாணவர்கள் மட்டுமே சேரத் தகுதியுள்ள M.H.Ed (Master of Higher Education) எனும் பட்டப் படிப்பில் சேர்ந்து படித்து முடித்தார்.

பள்ளி கல்லூரிகளில் படிக்கும்போது பல கட்டுரைப் போட்டிகளில் பங்கேற்று, முதலிடத்தைப் பெற்றுள்ளார். பெற்ற பரிசுகள், விருதுகள் ஒன்று இரண்டானால் அட்டவணை போடலாம். எடுத்துக்காட்டாக ஒன்றாவது குறிப்பிடுங்கள் என்று கேட்டபோது, 'ஒரு முறை திருப்பனந்தாள் ஆதீனம் நடத்திய திருக்குறள், நாலடியார் போன்ற பதினெண்கீழ்க்கணக்கு நூல்களின் பாடல்கள் ஒப்பிக்கும் போட்டியில் முதலாவதாக வந்தது' தம்முடைய தமிழிலக்கிய ஆர்வம் வளரத் துணைநின்றது என்கிறார்.

உலகின் தலைசிறந்த மனிதர்கள் பத்து பேரைத் தேர்ந்தெடுத்து, அவர்களிடம் ஒரே கேள்வியைக் கேட்டார்களாம். 'உங்கள் முன்னேற்றத்திற்குக் காரணமாக விளங்கிய முன்னோடி (Roll Model) யார்?' என்று வினவியபோது, எட்டுப்பேர் "தங்கள் பள்ளி / கல்லூரி ஆசிரியர்" என்று பதிலளித்தனராம். ஆசிரியர் பணி என்பது அவ்வளவு பயனுடையது; புனிதமானது.

அந்தப் புனிதமான பணியை மேற்கொள்ள, வடக்கனேந்தல் மேல்நிலைப் பள்ளியில் தமிழாசிரியராய்த் திருமாறன் சேர்ந்தார். தலைமை ஆசிரியர் பொறுப்பில் பணியாற்றிக்கொண்டிருந்தபோது, 1994ஆம் ஆண்டு சிங்கப்பூர் வாய்ப்புக் கிடைக்க, இங்கு வந்து உயர்நிலைப் பள்ளியில் தமிழாசிரியராய்ப் பணியாற்றத் தொடங்கினார்.

நான்கு ஆண்டுகள் பணிக்குப்பின் பள்ளிக்கல்வி தொடர்புடைய தனியார் நிறுவனமான S N P (Singapore National Printers) யில் பதிப்பாசிரியராகப் பணியில் சேர்ந்தார். அரசின் கல்வித்துறைப் பாடப்புத்தகங்களை உருவாக்குவதோடு சொந்தமாகப் பல்வேறு துறை சார்ந்த புத்தகங்களை அச்சிட்டு விற்பனை செய்யும் நிறுவனம் அது. அச்சில் ஏறும் பாடப் புத்தகங்களின் வடிவமைப்பு, ஓவியங்கள், சொற்றொடர் அமைப்பு முதலியவற்றில் பிழை நேராவாறு திருத்தம் செய்வதே இவருடைய பணி. தற்போது அந்நிறுவனம் Times Publishing நிறுவனத்துடன் இணைந்துவிட்டாலும் இவர் சுமார் கால் நூற்றாண்டாக அதே பணியைத் தொடர்ந்து செய்துவருகிறார். சிங்கப்பூர் சமூக அறிவியல் பல்கலைக் கழகத்தில் தமிழ் இலக்கண இலக்கியங்களை இளங்கலை மாணவர்களுக்குப் பகுதி நேரப் பேராசிரியராகப் பொறுப்பேற்றுப் பழுதறக் கற்பித்தார்.

ஆங்கிலத்தில் முதுகலைப் பட்டம் பெற்ற தாமரைச் செல்வியை மணந்து அன்றில், ஆதன் ஆகிய பிள்ளைகளைப்

பெற்று, இன்று பேரப்பிள்ளையுடன் கொஞ்சி மகிழ்ந்து சிங்கப்பூரின் நிரந்தரக் குடியுரிமையாளராக வாழ்ந்து வருகிறார். தாமரைச் செல்வியும் சிங்கப்பூரில் ஆசிரியராகப் பணியாற்றி வருகிறார்.

இதுவரையில், திருமாறன் படித்த, பணியாற்றிய, குடும்ப வாழ்க்கையைப் பற்றிச் சொல்லி வந்தோம்.

ஐம்பது வயதைத் தாண்டியவுடன், திருமாறன் தனக்கென ஒரு வணிகச் சேவை நிறுவனத்தைத் தொடங்கியதைத்தான் பெருமையாகவும் சிறப்பாகவும் இக்கட்டுரையில் எடுத்துச் சொல்ல இருக்கிறோம்.

அவர் வேலை பார்க்கும் பணியின் மூலம் தேவையான வருமானம் வந்துகொண்டிருந்தாலும், எதிர்கால நலன் கருதியும், தாய்த்தமிழுக்குக் குறிப்பாகத் தமிழ் மாணவர்களுக்குப் பயன்தரும் சேவையை மேற்கொள்ள விழைந்தார். இதன்வழி வாழ்வில் மனநிறைவை எய்தலாம் என்ற அவருடைய கனவைப் பற்றி இனிக் காண்போம்.

இந்தியாவின் நிதியமைச்சர் சி. சுப்பிரமணியம் அமெரிக்கா சென்று ஒரு கருத்தரங்கில் பங்கேற்றார். அன்று மாலை முடிதிருத்தகம் ஒன்றிற்குச் சென்றார். அங்கு அக்கருத்தரங்கில் கலந்துகொண்ட பேராசிரியரே, ஒருவருக்கு முடி வெட்டிக் கொண்டிருந்தார். ஐயப்பட்ட சி.சு அவரை அணுகி 'நீங்கள் இன்று காலை ...' என்று தொடங்கியவுடன்,

'உங்களுக்குச் சந்தேகம் வேண்டாம்! நானேதான்! கிடைத்த ஓய்வு நேரத்தில் இதைச் செய்கிறேன்' என்று சொன்னவுடன் சி.சுவிற்கு வியப்பாகிவிட்டது.

நிராசையாகப் போனாலும் பரவாயில்லை; எப்போதும் உயர்ந்த இலக்குகளைக் குறி வை! என்பதற்கேற்ப ஐம்பதாம் அகவையில் 'வெற்றிப்பாதை' எனும் கணினி வட்டு (CD) ஒன்றைச் சிங்கப்பூர் ஆறாம் வகுப்பு மாணவர்களுக்கென்று பணியில் இருந்துகொண்டே ஓய்வு நேரத்தில் தயாரித்து வெளியிட்டார். அது மாணவர்களின் பாடத்திட்டத்தை ஒட்டி, தமிழ்மொழி அறிவாற்றலைப் பெருக்கும் நோக்கத்துடன் உருவாக்கப்பட்டிருந்ததால் ஏராளமான பள்ளிகளும், மாணவர்களும் வாங்கிப் பயனடைந்தார்கள்.

தமது ஐம்பத்தி ஐந்தாம் வயதில் அடுத்த நிலையாகக் கால மாற்றத்திற்கேற்பச் சிந்திக்கத் தொடங்கினார். கணினிப் பயன்பாடு மாணவர்களின் வாழ்வியலில் பெரிதும் கலந்துவிட்ட நிலையைக்

கருத்திற்கொண்டார். தொடக்கப் பள்ளி மாணவர்களின் பயன்பாட்டுக்குப் 'பழகுதமிழ் டாட் காம்' எனும் இணையவழிக் கற்றல் தளத்தை உருவாக்கினார். மாணவர்களின் தமிழ்க் கல்வித் தரத்தை மேம்படுத்தப் பெரிதும் பயனுள்ளதாய் அது அமைந்தது. அத்துடன், உயர்நிலைப் பள்ளி மாணவர்களுக்கென்று 'தீந்தமிழ் டாட் காம்' எனும் கற்றல் தளத்தை உருவாக்கினார். தொடக்கப்பள்ளி மாணவர்களுக்காக உருவாக்கப்பட்டுள்ள பழகுதமிழ்.காம் இணையதளம் ஆசிரியர்கள் பலராலும் மொழி பயில ஏற்றது என விரும்பிப் பாராட்டப்பட்ட சிறப்பை உடையது. சிங்கப்பூரின் பெரும்பாலான தொடக்கப்பள்ளிகள் அதனைப் பயன்படுத்திப் பயன்கொண்டன. மாணவர்கள் பலர் அத்தளத்திற்குச் சென்று விரும்பிக் கற்கிறார்கள்; படித்துப் பயிற்சி செய்து பயனடைகிறார்கள்.

இத்தயாரிப்புகள் ஒருமுறை செய்து முடித்துவிடுவதல்ல. ஆண்டுதோறும் மாறுகின்ற பாடத் திட்டங்களுக்கேற்ப (Syllabus) கற்றல் பகுதிகளைப் மாற்றிப் பதிவேற்றம் (update) செய்துகொண்டே இருக்க வேண்டும்.

திருமாறனின் தமிழ்ப்பாடத்திற்கான (pazhahutamil.com) 'பழகுதமிழ் டாட் காம்' என்னும் இணையத் தளமும் அதிலுள்ள பாட உருவாக்கங்களும் பள்ளிகளில் புகழ்பெற்றுச் சிறப்பாக விளங்குகின்றன. அவருடைய பாடவிளக்கங்கள் 2D அனிமேஷன் அடிப்படையில் சிங்கப்பூர், தமிழகத்துத் தொழில்நுட்ப வல்லுநர்களின் துணைகொண்டு தயாரிக்கப்பட்டவை.

சில பாடப்பகுதிகள் சில 3D அனிமேஷன் அமைப்பிலும் உருவாக்கப்பட்டுள்ளன.

அவற்றைக் கண்ணுற்றுக் கேட்டுப் பயிற்சி செய்யும் மாணவர்களின் மொழியாற்றல் பெருகும். பேச்சாற்றல், எழுத்தாற்றல், உச்சரிப்பின் நுணுக்கம் மேம்பட இவ்விணையதளம் பேருதவியாய் இருக்கிறதென்று பல ஆசிரியர்கள் கருத்துரைக்கிறார்கள். பழகுதமிழ் டாட் காமை இன்னும் புதிய மேம்பட்ட ஆர்வமூட்டும் நிலையில் உருவாக்கத் திட்டம் உள்ளதென்கிறார்.

இலக்கிய ஆர்வலர்களுக்குப் பேருதவியாகவும், கற்க ஆர்வமாகவும் இருக்கும் என்ற நல்நோக்கத்தில், எதிர்காலத்தில் சங்க இலக்கியங்கள் அனைத்தையும் இணையம்வழிக் காட்சிப்படுத்தும் திட்டத்தை மனத்தில் தேக்கி வைத்துள்ளார். அதன் முதற்படியாக 'நெடுநல்வாடை' எனும் சங்க இலக்கியத்தை அனிமேஷன் மூலம் காட்சியாக்கியுள்ளார். இலக்கிய வரிகளின் கருத்துகளை, பாடலாசிரியரின் கற்பனை வளங்களை, உவமைகளை, சொல்லவரும் செய்திகளை முதலில் எழுத்தாக்க வேண்டும். பின்னர் அதற்கேற்ப ஓவியங்களாக வரைய வேண்டும். எல்லாவற்றையும் சரி செய்தபின் இறுதியில்தான் அனிமேஷன் படக்காட்சிகளாக்கிப் பின்னணிக் குரல்களைக் கொடுத்து, தேவைப்படும் இடங்களில் இசையால் நிரப்பி நிறைவு செய்திட வேண்டும். ஏறத்தாழ ஒரு திரைப்படம் எடுப்பது போல்தான் என்கிறார்.

'அடுத்தவன் சாதனையை முறியடித்தால் நீ வெற்றியாளன்! உன் சாதனையை நீயே முறியடித்தால் நீ சாதனையாளன் ஆவாய்' என்பதற்கேற்பத் திருமாறன், தம் சாதனைகளைத் தாமே முறியடித்து சிங்கப்பூரில் ஒரு வெற்றியாளராக விளங்குகிறார். சங்க இலக்கியம், தொல்காப்பியம், நன்னூல், தண்டியலங்காரம், யாப்பருங்கலக்காரிகை போன்ற இலக்கிய இலக்கணங்களைப் படித்துக்கொண்டே இருப்பவர். தமிழ் இலக்கிய இலக்கணங்களில் அறிவும், ஆழ்ந்த பற்றும், ஈடுபாடும் உடையவர் என்றே திருமாறன் அடையாளம் காணப்படுகிறார்.

கொடுங்கோலன் முசோலினி இரண்டாம் உலகப் போரின்போது காயப்பட்டுவிட்டான். அறுவைசிகிச்சைக்குத் தேவையான மயக்க மருந்து அப்போது இல்லாமற்போய்விட்டது. புத்தகம் ஒன்றை முசோலினி படித்துக்கொண்டு இருக்கும்போதே, தனக்கு அறுவைச் சிகிச்சையைச் செய்யச் சொன்னானாம்.

திருமாறனோ, மீண்டும் மீண்டும் அவற்றைப் படித்து மீள்நினைவாக்கிக்கொண்டே வருகிறார். அதைப்பற்றிச் சிந்திக்கிறார்; ஒத்த தமிழறிஞர்களிடம் விவாதிக்கிறார்; எங்கே யார் தமிழாய்வு செய்திருந்தாலும் தேடிப் படிக்கிறார்; புதிய விழுமியங்களை மனத்தில் வாங்கித் தேக்கிக்கொள்கிறார். தவறு செய்யுமிடத்து அமைதிவழியில் பொங்கி எழும் குணமுடையவராகவும் திகழ்கிறார்; எதற்காகவும், யாருக்காகவும் தாம்கொண்ட கருத்திலிருந்து சமரசம் செய்துகொள்ளவும் மாட்டார்.

திருமாறன் இந்த அளவு இலக்கிய அறிவுடன் திகழ்கிறார் என்றால் அதற்குக் காரணம், அவருடைய பெரிய தந்தை ஒரு தமிழறிஞர். தஞ்சைத் தமிழ்ப் பல்கலைக் கழகத்தின் முதல் தமிழ்த் துறைத்தலைவர். அவர் பேராசிரியராய் அழகப்பா பல்கலைக் கழகத்தில் பணியாற்றும்போதுதான் அங்கே சென்று இளங்கலை வகுப்பில் படித்தார். அவருடைய மரபணு இவருக்கு வந்திருக்க வாய்ப்புண்டு. மற்றும் தண்டபாணி தேசிகர், வெள்ளைவாரணர், வ.சுப.மாணிக்கனார், சோ.ந.கந்தசாமி போன்ற பெரும் தமிழறிஞர்கள் இவருக்கு ஆசிரியர்களாக அமைந்துவிட்டதும் தம் தமிழ்வளர்ச்சிக்குக் காரணமாக அமையலாம்.

இளவரசராய் இருந்தபோது, அலெக்ஸாந்தர் நீதிமன்றத் திற்குச் சென்றிருந்தார். நீதிபதி சொன்ன தீர்ப்பு ஒன்றை, 'ஏன் இப்படிச் சொல்லக்கூடாதென்று' ஒரு புதிய தீர்ப்பைச் சொன்னாராம். நாட்டு நலன் கருதிச் சொன்ன தீர்ப்பை எண்ணி வியந்து அனைவரும் பாராட்டினராம். அப்படித் தீர்ப்பு சொல்லக் காரணம் தந்தையின் மரபணுதான் என்பர். தமிழ்ப் பற்றுக்கு எடுத்துக்காட்டாக மாறனுக்கு பெற்றோரிட்ட தமிழ்ப் பெயர், எங்கிருந்தோ வந்த மனைவியின் பெயர், தம் மக்களுக்கு, பேரப்பிள்ளைகளுக்கு இட்ட பெயர்களைச் சொல்லலாம்.

இக்காலத்தில் பெற்றோர்கள் தங்கள் பிள்ளைகளுக்கு உச்சரிக்க இயலாத, பொருள்விளங்காத வடமொழிப் பெயர்களைச் சூட்டுகிறார்கள். நமது இன அடையாளமாகிய தூயதமிழ்ப் பெயர்களை இடுவதில்லையே என்று திருமாறன் மனம் வாடுகிறார்.

எந்த நேரத்தில் கேட்டாலும் இலக்கிய வரிகளைச் சொல்லும் நினைவாற்றல் மிக்கவராய்த் திகழும் திருமாறன் ஓர் அபூர்வமான தமிழ்ப் பண்டிதர். தமிழ் இலக்கிய இலக்கணங்களில் சிங்கப்பூரில்

இருப்போருக்கு ஏற்படும் ஐயங்களைக் களையும் மிகச் சிலரில் திருமாறனும் ஒருவர் என்பதை அழுத்தமாகச் செப்பிட முடியும்.

கூகுள் தரும் செய்தியைச் சில நேரம் மறுத்திருக்கிறார். கூகுள் என்பது எல்லாம் தானே தெரிந்த இயந்திரம் அன்று. அதற்குள் எவற்றைப் புகுத்துகிறோமோ அவற்றைத் தானே அது காட்டுகிறது. யாரேனும் தவறான தகவல்களைப் புகுத்தி இருந்தால் அது சரியாகிவிடுமா? என்று எதிர்க் கேள்வியைக் கேட்கிறார்.

வங்காளமொழியின் புகழ்பெற்ற எழுத்தாளர் சரச்சந்திரர், 'நான் உங்களுக்காக எழுதுகிறேன். ஆனால், தாகூரோ எங்களைப் போன்ற எழுத்தாளர்களுக்காக எழுதுகிறார்' என்று தம்மைச் சந்திக்க வரும் மக்களிடம் சொல்வாராம். அதைப்போல் திருமாறனைச் சிங்கையில் எங்களைப் போன்ற படைப்பாளர்கள், தமிழாசிரியர்கள், தமிழ் உணர்வாளர்கள்தாம் பெரிதும் அணுகுவார்கள்.

'ஆறுமுக நாவலரின் தமிழ் வளர்ச்சிப் பணிகள்' என்ற தலைப்பில், திருமாறன் ஆய்வு செய்துள்ளார். இந்நூல் வெளிவரும்போது முனைவர் பட்டத்தைப் பெற்றுவிடுவார். முனைவருக்காகப் படிக்க விழைந்து ஈடுபடும் பலருக்கும் பேருதவியாய், ஆலோசகராய் இருந்து வருகிறார் என்பதை அவர் வெளிப்படுத்தாவிட்டாலும் நாமறிவோம். தமிழகத்தின் இலக்கிய முன்னோடிகளுடன் எப்போதும் நல்ல தொடர்பில் இருந்துகொண்டிருக்கிறார். யாராவது இலக்கியம் பேசினால் ஊண் உறக்கமின்றிக் கேட்டு இன்புறும் இயல்பினர்.

ஹீப்ரு மொழிக்கு ஒரு மோசஸ்; கிரேக்க மொழிக்கு ஒரு தாந்தே; ஆங்கிலமொழிக்கு ஒரு மில்டன்; வடமொழிக்கு ஒரு வால்மீகி போல் தமிழுக்கு யாரைச் சொல்லலாம் என்று அவரிடம் வினவியபோது, 'இவர்களுக்கெல்லாம் முன்பே பிறந்த தொல்காப்பியரைச் சொல்வதா? உலகப் பொதுமறையைத் தந்த வள்ளுவரைச் சொல்வதா? பத்தாயிரம் பாடல்களை யாத்த மாகவி கம்பனைச் சொல்வதா? இலக்கியத்தில் புரட்சி செய்த இளங்கோவைச் சொல்வதா' என்று திருமாறனைக் கேட்டபோது மொழியின் காப்புக்கு வேராகவும் வேலியாகவும் இருக்கும் தொல்காப்பித்தை யாத்தளித்த தொல்காப்பியரைக் குறிப்பிடுகிறார்.

'அறிவு என்பது நதியைப் போன்றது; அது எவ்வளவு ஆழமாக இருக்கின்றதோ அந்த அளவுக்கு அமைதியாக

இருக்கும்' என்று பெர்னாட்ஷா சொல்லியதைப்போல் திருமாறன் ஆழமான நதியைப் போன்றவர் என்பதை அவருடன் நெருங்கிப் பழகியவர்களுக்குத்தான் தெரியும்.

இத்தனை மொழியறிவு மிக்கவராய் இருந்தாலும் 'தான்' எனும் அகந்தை இல்லாமல் நிறைகுடமாய் வாழ்பவர். பரமஹம்ஸரைப் பார்க்கச் சென்ற விவேகானந்தரை நோக்கி, 'யாரைப் பார்க்கப் போகிறீர்கள்?' என்று கேட்டபோது, ''என்னைக் கொன்றவரைப் பார்க்க போகிறேன்'' என்றாராம்.

மோசிகீரனார் எனும் தமிழ்ப்புலவர் இரும்பொறை சேரல் எனும் மன்னரைப் பார்க்க அரண்மனைக்கு வந்தார். அரசர் அரண்மனையில் அன்றி வெளியில் சென்றிருந்தார். நடந்து வந்த களைப்பினால் முரசு கட்டிலில் அமர்ந்த புலவர் அப்படியே உறங்கிவிட்டார். திரும்பி வந்த மன்னர் முரசு கட்டிலில் ஒருவர் படுத்துறங்குவதைப் பார்த்தார். புனிதமான முரசு கட்டிலில் படுத்திருந்தவர் ஒரு புலவர் என்றறிந்து, சினமுறாமல், அவருக்கு வெண்சாமரம் வீசிக்கொண்டிருந்தாராம். புலவருக்குப் பதில் வேறு ஒருவராக இருந்தால், அரச குற்றமாக எண்ணிப் படுத்திருந்தவரைச் சிரசை வெட்டிக் கொன்றிருப்பார். அக்கால மன்னர்கள் கற்றறிந்த புலவர்களுக்கு எந்த அளவுக்கு மரியாதை கொடுத்தார்கள் என்பதற்கான எடுத்துக்காட்டாக இந்நிகழ்வைச் சொல்வார்கள்.

அதைப்போல் நமது திருமாறனை நாம் எல்லோரும், அவரிடம் உள்ள தமிழறிவு காரணமாக மதித்து இதயக்கட்டிலில் அமரவைத்துச் சிறப்புச் செய்திடவேண்டும்.

'கல்விச் சிறப்பினை முதன்முதலில் உலகிற்குணர்த்திய' ஆரியப்படை கடந்த நெடுஞ்செழியன் வீரம் நிறைந்த

மன்னராகவும், புறப்பாடல் இயற்றிய புலவராகவும், வள்ளண்மை கொண்டவராகவும் விளங்கியவர். விரலுக்கேற்ற வீக்கம் போல், திருமாறன் தமிழறிவுக் கோன் மட்டுமல்ல, தாம் ஈட்டிய செல்வத்தின் ஒரு பகுதியை ஆக்ககரமான நற்செயல்களுக்குக் கொடுத்து மகிழ்பவர்.

வாரம் ஒன்றுக்கு மில்லியன் கணக்கில் சம்பாதிக்கும் உலகப் புகழ்பெற்ற காற்பந்தாட்ட வீரர் செனகல் சாடியோ கையில் உடைந்துபோன ஒரு தொலைபேசியுடன் காணப்பட்டாராம். நேர்காணலில் அதைப்பற்றிக் கேட்கப்பட்டதற்கு, “விரைவில் அதன் டிஸ்பிளேயை மாற்றிப் பழுது பார்த்துவிடுவேன்” என்றாராம். ‘‘புதியதாய் ஒன்றை உங்களால் வாங்கமுடியாதா?’’ என்று கேட்டதற்கு, “ஏன் முடியாது? என்னால் ஜெட் விமானத்தையே வாங்கமுடியும். ஆனால், நான் வறுமையை இளமையில் அனுபவித்திருக்கிறேன். இன்று ஏழ்மையில் கிடக்கும் மக்களுக்கு உதவுவதிலேதான் எனக்கு நிரந்தரமான மகிழ்ச்சி கிடைக்கிறது. புதுத் தொலைபேசியினால் அது கிடைக்கப் போவதில்லை” என்றாராம். அதைப்போல் மாறன் வெளியில் சொல்லிக்கொள்ளாமல், அடக்கமாக இருந்து பிறந்தகத்தில் அல்லற்படுவார்க்கு உதவி நற்செயல்கள் செய்து வருகிறார்.

மலையில் பிறந்த சந்தனத்தின் அருமை மார்பில் பூசப்படும் போதுதான் தெரியும்; கடலில் விளைந்த முத்தின் சிறப்பு கழுத்தில் அணியும்போதுதான் தெரியும்; யாழில் பிறந்த இசையின் இனிமை அதனை நுகரும்போதுதான் தெரியும் என்று கலித்தொகையில் கூறப்பட்டிருக்கிறது. திருமாறன் ஒரு தமிழ் முனைவராக இருக்கலாம். ஆனால், பிறருக்கு அவருடைய ஆற்றல் அறிவு பயன்படும்போதுதான் அவருடைய சிறப்பும் பெருமையும் உலகறியத் தெரிகின்றன.

‘தவறான பாதையில் வேகமாக நடப்பதைவிடச் சரியான பாதையில் மெதுவாக நடப்பதே மேல். அப்போதுதான் உன் வாழ்க் கையை நீ நன்குணர முடியும்’ என்று சேகுவேரா சொல்லியதுபோல், தமக்குப் பொருத்தமான ஒரு பாதையைத் தேர்ந்தெடுத்துள்ளார். அதில் மெதுவாக அதே நேரத்தில் உறுதியாக நடை போடுகிறார்.

திருமாறனின் எதிர்காலத் திட்டமெல்லாம் நிறைவேறி, மகிழ்ச்சியான, அமைதியான வாழ்வைப் பெற்றிட வாழ்த்தி மகிழ்கிறோம்!

16

தமிழ்த்திரையுலகில் கொடியுயர்த்திய முதல் சிங்கப்பூர் கதாநாயகன் 'சத்யானந்த்'

ஆஸ்திரியா நாட்டில் பிறந்த அர்னால்டு என்பவர் 1976ஆம் ஆண்டு 'உலக ஆணழகன்' பட்டத்தை வென்றார். அமெரிக்கா சென்று அருமுயற்சியோடு திட்டமிட்டு உழைத்து நடிகரானார். பின்னர் இயக்குநர், விளம்பர மாடல், தொழிலதிபர், அரசியல்வாதி, கலிபோர்னியா மாநிலத்தின் ஆளுநர் என்று உயர்வு பெற்று (2003) இன்றும் உலகப் புகழ்பெற்று விளங்குகிறார்.

ஜெர்மனி நாட்டவரான, செவிப்புலனை இழந்த இசைமேதை பீத்தோவனை ஆஸ்திரியா தன் குடிமகனாக ஏற்றுக்கொண்டது. பின்னர், ஆஸ்திரியா நாட்டு மூத்த இசைமேதை மொசார்ட்டுடன் இணைந்து பல வெற்றி இசை நிகழ்ச்சிகளை நடத்தி உலகப் புகழ் பெற்றார் என்பது வரலாறு. எதற்காக இவை சொல்லப்படுகிறதென்றால் கலைஞர்களுக்குத் தான் பிறந்த நாடு மட்டும் சொந்தமில்லை. 'யாதும் ஊரேதான்'.

ஒரு நிகழ்ச்சிக்குக் காந்தி வேடமிடப் பொருத்தமான வரைத் தேடினார்கள். அவர் குடிகாரராக இருந்தார். அவரிடம் நடித்து முடிக்கும்வரை 'குடிக்கக்கூடாது' என்ற

நிபந்தனையை விதித்தார்கள். காந்தி வேடமிட்டுத் தெருவில் வலம் வந்தபோது மக்கள் அவரை மலர்தூவி வரவேற்றார்கள். நிகழ்ச்சி முடிந்தவுடன் ஏற்பாட்டாளர்கள் அவருக்குப் பணம்கொடுத்து ‘இனி வேண்டுமானால் போய்க் குடித்துக்கொள்’ என்றனர். பணத்துடன் கள்ளுக்கடையை நோக்கிப் போனவருடைய மனசாட்சி சொன்னது. ‘காந்தியாக வேடமிட்டபோது அந்த ‘நடிப்புக்கே’ மக்கள் என்னை வணங்கினார்கள். உண்மை யிலேயே காந்தியைப்போல் வாழ்ந்தால், மக்கள் இன்னும் என்னை அதிகமாக நேசிப்பார்கள்; வணங்குவார்கள் அல்லவா? அதனால், இனி நான் குடிக்கமாட்டேன்’ எனச் சபதமேற்றாராம். அந்த அளவுக்கு ‘நடிப்பு’ மக்களுக்கு நெருக்கமாகிவிட்டது. ஒரு படத்தில் நடித்துப் புகழடைந்துவிட்டால் தமிழகத்தில் முதலமைச்சர் ஆகிவிடலாம் என்று நினைக்கின்ற நிலை வந்துவிட்டது.

சண்முகம்பிள்ளை, ரமாமணியம்மாள் ஆகியோருக்கு நான்காவது பிள்ளையாக நெடுஞ்செழியன் (சத்யானந்த்) 03.10.1965 அன்று சிங்கப்பூரில் பிறந்தார். பள்ளி இறுதி வகுப்புவரை படித்தபின் தேசிய சேவையில் சேர்ந்து, அங்கேயே ஓட்டுநர் பயிற்சியாளராகப் பணியாற்றினார்.

1985இல் லிட்டில் இந்தியா பகுதியில் பூக்கடை (J.J. Flower Shop) ஒன்றைத் தொடங்கி 10 ஆண்டுகள் நடத்தினார். இடையே இடங்களை வாடகைக்கு எடுத்து அறைகளாகப் பிரித்து வாடகைக்குவிட்டுப் பொருளீட்டினார். அத்துடன் இங்கிருந்து தமிழகத்தில் நல்ல விலைபோகும் பொருள்களை வாங்கிக்கொண்டுபோய் அங்கு விற்பதும், அதேபோல் அங்கிருந்து இங்கு வணிகர்களுக்குத் தேவையான பொருள்களை வாங்கி வந்து விற்பதும் செய்தார். அதன்மூலம் சென்னையிலுள்ள திரைத்துறையினருடன் அறிமுகம் ஏற்பட்டது.

புகழ்பெற்ற நடிகரும் தயாரிப்பாளருமான ஈ. எஸ். ஏ. சந்திரன் அவர்கள் சிங்கப்பூரில் வானொலி, தொலைக்காட்சிகளில் (RTS) ‘சிறுவர் உலகம்’, ‘உலகம் இளைஞர் கையில்’ போன்ற தொடர்களைத் தயாரித்து வெளியிட்டு வந்தார். அத்தனை தொடர்களிலும் 6 வயது சிறுவன் நெடுஞ்சழியன், குழந்தை நட்சத்திரமாக அறிமுகமாகி நடித்துப் புகழ்பெற்றார். விளையும் பயிர் முளையிலேயே தெரிந்துவிட்டதாம். அந்த அளவுக்கு முகபாவனைகளும், நடிப்பும், உச்சரிப்பும், வசன நினைவாற்றலும் அச்சிறுவனுக்குக் கைவந்த கலையாக இருக்கின்றன என்று எல்லோரும் பாராட்டினார்களாம்.

நெடுஞ்செழியனின் 17 ஆம் வயதில், மெகாஸ்டார் கலைச்செல்வன் அவர்கள், தாம் தயாரித்த 'சொர்க்கம் பக்கத்தில்' எனும் தொடர் நாடகத்தில் நடிக்க வாய்ப்பினை வழங்கினார். அதன்மூலம் நடிப்புலகில் மீண்டும் நுழைந்தார் எனலாம். அதன் தொடர்ச்சியாக இராமகிருஷ்ணன், முகமது அலி ஆகியோரும் வாய்ப்புக் கொடுத்து இவரை நடிக்க வைத்து அழகு பார்த்தார்கள்.

எம்ஜியாரின் துடிப்புமிக்க நடிப்பும், முத்துராமனின் அலட்டிக்கொள்ளாத அமைதியான நடிப்பும் தம்மை வெகுவாகக் கவர்ந்தவை என்கிறார். அவர்களின் பாதிப்பைத் தன் நடிப்பில்

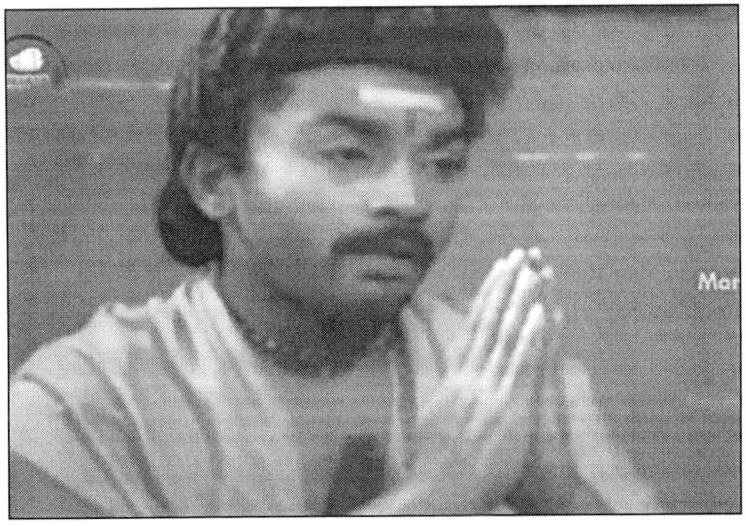

◆━ புதுமைத்தேனீ மா. அன்பழகன் ━◆

காணலாம் என்கிறார் தமிழ்த் திரைவானில் நட்சத்திரமாய் ஜொலித்த முதல் சிங்கப்பூர் கதாநாயகன்.

நெடுஞ்செழியனுக்குப் பிடித்தமானவர் எம்ஜியார். எம்ஜியாருக்குப் பிடித்தமானவர் அவருடைய தாய் சத்யா. சென்னை சென்ற அந்த நேரத்தில் அவருடைய அக்காவுக்கு விஜய் ஆனந்த் என்ற மகன் பிறந்தான். அப்போது சென்னையில் வசித்த நெருக்கமான நண்பர் விக்னேஸ்வரனுடன் கலந்துரையாடி, ‘சத்யானந்த்’ என்ற பெயர் திரையுலகத்திற்கு ராசியாக இருக்கம் என்று எண்ணி நெடுஞ்செழியன் என்ற பெயரை ‘சத்யானந்த்’ என்று மாற்றிக்கொண்டாராம்.

இதுவரை சிங்கப்பூரில் மட்டும் 100க்கும் அதிகமான தொலைக் காட்சி பாகங்களில் (Television Episode) நடித்துச் சிங்கையில் புகழ் பெற்றுவிட்டார். அதேபோல் சென்னையில் உள்ள சன், விஜய், ஜெயா மற்றும் ராஜ் தொலைக்காட்சிகளில் 3000க்கும் அதிகமான தொலைக்காட்சிப் பாகங்களில் நடித்துக்கொடுத்திருக்கிறார் சத்யானந்த். எம்.எஸ். பாஸ்கர், ஒய்.ஜி. மகேந்திரன், திரைநீதி போன்றோருடன் இணைந்து நடித்ததைப் பெருமையுடன் நம்முடன் பகிர்ந்துகொள்கிறார்.

இத்தாலியில் பிறந்த கொலம்பஸ், போர்ச்சுக்கல் பெண்ணை மணந்து அந்நாட்டில் குடியேறினார். தன் கடல் பயணங்களுக்குப் போர்ச்சுக்கல் அரசு ஆதரவு தராததால் ஸ்பெயின் நாட்டு அரசாங்க ஆதரவைக் கோரிப் பெற்றார். அதனால், ஸ்பெயின் நாட்டுக்குக் குடியேறி அங்கிருந்துதான் தன் அட்லாண்டிக் பயணத்தைத் தொடங்கினாராம்.

அதேபோல், 1997இல் தமிழ்நாடு, பட்டுக்கோட்டையைச் சேர்ந்த, முதுகலைப் பட்டம்பெற்ற புத்திசாலிப் பெண்ணான தேவி மனோகரியை மணந்து, சூரிய பிரபாகரன் என்ற ஒரே மகனைப் பெற்றெடுத்து, இன்று 23 வயதாகும் அந்தப் பிள்ளையை நல்ல முறையில் கல்லூரியில் படிக்க வைத்துக்கொண்டிருக்கிறார்.

‘புத்திசாலித்தனமாக முடிவெடுப்பதில் ஆண்களே சிறந்தவர்கள்’ என்று தன் மனைவிடம் சொல்லி ‘நீ என்ன நினைக்கிறாய்?’ என்று கேட்டாராம் பெர்னாட்ஷா. ‘சரியாகச் சொன்னீர்கள். நீங்கள் என்னை மனைவியாகத் தேர்ந்தெடுத்த திலிருந்தே அது உண்மை என ஒத்துக்கொள்கிறேன்’ என்ற பதிலால் பெர்னாட்ஷா முகத்தில் அசடு வழிந்ததாம்.

சத்யானந்தின் தந்தை சண்முகம்பிள்ளை தமிழகத்தில் இருந்தபோது, அப்போதிருந்த நாடகக் குழுக்களில் இளம்

வயதில் சிறு சிறு பாத்திரங்களை ஏற்று நடித்தவர். அந்த ஜீன்ஸ் இவர் குருதியிலும் தொற்றி வந்துவிட்டது போலும்.

1990களில் சிங்கப்பூர் தொலைக்காட்சிகளில் சத்யானந்த் கதாநாயகனாய்ப் பல நாடகங்களில் முன்னணி நட்சத்திரமாய் நடித்ததனால் அப்போதைய காலத்தில் பேரோடும் புகழோடும் விளங்கியவர். அந்த நேரத்தில் ராதாரவி சிங்கப்பூருக்குத் தற்செயலாய் வந்திருந்தார். உள்ளூர்த் தொலைக்காட்சியில் சத்யானந்தின் நடிப்பைப் பார்த்து 'யார் இந்தப் பையன்? அருமையாக நடிக்கிறார்! என்று வியந்து பாராட்டி, முகவரி கேட்டு நேராக இல்லம் தேடி வந்துவிட்டாராம். தந்தையிடம் அனுமதி கேட்டு "உங்கள் மகனைச் சென்னைக்கு அனுப்புங்கள்; நான் பார்த்துக்கொள்கிறேன்" என்றாராம். இயக்குநர் சேரன், நடிகர் விஜயகுமார், நகைச்சுவை நடிகர் வடிவேலு போன்ற சொந்தக்காரர்கள் இருந்தும் அங்கெல்லாம் போகாமல் நேராக நடிகவேள் எம். ஆர். ராதா அவர்களின் மகனிடம் சென்றுவிட்டார்.

தமிழ் நடிகைகளான வைஜயந்திமாலா, ஹேமமாலினி, ஸ்ரீதேவி, வித்யாபாலன் போன்றோர் இந்திப்படவுலகம் சென்று அங்கே கொடிகட்டிப் பறந்தார்கள். நேப்பாள நாட்டில் பிறந்த மனிஷா கொய்ராலா இந்தியா சென்று அங்கு அனைத்து மொழிகளிலும் நடித்துப் புகழ் பெற்றார். அதைப்போல்தான் நமது சத்யானந்தும் சென்னைக்குச் சென்று நடிகராகியிருந்தார்.

நாடு வெவ்வேறாக இருந்தாலும், இனம், மொழி ஒன்றாக இருந்ததனால் இது இவருக்குச் சாத்தியமாயிற்று என்றும் ஒரு பார்வையில் சொல்லலாம்.

தாகமெடுத்தவன் தண்ணீரைத் தேடுகிறான்;

தண்ணீரும் தேடிக்கொண்டிருக்கிறது, தாகம் கொண்டவனை!

என்று பாரசீகக் கவிஞன் ஜலாலுதீன் ரூமி சொன்னதுபோல் தமிழ்த் திரையுலகம் ஒரு கதாநாயகனைத் தேடியது; சத்யானந்தும் நடிகனாக வேண்டும் என்ற வேட்கையில் இருந்தார். அந்தச் சங்கமம் நிகழ்ந்துவிட்டது. அவர் வெற்றியைத் தேடினார்; அவருள் அந்த வெற்றி ஒளிந்துகொண்டு இருந்திருக்கிறது.

வில்லன் நடிகர் ராதாரவியின் அறிமுகம் 1991இல் கிடைத்ததைப் பெரும் பேறாக எண்ணுகிறார். ராதாரவி தயாரித்த முதல் படத்தை அமீர்ஜான் இயக்கினார். 'தைமாசம் பூவாசம்' எனும் அந்தப் படத்தில் நமது இக்கட்டுரையின் நாயகனான நெடுஞ்செழியன் என்கிற சத்யானந்தைக் கதாநாயகனாக அறிமுகப்படுத்தினார்கள். அப்படத்தில் தேவகி, எஸ்.எஸ்.சந்திரன்,

கோவை சரளா, குமரிமுத்து மற்றும் காந்திமதி ஆகியோர் நடித்திருந்தார்கள்.

இரண்டாவதாக துரைராஜ் இயக்கிய ‘சத்தியம் அது நிச்சயம்’ எனும் படம். இதில் சிவக்குமாரும் சுமித்திராவும் சத்யானந்துக்குப் பெற்றோர்களாக நடித்திருந்தார்கள்.

மூன்றாவதாக இயக்குநர் தசரதன் இயக்கிய ‘எங்கள் சாமி ஐயப்பன்’ எனும் படத்திலும் சத்யானந்த் கதாநாயகனாக நடிக்க, மஞ்சுளாவின் அக்கா மகள் சிந்து, குலதெய்வம் ராஜகோபால், மலேசியா வாசுதேவன் ஆகியோரும் நடித்திருந்தார்கள்.

நான்காவதாக மலையாள இயக்குநர் தேவராஜ் இயக்கிய தமிழ்ப் படம் ‘இரவுக்கு ஆயிரம் கண்கள்’ இப்படத்தில் கதாநாயகன் சத்யானந்துடன் சில்க் ஸ்மிதாவும் நடித்திருக்கிறார்.

ஐந்தாவது படம், மலையாளத்தைச் சேர்ந்த எஸ். பாலு இயக்கிய ‘ஹரிகரபுத்திரன்’ எனும் தமிழ்ப் படத்திலும் சத்யானந்த்தான் கதாநாயகன்.

ஆறாவது படம் மலையாளப் படம். பெயர் ‘கதா பறையுன காடு’. இயக்கியவர் செல்வராஜ். இதுதான் நாயகனாக சத்யானந்த் நடித்த முதல் படம். ஆனால், இது வெளியாவதற்குமுன் தைமாசம் பூவாசம் படம் தமிழில் வெளியாகிவிட்டது.

ஏழாவதாகக் கார்வண்ணன் இயக்கிய படம் ‘தொண்டன்’. இதில் முரளி கதாநாயகனாக நடிக்க, சத்யானந்த்தும் ஒரு பாத்திரத்தில் நடித்திருக்கிறார்.

குறிப்பிட்டு ஒன்றைச் சொல்லவேண்டுமானால், சென்னை இராஜா அண்ணாமலை மன்றத்தில், ஏ.வி.எம். குருப்பினால் திரைப்படப் பாராட்டுவிழா ஒன்று நடந்தது. ‘தைமாசம் பூவாசம்’ படத்தில் இவர் நடித்ததற்காக 1993இல் ‘சிறந்த வெளிநாட்டுப் புதுமுக நாயகர்’ என்ற பட்டமளித்துப் பாராட்டப்பட்டார். இன்று புகழின் உச்சியில் இருக்கும் ‘தல’ அஜீத் குமார் அதே நிகழ்ச்சியில் ‘சிறந்த புதுமுக நடிகர்’ என்று சிறப்பிக்கப்பட்டார்.

அதே ஆண்டு பிரசாந்த் நடித்த ‘வைகாசி பொறந்தாச்சு’, சிவா நடித்த ‘ஈரமான ரோஜா’ சத்யானந்த் நடித்த ‘தைமாசம் பூ வாசம்’ ஆகிய மூன்று படங்களும் 100நாள் ஓடி வெற்றிபெற்றதை முன்னிட்டு மூன்றையும் சேர்த்து ஒரே வெற்றி விழாவாகச் சிறப்புடன் கொண்டாடினார்கள்.

1990களில் ‘தமிழ்த் திரை வேந்தன்’ என்ற பெயரில் மாதம் இருமுறை இதழ் ஒன்றை இவரே ஆசிரியராகவும்

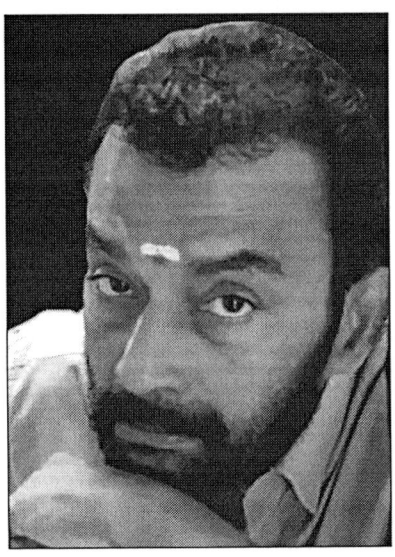

பொறுப்பாளராகவும் இருந்து நடத்தினார். திரைப்படச் செய்திகளைத் தாங்கிய அவ்விதழ் சில ஆண்டுகள் வெளிவந்தது. இவர் எழுதிய ஒரு பாடலை உள்ளூர் வானொலியில் பலமுறை ஒலிபரப்பியுள்ளார்கள். ஆக நடிப்பதோடு இவரிடம் கற்பனை வளமும் அதை வெளிக்காட்டுகின்ற எழுத்தாற்றலும் இருந்திருக்கின்றன என்பதை அறிய முடிகிறது.

வேண்டியபோது சென்னைக்குச் சென்று, தேவைப்படும் நாள்கள் தங்கி நடித்துவிட்டுச் சிங்கப்பூர் திரும்பிவிடுவாராம். இவருடைய நடிப்புத் தொழிலுக்குப் பெற்றோர், உடன்பிறப்புகள், மனைவி, நண்பர்கள் அனைவரும் முழுமனத்துடன் ஒத்துழைப்புக் கொடுத்ததோடு உற்சாகப்படுத்தியதை நன்றியுணர்வோடு நினைத்துப் பார்க்கிறார். திரைப்படத்தில் கதாநாயகனாக அறிமுகமான பின்புதான் திருமணம் நடைபெற்றதாம்.

தமிழகத்தின் பட்டுக்கோட்டையிலும், விருதுநகரிலும் ராதாரவியின் நண்பர்குழாம் மூலம் நடத்திய மேடை நாடகங்களில் 40க்கும் மேற்பட்ட நாடகங்களில் நடித்துள்ளார். ஒரு நாடகத்தில் இரட்டை வேடத்தில் அப்போதே நடித்துள்ளார். ராஜ் தொலைக்காட்சிக்காகச் சத்யானந்த் எழுதி, இயக்கி, நாயகனாகவும் நடித்து 'மூன்று கோணங்கள்' என்ற தொடரையும் எடுத்துக்கொடுத்திருக்கிறார்.

சங்கம் நடத்திய 'இராஜராஜ சோழன்' மேடை நாடகத்தில் இராஜராஜனாகவே நடித்து உள்ளூரிலும் புகழ் பெற்றவர். டி.எம்.

சவுந்திரராஜன், எல்.ஆர். ஈஸ்வரி போன்ற கலைஞர்களைச் சிங்கப்பூருக்கு வரவழைத்து இதுவரை ஏழுமுறை மேடை கலைநிகழ்ச்சிகள் நடத்தியுள்ளார்.

மறைந்த உள்ளூர்ப் புகழ்பெற்ற நடிகர் காசிம் அவர்களுடன் இணைந்து சில நாடகங்களில் நடித்திருக்கிறார். தமிழகத் திரைப்பட நடிகரும், சிங்கப்பூரில் நடனக் குழு வைத்து ஏராளமான கலைஞர்களை உருவாக்கியவருமான மறைந்த மணிமாறன் நமது சத்யானந்துக்கு ஒரு பாராட்டுவிழா நடத்திச் சிறப்புச் செய்திருக்கிறார்.

இந்த நூலின் தலைப்புக்கேற்ப முழுதும் 50 வயதுக்குமேல் புதிய முயற்சியில் ஈடுபட்டுச் சாதனை செய்தவர்களைப் புதிய முயற்சிகளை எடுத்து அதில் வெற்றி பெற்றவர்களை எடுத்துக் காட்டியுள்ளேன். வயது பாராமல் ஒவ்வொருவரும் புத்தாக்கச் சிந்தனைகளில், புதிய செயல்களில் ஈடுபடவேண்டும் என்பனவற்றை அடிப்படையாக வைத்து உண்மையான வெளிப்படையான செய்திகளையே எழுதினேன். ஒவ்வொருவரும் தங்கள் வாழ்க்கைப் பாதையில் எப்படியெல்லாம் உழைத்திருக் கிறார்கள்; எப்படியெல்லாம் சிந்தித்திருக்கிறார்கள்; எப்படியெல்லாம் செயல் பட்டிருக்கிறார்கள் என்பதையெல்லாம் பெரும்பாலும் நேரிடையாகச் சந்தித்து நேர்காணல் செய்து எழுதியுள்ளேன். இதன்வழிச் சிங்கப்பூர்வாசிகளுக்கு, தாங்களும் தங்கள் வாழ்க்கையில் வயதாகிவிட்டதே என்ற பிற்போக்கு அல்லது தாழ்வு அல்லது சோம்பல் எண்ணம் வராமல், அவர்களை ஊக்கப்படுத்தி உற்சாகமூட்டும் வகையில் தன்முனைப்புக் கட்டுரைகளைத் தேர்ந்தெடுத்து எழுதியுள்ளேன்.

ஆனால், இந்த இறுதிக் கட்டுரை மட்டும் அதற்குச் சற்று விதிவிலக்காக நடிகர் சத்யானந்த் அவர்கள் பற்றிய கட்டுரையை எழுதுவதற்கு இரண்டு காரணங்கள் உள்ளன.

ஒன்று: சிங்கப்பூரில் பிறந்து வளர்ந்து பெரிய பின்னணி ஏதும் இல்லாமல் தமிழகம் சென்று, தன் உழைப்பாலும், திறமை என்கிற தகுதியாலும் மட்டுமே கொடிகட்டிப் பறந்த சத்யானந்தைச் சிங்கப்பூர் சிறப்பித்துப் பாராட்டியிருக்க வேண்டுமே? இன்னும் விளம்பர வெளிச்சத்தை அவர்மீது பாய்ச்சியிருக்க வேண்டுமே? என்ற ஆதங்கம் எனக்குள் ஏற்பட்டது. அதை நாம் ஏன் செய்யக்கூடாது என்பதன் வெளிப்பாட்டில் எழுந்த கட்டுரைதான் இது.

ஒரு படத்தில், ஒரு சிறிய வேடத்தில் தலைகாட்டிவிட்டு அல்லது ஒரு படத்தில் ஒரு பாடலோ ஒரு கதையோ எழுதிவிட்டு, அல்லது ஒரு படத்தை இயக்கிவிட்டு, அல்லது தயாரித்துவிட்டு 1000வாட் பல்பு வெளிச்சத்தில் பிரகாசிக்கும் இவ்வுலக நடைமுறை வாழ்க்கைச் சூழலில், ஒருவர் ஏழு திரைப்படங்களில் கதாநாயகனாக நடித்துவிட்டு, நூற்றுக்கணக்கான தொலைக்காட்சித் தொடர் பாகங்களில் நடித்துவிட்டு, பல மேடை நாடகங்களில் நாயகனாகவே நடித்துவிட்டு இன்று சிங்கப்பூரில் அடக்கத்தோடு இலைமறை காயாக வாழ்ந்துகொண்டிருப்பவரை வெளியுலகத்திற்குக் காட்டிப் பெருமைப்படுத்த வேண்டும் என்ற எண்ணமும் என்னுள் உருவாயிற்று.

இரண்டு: இதுவரை நான் கண்டெடுத்த எல்லாக் கட்டுரைகளின் நாயகர்களையும் பார்த்து இந்நூலைப் படிக்கும் வாசகர்களும் அவர்களைப் போன்ற நல்ல முயற்சியை மேற்கொள்ள வேண்டும்; வாழ்க்கையில் மேன்மேலும் முன்னேற வேண்டும் என்ற உத்வேகத்தைக் கொடுப்பதற்கென்றே எழுதியுள்ளேன். ஆனால், இக்கட்டுரை சற்று மாறுதலாக இவ்வளவு புகழ்பெற்றும் வயது 57 ஐக் கடந்தும் பொருளாதார நிலையிலும், புகழ் நிலையிலும் இன்னும் மேன்மையடையவில்லையே? ஏன்?

அதற்கவர் சொல்லும் விளக்கத்தைத்தான் நமது வாசகர்களுக்கு அறிவுரையாகச் சொல்லப்போகிறேன்.

திரைப்படங்களில் ஒரு செய்தியைப் பார்ப்போம். தகப்பன் குடிகாரனாக இருப்பான். மகன் தந்தையைப் பார்த்துத் தானும் குடிகாரனாகிவிடுவான்; இன்னொருவகை, தகப்பன் குடித்ததனால் தாயாரும் குடும்பமும் பட்ட துயரம், அவமானம், வறுமைகளை நினைத்துத் தான் தந்தையைப்போல் போதைக்கு என்றும் அடிமையாகக் கூடாதென்று முடிவெடுப்பான். இக்கட்டுரை மூலம் அந்த இரண்டாவது வகையை நினைவூட்டுகிறேன். சத்யானந்த் வாழ்வைப் போல் நம்பிக்கைத் துரோகிகள் உங்கள் வாழ்விலும் எதிர்ப்படுவர். அவர்களிடம் கவனமாக இருங்கள்.

மாவீரன் அலெக்ஸாந்தர் சாகும் முன்,

"இந்தக் கல்லறையில் உறங்குபவன் உலகையே வென்றவன் என்று பொறித்து வையுங்கள். ஆனாலும் போகும்போது எதனையும் எடுத்துச் செல்லவில்லை என்று எல்லோரும் தெரிந்துகொள்ள வேண்டும். அதனால், என் இறுதி ஊர்வலத்தின்போது என் கைகளை வெளியே தெரியும்படி கிடத்திக் கொண்டு செல்லுங்கள்" என்றாராம்.

'இன்று செத்தால், நாளை பால்' என்று ஒரு திரைப்படத்தில் சொல்லி இன்று மக்களிடையே கிண்டலுக்காக அச்சொற்றொடர் பயன்பட்டாலும் அதில் உள்ள உட்கருத்தை நாம் சிந்திக்க வேண்டும். அலெக்ஸாந்தர் உலகப் புகழ் பெற்றிருந்தாலும் இறக்கும்போது எதை அள்ளிக்கொண்டு போனார்? எவ்வளவோ சொத்துகளைச் சேர்த்திருந்தாலும், 'இரும்பு மனுஷி', 'தைரியசாலி' என்றெல்லாம் எவ்வளவோ புகழப்பட்டாலும், தமிழர்களுக்கு நன்கு அறிமுகமான ஜெயலலிதா சாகும்போது எதை உடன் எடுத்துச் சென்றார்? யாரிடமும் சொல்லிக்கொள்ளாமலே போய்விட்டார். பின் ஏன் மக்கள் அறநெறி மீறி வாழவேண்டும்?

'எப்படி வாழவேண்டும் என்பதற்கு மகாத்மா காந்தியின் தியாகத்தையும், நன்னெறியையும் அறவாழ்க்கையையும் பாருங்கள்; எப்படி வாழக்கூடாது என்பதற்குத் தறிகெட்டு வாழ்ந்த என் வாழ்க்கையைப் பாருங்கள்' என்றார் கவியரசு கண்ணதாசன். அதைப்போல் சத்யானந்தும் சொல்கிறார்: 'என்னுடைய வாழ்க்கை இன்னும் வளம்பெறாததற்கு நானே காரணம்' என்கிறார். 'என் குடும்ப உறுப்பினர்கள் எவ்வளவோ உறுதுணையாக இருந்தும் என் வாழ்க்கையில் நான் ஏமாற்றப்பட்டுவிட்டேன். நான் நம்ப வேண்டியவர்களை நம்பவில்லை; நம்பக்கூடாதவர்களை நம்பினேன். அந்த நம்பிக்கைத் துரோகத்தினால்தான் என் வாழ்க்கையில் எனக்கு ஏற்பட்ட சறுக்கல்' என்கிறார். மேலும் 'நான் பட்ட துயரத்திற்கும், மன உளைச்சலுக்கும் நான் எடுத்த தவறான முடிவுகளே காரணங்கள்; அதற்கு யாருமே பொறுப்பல்ல' என்கிறார்.

"You too Brutus" என்று எப்போது சொல்லப்பட்டது? ஜூலியஸ் சீஸர் (Julius Caesar) பலரால் தாக்கப்பட்டார். மற்றவர்கள் சேர்ந்து தாக்க வந்ததில்கூட சீஸருக்கு வருத்தம் இல்லை. தன் நம்பிக்கைக்கு மிக மிக உரியவராக இருந்த புரூட்டஸ் (Brutus) உடன் வந்து தாக்கியதில் வியப்பின் உச்சிக்குப்போன சீஸர், அப்போது சொன்ன வாசகம்தான் அது. நம்பிக்கைத் துரோகம் என்றவுடன் எல்லோருக்கும் நினைவுக்கு வரும் சொற்றொடர் 'புரூட்டஸ்! நீயும் கூடவா'.

50ஆம் அகவையைத் தாண்டிய நம் வாசகர்கள், சத்யானந்த் சொல்லிய கூற்றைச் சிந்திக்க வேண்டும். நாமும் வாழ்க்கையில் எவ்வளவு கவனத்தோடு ஒவ்வோர் அடியை எடுத்து வைக்கும்போதும் எண்ணி நிதானித்துச் செயலாற்ற வேண்டும் என்பதற்காகவே இக்கட்டுரையை எழுதத் துணிந்தேன்.

இருந்தாலும் நான் ஒன்றும் தாழ்ந்துவிடவில்லை; சராசரியான வாழ்க்கையைத்தான் வாழ்ந்துகொண்டிருக்கிறேன். நான் காவலாளர்களின் மேலாளராகப் பணி செய்கிறேன். என் மனைவி எஸ்ஸோ நிறுவனத்தில் காசாளராகப் பணிபுரிந்து வருகிறார். என் மகன் கல்லூரியில் நன்கு படித்து வருகிறான். வாழ்க்கையில், எனக்கேற்பட்ட பட்டறிவுகளிலிருந்து பல பாடங்களைப் பெற்றுவிட்டேன். இனி எடுத்துவைக்கும் என் அடிகளை அளந்து நிதானமாகத்தான் வைப்பேன்' (Here after my steps are measured) என்று சத்யானந்த் தன்னம்பிக்கையுடன் கூறுகிறார்.

கீழே விழும்போதெல்லாம் அடிபடாமல் தாங்கிக்கொள்வது கைகள்தாம். மனம் உடையும்போது ஏதோ சமாதானங்களைச் சொல்லி உள்ளத்தால் தேற்றிக்கொள்கிறோம். தனியே அழும்போதெல்லாம் கண்ணீரைத் துடைத்துவிடும் அந்தக் கையானது, வேறு யாருடைய கைகளும் அல்ல; நம்முள் உள்ள 'தன்னம்பிக்கைதான்'.

வாழ்க்கையில் நல்ல நட்பை, கைநழுவவிடக்கூடாது; உடைத்துவிடக்கூடாது. ஏனெனில் அது உடைந்தால் சத்தம் கேட்காது. ஆனால், வலி மிக அதிகமாக இருக்கும். அதனால்தான் தன் முன்னேற்றத்திற்குக் காரணமாக இருந்த நண்பர்களான நடிகர் ஜேம்ஸ் துரைராஜ், ஐ.கே.ஷா, மறைந்து விட்ட மதியழகன், கணேஷ், ஆகியோரையும், தங்கை வாசுகியையும், தமக்கையையும் வாழ்க்கையில் என்றும் மறவாத குணம் வேண்டுமென்று ஆண்டவனிடம் தினம் வேண்டி நிற்பதாகச் சொல்கிறார். இந்த உலகம் 'காண விரும்புகிறதே தவிரக் கண்டுகொள்ள விரும்புவதில்லை'. மகிழ்ச்சியாக இருக்கும்போது இசை

இனிமையானது; வருத்தமாக இருக்கும்போது இதைப்போன்ற வாசகங்கள் இனிமையானவை; இதமானவை' சத்யானந்த் மகிழ்ச்சியாக இருக்கும்போதும், வருத்தமாக இருக்கும்போதும் பக்கத்தில் இந்த நண்பர்கள்தாம் இருப்பார்களாம்.

எதிர்காலத்தில் செய்ய வேண்டிய சிலவற்றை மனத்தில் தேக்கிக் கனவுகளோடு சத்யானந்த் வாழ்கிறார். நண்பரும், தன் திரைப்பட வாழ்க்கைக்குப் பெரிதும் உதவியாய் இருந்த ராதாரவி அவர்களுக்குச் சிங்கையில் ஒரு சிறப்பான பாராட்டுவிழா நடத்திடவேண்டும். மற்றொன்று முற்றிலும் சிங்கப்பூர் நடிகர்களையும், தொழில்நுட்பக் கலைஞர்களையும் வைத்து ஒரு முழுநீளத் திரைப்படம் ஒன்றைத் தாமே எழுதி இயக்கித் தயாரிக்க வேண்டும். அதன்மூலம் சிங்கைக்குப் பெரும் புகழைத் தேடிக்கொடுத்திட வேண்டும்' என்ற கனவுத் திட்டங்களோடு வாழ்கிறார்.

இந்தியாவின் மேனாள் மக்கள் அதிபர் அப்துல் கலாம் அவர்கள் 'கனவு காணுங்கள்' என்று சொல்லியதுபோல் சத்யானந்த் காணும் கனவுகள் நிறைவேறிப் பேரோடும், புகழோடும், எல்லா வளங்களோடும் வாழ்வாங்கு வாழ வாழ்த்துவோமாக!

* * *

குறிப்புகளுக்காக

இதுவரை இவன் ஈன்றவை..

1. சமுதாயச் சந்தையிலே - கட்டுரை
2. அலைதரும் காற்று - கவிதை
3. ஜூனியர் பொன்னி - புதினம்
4. மடிமீது விளையாடி - புதினம்
5. இதில் என்ன தப்பு? - திரைக்கதை
6. பழமும் பிஞ்சும் - சிறுவர் கடித இலக்கியம்
7. அந்தப் பார்வையில் - புதினம்
8. ஒன்றில் ஒன்று உரைவீச்சு (with Translations)
9. இப்படிக்கு நான் - படச்சுவடி
10. விடியல் விளக்குகள் - சிறுகதைகள்
11. உடன்படு சொல் - மேடைப் பேச்சு
12. இன்னும் கேட்கிற சத்தம் - பண்பாட்டுப் பதிவு
13. ஆயபுலம் - புதினம்
14. என்பா நூறு - வெண்பாச் செய்யுள்கள்
15. Bubbles of Feelings - Stories Translations
16. திரையலையில் ஓர் இலை - திரைத்துறை அனுபவம்
17. என் வானம் நான் மேகம் - பெரும் கதைகள்
18. Beyand The Realm - Stories Translations
19. கவித்தொகை - 'பிசி' கவிதைகள்
20. எர்கு - திரைப்படத்திற்கான கதை
21. ERHU - Story Translation
22. பாதிப்பில் பிறந்த பாடல்கள்
23. புதுமைத்தேனீ - சிறுகதைகள்
24. வாய்க்கால் வழியோடி - மேடைப் பேச்சுகள்
25. ஆயிழையில் தாலாட்டு - அளித்த அணிந்துரைகள்
26. கூவி அழைக்குது காகம் 1 - மாணவர் கடித இலக்கியம்
27. கூவி அழைக்குது காகம் 2 - மாணவர் கடித இலக்கியம்
28. கூவி அழைக்குது காகம் 3 - மாணவர் கடித இலக்கியம்
29. காதல் இசைபட வாழ்தல் - புதினம்
30. அடுத்த வீட்டு ஆலங்கன்று - கவிதை
31. அன்புக்கு அழகு75 - பவளவிழா மலர்
32. சிங்கப்பூர்ச் சொல்வெட்டு 555 - வரலாற்று விருத்தப்பா
33. டுரியானுள் பலாச்சுளை - சிறுகதைகள்
34. கூவி அழைக்குது காகம் 4. - கடித இலக்கியம்
35. மேகம் மேயும் வீதிகள் - கவிதைத் தொகுப்பு
36. ஐம்பதிலும் வாழ்க்கை வரும் - தன்முனைப்புக் கட்டுரை.